बहुजन

(कादंबरी)

शरणकुमार लिंबाळे

दिलीपराज प्रकाशन प्रा. लि.
२५१ क, शनिवार पेठ, पुणे - ४११०३०.

बहुजन / Bahujan

ISBN : 978 - 81 -7294 - 609 - 8

प्रकाशक । राजीव दत्तात्रय बर्वे । मॅनेजिंग डायरेक्टर ।
दिलीपराज प्रकाशन प्रा. लि. । २५१ क, शनिवार पेठ । पुणे ४११०३०.
दूरध्वनी क्रमांक (फॅक्ससहित)
२४४७१७२३ । २४४८३९९५ । २४४९५३१४
Email- diliprajprakashan@yahoo.in
Web - www.diliprajprakashan.in

लेखक
शरणकुमार लिंबाळे
सुयोगकुंज । समर्थनगर,
नवी सांगवी । पुणे ४११०२७
sharankumarlimbale@yahoo.com

Printed at Repro India Ltd, Mumbai.

द्वितीयावृत्ती । ६ डिसेंबर २०१४

प्रकाशन क्रमांक । १५००

अक्षरजुळणी । सौ. मधुमिता राजीव बर्वे
पितृछाया मुद्रणालय । १०१, रविवार पेठ । पुणे ४११००२.

मुखपृष्ठ । शिरीष घाटे

रेखाटने । शिरीष घाटे, भ. मा. परसावळे

❑ शरणकुमार लिंबाळे यांचे प्रकाशित साहित्य

कविता : उत्पात (१९८२), श्वेतपत्रिका (१९८९), उद्रेक (२००८)

कथा : बारामाशी (१९८८), हरिजन (१९८८), रथयात्रा (१९९३), दलित ब्राह्मण (२००४).

कादंबरी : भिन्नलिंगी (१९९१), उपल्या (१९९८), हिंदू (२००३), बहुजन (२००६), झुंड (२००९)

आत्मनिवेदने : अक्करमाशी (१९८४), राणीमाशी (१९९२), पुन्हा अक्करमाशी (१९९९).

संपादने : दलित प्रेम कविता (१९८६), दलित पँथर: भूमिका आणि चळवळ (१९८९), दलित चळवळ (१९९१), दलित साहित्य (१९९१), प्रज्ञासूर्य (१९९१), भारतीय रिपब्लिकन पक्ष: वास्तव आणि वाटचाल (१९९२), विवाहबाह्य संबंध: नवीन दृष्टिकोन (१९९४), गावकुसाबाहेरील कथा (१९९७), ज्ञानगंगा घरोघरी (२०००), शतकातील दलित विचार (२००१), साठोत्तरी मराठी वाङ्मय प्रवाह (२००६), सांस्कृतिक संघर्ष (२००९), भारतीय दलित साहित्य (२०१३).

समीक्षा : दलित साहित्याचे सौंदर्यशास्त्र (१९९६), साहित्याचे निकष बदलावे लागतील (२००५), ब्राह्मण्य (२००६), दलित आत्मकथा- एक आकलन (२००९), वादंग (२०१०)

❑ शरणकुमार लिंबाळे यांच्या साहित्याचे भाषांतर

इंग्रजी : द आऊटकास्ट (२००३), टुवर्डस् ॲन ॲस्थिटिक्स ऑफ दलित लिटरेचर (२००४), हिंदू (२०१०)

हिंदी : अक्करमाशी (१९९१), देवता आदमी (१९९४), दलित साहित्य का सौंदर्यशास्त्र (२०००), नरवानर (२००३), हिंदू (२००४), दलित ब्राह्मण (२००४), छुआछूत (२००८), बहूजन (२००९), दलित साहित्य : वेदना और विद्रोह (२०१०), झूंड (२०१२), प्रज्ञासूर्य (२०१३)

कन्नड : आक्रम संतान (१९९२), दलित ब्राह्मण (२०१३), हिंदू (२०१४)

पंजाबी : अक्करमाशी (१९९६).

मल्याळम : अक्कमाशी (२००५), हिंदू (२००५), बहुजन (२०१२)

तमिळ : अक्करमाशी (२००३), दलित साहित्याचे सौंदर्यशास्त्र (२००८)

गुजराती : अक्करमाशी (२०००), दलित साहित्याचे सौंदर्यशास्त्र (२००९)

मनोगत

'उपल्या' (१९९८) ही कादंबरी लिहिली, त्यावेळी ह्या कादंबरीचा शृंखलात्मक विस्तार करण्याचा कसलाच विचार केला नव्हता. 'उपल्या' ही कादंबरी डॉ. बाबासाहेब आंबेडकरांच्या महानिर्वाणानंतरच्या महाराष्ट्रातल्या दलित चळवळीचा वेध घेणारी आहे. महाराष्ट्रातली आंबेडकरी चळवळ, दलित पँथर, दलित साहित्य, नामांतर, काँग्रेस-रिपब्लिकन युती आणि नव्वदीनंतर उजव्या शक्तीचं सत्तेवर येणं 'उपल्या' चा आशयविषय आहे. 'उपल्या' प्रकाशित झाल्यानंतर त्याचाच पुढला भाग म्हणून 'हिंदू' (२००३) ही कादंबरी प्रकाशित झाली. 'उपल्या' मध्ये केवळ महाराष्ट्रातल्या दलित चळवळीची हालचाल आणि वाताहत टिपली होती. 'उपल्या' नंतरच्या काळात मी लेखक म्हणून मराठी आणि महाराष्ट्राबाहेर जोडला गेलो. त्यामुळेही माझ्या लेखन-वाचनाचा भौगोलिक पट व्यापक झाला.

दलित लेखकांनी 'हिंदू' आणि 'हिंदुत्वा' विषयी विपुल चर्चा केली आहे. बहुजन समाज पक्ष आणि भाजपाची युती असो, नामदेव ढसाळ ह्यांचे शिवसेनेबरोबर जाणे असो किंवा समरसता मंचावरील दलित लेखकांची उपस्थिती असो, ह्याविषयी दलितांमध्ये वैचारिक खडाजंगी झालेली आहे. रावसाहेब कसबे ह्यांच्या 'झोत' पासून ही चर्चा अधिक तिखट होत गेलेली दिसते. दलित लेखकांनी 'हिंदू' आणि 'हिंदुत्वाविषयी' जी चर्चा केली आहे, ती चर्चा 'हिंदू' ह्या कादंबरीच्या मुळाशी आहे. सन १९९६ ते २००३ ह्या काळात धर्मनिरपेक्ष शक्ती आणि हिंदुत्ववादी शक्ती आमने सामने उभ्या राहिल्या. 'बाबरी मस्जिद ते गुजरात दंगल' ह्या काळातल्या उग्र हिंदुत्वाच्या लाटेने माझ्या मनातल्या विद्रोहाला विचलित केले होते. उग्र हिंदुत्ववाद्यांची आक्रमक सत्ता आणि परिवर्तनवाद्यांमध्ये झालेली फाटाफूट हा माझ्या जिव्हाळ्याचा विषय होता. दलित पँथरच्या बरखास्तीपासून ते नामांतरापर्यंत दलित चळवळीत संघटनात्मक पातळीवर शैथिल्य आलेले दिसते.

महाराष्ट्रात भाजप-शिवसेना युती सत्तेत आल्यानंतर दलितांमधल्या अनेक जाती

सत्ता-स्पर्धेत उतरल्या. आंबेडकरी अनुयायांमध्येही सत्ता संघर्ष शिगेला पोहोचला. दलित चळवळीचे नेतृत्व करणारे नेते आपल्या गटातटाचे नेते झाले. कुठल्याही एका गटाला स्वत:च्या हिमतीवर 'शासनकर्ती' जमात होणे शक्य नसल्याने ते राजकारणात टिकून राहण्यासाठी सोयीच्या वाटेल त्या पक्षाचे बोट, लहान मुलाने धरावे, तसे धरताना दिसले.

सन १९९६ नंतरच्या काळात महाराष्ट्रातल्या दलित चळवळीचा काळ हा स्वत:ला शोधण्याचा, सावरण्याचा, अस्तित्व टिकवण्याचा, एकविसाव्या शतकातल्या संक्रमणापुढं हतबल होण्याचा आणि मोठ्या पक्षाबरोबर फरफटत जाण्याचा होता. त्यामुळे दलित चळवळ थबकली. कार्यकर्ते हवालदिल झाले. काहींचा भ्रमनिरास झाला. देश पातळीवरील उग्र हिंदुत्ववादी वातावरण आणि महाराष्ट्रातील आंबेडकरी चळवळ ह्या संदर्भात मी विचार करत होतो. 'उपल्या' नंतर 'हिंदू' लिहिली असल्याने 'उपल्या' नंतरचा काळ 'हिंदू'त आला आहे. 'हिंदू' नंतर 'बहुजन' लिहिली असल्याने ह्या तीनही कादंबऱ्यांतला कालक्रम पुढे सरकणारा दिसेल. कालिक सलगतेमुळेच ह्या तीन कादंबऱ्यांमधील आशय, विषयाला एका शृंखलेचे स्वरूप प्राप्त झाले आहे. पात्र, प्रसंग आणि शैलीतील साम्य हे निमित्तमात्र आहे. दलित चळवळीचा वेग आणि विस्तार पकडण्याचा प्रयत्न ह्या कांदबऱ्यांमध्ये केलेला आहे.

उजव्या पक्षांमध्ये असलेले दलित आणि बहुजन समाजाचे नेते तिथे सुखाने नांदताना दिसत नाहीत. आपण दलित आणि बहुजन असल्यामुळे ब्राह्मणी राजकारण आपल्याला बाजूला सारत असल्याची खंत अशा नेत्यांकडून वेळोवेळी प्रकट झालेली दिसते. हिंदुत्वाच्या बळकट आधारावर उभ्या असलेल्या उजव्या शक्ती आणि हिंदू धर्माचे आध्यात्मिक नेतृत्व करणारे साधू-संन्यासी ह्यातला विसंवादही उग्र रूप धारण केलेला दिसतो. उजव्या शक्तींनी केवळ 'हिंदुत्वा' च्या आधारावर देशाचे नेतृत्व करणे शक्य नसल्याने त्यांनी बदललेल्या आपल्या भूमिका, मंदिर-मठांच्या अग्रस्थानी असलेल्या साधू-संन्याशांमधील राजकीय अपरिपक्वता, ज्या हिंदू धर्माच्या आधारावर उभे राहावे तो आधार जाती व्यवस्थेने खिळखिळा केलेला, मंदिराच्या आश्रयाने ताकद वाढवावी तर तिथे हिंसा आणि वाममार्गाचा शिरकाव झालेला, दैव आणि धर्मावरील श्रद्धेला विज्ञान आणि प्रतिकूल परिस्थितीने विपरीत हादरे दिलेले अशा एका आवर्तात उजव्या शक्ती सापडलेल्या दिसतील. दलित चळवळ तर अजूनही ऐक्याच्या विफल चर्चेपलीकडे पोचू शकली नाही. धर्मनिरपेक्ष शक्तींमध्ये एकवाक्यता नाही. सत्ता आणि स्वार्थामुळे सामान्य माणसाशी असलेली बांधीलकीच ठिसूळ झाली आहे. केवळ 'हिंदुत्ववाद्यांना' विरोध ही एक घोषणा घेऊन धर्मनिरपेक्षतेच्या नावाखाली खूप काळ मतदारांना बांधून ठेवणारं गणित असू शकत नाही. राजकारणातली गुन्हेगारी, भ्रष्टाचार, पैसा आणि जात-जमातवाद ही

प्रवृत्ती लोकशाहीला निष्प्रभ करत आहे. लोकशाहीमध्ये लोकसंख्या ही हत्यारासारखी असते. तिचा वापर अत्यंत सावध, संवेदनाक्षम आणि सुसंस्कृतपणे केला पाहिजे. लांब पल्ल्याचा विचार न करता राजकीय डावपेचासाठी लोकांची दिशाभूल करणे हे अनर्थाला आमंत्रण देणारे ठरते. अशा एका अनर्थापुढे आपण उभे आहोत. त्या अनर्थाची कहाणी 'बहुजन' मध्ये व्यक्त केली आहे.

'तुमच्या हातातील शस्त्रे खाली ठेवा.
ती माणसाविरुद्ध वापरली जाणार आहेत.
शस्त्रं वापरणाऱ्यांचाही घात करतात.
जातीधर्माविरुद्ध शस्त्राने लढता येणार नाही
त्यासाठी विचारांचे सुरुंग पेरावे लागतात.'

एकीकडे श्रीमंती वाढते आहे, दुसरीकडे दारिद्र्य.एकीकडे छंदीफंदी जीवन, दुसरीकडे शेतकऱ्यांच्या आत्महत्या. अविकसित प्रांत आणि शेवटचा माणूस ह्याकडे दुर्लक्ष करून महासत्ता कशी येईल? आपल्या देशात अनुसूचित जाती, जमाती, आदिवासी, अल्पसंख्य आणि इतर मागसवर्गाची लोकसंख्या फार मोठी आहे. ह्या लोकसंख्येला जाती-धर्माच्या नावाखाली फार काळ विभागून ठेवता येणार नाही. त्यांच्यामध्ये ध्रुवीकरणाला सुरुवात झाली आहे. ह्या ध्रुवीकरणाची चाहूल 'बहुजन' मध्ये दिसेल.

धार्मिक उन्माद आणि गुन्हेगारी ह्यामुळे समाजमन अस्थिर होते. जेव्हा समाजात जात, धर्म, भाषा, प्रांत ह्यावरुन दुफळी माजते, तेव्हा सत्ता हिंस्र आणि मग्रूर होते. राजकर्ते सत्ता हस्तगत करण्यासाठी धार्मिक नेते आणि झोपडपट्टीदादांचा पायऱ्यांसारखा वापर करताना दिसतील. जात, धर्म आणि गुन्हेगारीचा राजकारणासाठी उघड उघड गैरवापर होताना दिसतो आहे. अशाही परिस्थितीत सामान्य जनता आपला विवेक वापरून लोकशाही जागृत ठेवत आहे. ह्याचं प्रतिबिंब 'बहुजन' मध्ये उमटलेलं आहे.

भावना, श्रद्धा ह्यांना माणूस किती महत्त्व देतो आणि मूलभूत हक्क, अधिकार आणि सुरक्षितता ह्याला किती महत्त्व देतो त्याचा लेखाजोखा 'बहुजन' मध्ये केलेला दिसेल. कलेच्या माध्यमातून कालबाह्य विषयाचा विचार करणे कितपत सयुक्तिक असाही प्रश्न निर्माण होऊ शकतो. समाजाचा वरचा थर खाली आणि खालचा थर वर जाण्यासाठी कलेची तरफ वापरणे आवश्यक आहे. 'बहुजन' ही एक तरफ आहे.

प्रा. फक्रुद्दीन बेन्नूर, शिरीष घाटे, शंकर सारडा आणि चंद्रकांत भोंजाळ यांनी 'बहुजन' वाचून आत्मीयतेने चर्चा केली. दलित कवी दीपध्वज कोसोदे ह्यांनी ग्रामपंचायत निवडणुकीच्या संदर्भात दिलेली माहिती मला लेखनाकरिता उपयुक्त ठरली. त्यांचे मी आभार मानतो.

- शरणकुमार लिंबाळे

'बहुजन' ही काल्पनिक कादंबरी असून
तिच्यातील पात्रे, संस्था आणि संघटनाही
काल्पनिकच आहेत.

- शरणकुमार लिंबाळे

निळ्या रंगाची स्कॉर्पिओ थांबली आणि नागनाथ बलशेटवारच्या सर्वांगाला घाम फुटला. हार्ट अॅटॅक येण्यापूर्वी जसा घाम येतो, तसा. त्याच्या अंगावर काटे उठले होते. गाडी माजी मंत्री सदानंद कांबळेंची होती. सदानंद कांबळेनं विंडो ग्लास खाली घेऊन बलशेटवारला आपल्या गाडीत बस म्हणून खुणवलं होतं.

बलशेटवारची धरसोड झाली. पळून जावं की गाडीत बसावं हे त्याला उमगत नव्हतं. सदानंद कांबळे शिवशक्ती संघटनेचे अध्यक्ष होते. सवर्ण हिंदूंची बाजू घेऊन राजकारण करणारी ही उग्र संघटना होती. बलशेटवार पेचात पडला होता. गाडीत तर कसं बसायचं? नकार तरी कसा द्यायचा? बलशेटवार भांबावला होता. अंग चोरून तो सदानंद कांबळेंच्या शेजारी बसला. प्रथमच तो ए. सी. गाडीत बसत होता. गाडीच्या गिअरबरोबर त्याच्या मनाचेही गिअर पडत होते. आयुष्यात तो प्रथमच इतका विचार करत होता. अगदी तात्या कांबळेंचा खून केला, त्यावेळी देखील त्याने इतका विचार केला नव्हता. तात्या कांबळे हा सदानंद कांबळेंचा मोठा भाऊ होता. सदानंद कांबळे आपल्या भावाच्या हत्येचा बदला तर घेणार नाही ना? बलशेटवारच्या डोक्यात काहूर माजले होते. त्याला वाटत होते, गाडीतून खाली उडी घ्यावी, जोरजोरात ओरडावं, पब्लिक जमा करावं, पण तो शांत बसून राहिला. सदानंद कांबळे काहीच बोलत नव्हते. माझी हत्या करून माझ्या प्रेताची विल्हेवाट लावली जाईल. काहीच पुरावा ठेवणार नाहीत. आपण गाडीत बसून खूप मोठी चूक केली, बलशेटवार स्वत:लाच दोष देत होता. त्याची घुसमट झाली होती. त्याच्या छातीत धडकी भरली होती. ‘‘मला सोडा. मी चालत जातो.’’ अत्यंत अजीजीने बलशेटवार बोलला होता. सदानंद कांबळे पुतळ्यासारखे बसले होते. बलशेटवारच्या शरीरातली सगळी हवाच निघून गेली होती. कुठल्या क्षणी काय घडेल ह्याची त्याला धास्ती लागली होती.

गरिबी हटाओ झोपडपट्टी आली आणि गाडी थांबली. बलशेटवार गाडीतून उतरला. त्याला सुटल्याचा आनंद झाला. गाडी वेगाने निघून गेली. सदानंद कांबळेंच्या गाडीतून उतरताना लोकांनी आपल्याला पाहायला हवं म्हणजे वस्तीतला आपला वट वाढेल असा विचार करत तो पावलं टाकत होता. माजी मंत्र्यांच्या

गाडीतून आल्याचा त्याला हुरूप आला होता. तो डौलात वस्तीकडं निघाला होता.

कॉर्नरवर उभ्या असलेल्या बंटीनं त्याला पाहिलं होतं. बंटीच्या चेहऱ्यावर अरबी समुद्रासारखं कुतूहल पसरलं होतं. कलशट्टीची कबुतरं वस्तीवर घिरट्या घालीत होती.

''साहेबाच्या गाडीतून उतरले तुम्ही. खुल जा शीम शीमऽ! काय म्हटले साहेब?'' बंटीच्या चौकशीमुळे बलशेटवारचं मांस मूठभर वाढलं होतं. बंटी ही बातमी सगळ्या वस्तीत पोहचवेल ह्याचा त्याला मनस्वी आनंद झाला होता.

ही राहू-केतूची जोडी वस्तीत घुसली तशा रस्त्यावरल्या स्त्रिया घरात शिरल्या. रस्त्यात पहुडलेलं कुत्रं बंटीला ओळखून त्याच्यामागे लागलं. एकाचे दोन, दोनाचे चार कुत्रे झाले. रस्त्यात झोपडीपुढं बसलेल्या दादू ह्या म्हाताऱ्याने तोंडातून तंबाखू थुंकत बलशेटवारला हात जोडले. दादूची सून सावित्री सावध झाली.तिनं खांद्यावरचा पदर डोक्यावर घेतला. रस्त्यात क्रिकेट खेळणाऱ्या पोरांनी क्षणभर आपला खेळ थांबवून बलशेटवारला जाऊ दिले. पुढून जॉबर येत होता. बंटीने त्याची सायकल अडवली. जॉबरने ओशाळवाणे हसत बलशेटवारला नमस्कार केला. बंटीने त्याची सायकल धरून ठेवली होती.

''मामा, जॉबरने गेले तीन महिने भाडे दिले नाही.''

''कलशट्टीची माणसं येऊन पैसे घेऊन जातात.''

''झोपडी टाकायला जागा आम्ही दिली आणि भाडं त्याला का देतोस?''

''ते जबरदस्तीने वसूल करतात.''

''मग आम्हीही जबरदस्ती सुरू करू. झोपडी तोडू.''

''तुम्ही त्या कलशट्टीच्या माणसांना आवरा.''

''तू त्यांची नावं सांग.''

''ते माझ्याकडे आले की मी तुमच्याकडे येतो.''

''तीन महिन्यांचं भाडं येणे आहे. त्या बदल्यात सायकल दे. मला सायकल पाहिजे.''

बंटीने जॉबरची सायकल हिसकावून घेतली होती. ''अरे, जाऊ दे. सोड.'' बलशेटवारने बंटीला डाफरलं होतं. जॉबर सायकलवर बसून निघून गेला होता. जॉबरला अडवल्याचं त्याच्या घरी कळाल्यामुळे त्याची बायको कल्पना, मुलगा प्रशांत आणि वडील नाना धावून आले होते. बलशेटवारने त्यांना हातवाऱ्याच्या इशाऱ्यानेच परत पाठवले होते. बंटी जॉबरच्या घरून आलेल्या घोळक्याकडं पाहत राहिला होता. कुत्री त्या घोळक्याकडं बघून भुंकत होती. गटारीत लोळत असलेली डुकरं कुत्र्याच्या भुंकण्याने पळून गेली होती. एका कुत्र्याने डुकराच्या पिल्लावर झडप घातली होती.

बलशेटवारने कुत्र्याला हाड म्हटले होते. केरबाने वस्तीत डुकरं आणून सोडली होती. तो डुकरं पाळत होता.

बंटी आणि बलशेटवार आपल्या मौनात मग्न होते. त्यांच्या चाहुलीने रस्त्यात चरणाऱ्या कोंबड्या पळाल्या होत्या. बलशेटवार घाईनं घरी निघाला होता. बंटी त्याच्यामागे होता. बंटीचं मन सैरावैरा धावत होतं. 'बलशेटवार आणि कांबळेसाहेबाची घसट वाढली पाहिजे. त्यामुळे पोलिसांचा त्रास होणार नाही. आपल्यावरील खटले काढले जातील. कलशट्टीच्या गँगला सेटबॅक बसेल. आपला धंदा चांगला चालेल.' बंटी दिवास्वप्न पाहत होता.

रस्त्यात कुत्री भुंकत होती. बंटीच्या मागं आलेली कुत्री तिकडं धावली.

बलशेटवार घरी पोहचला. झहिरा पहुडली होती. ती जांभई देत उठून बसली. तिने विस्कटलेला अंबाडा बांधला. बंटीने तिच्या उरोजावर चोरटा कटाक्ष टाकला. ब्लाऊज बगलेत घामाने भिजला होता.

"मामू साहब के गाडी में आया."

"कौनसा साब?"

"मंत्री कांबले साहब."

झहिरानं बलशेटवारकडं फटकळपणे पाहिलं होतं. झहिराच्या उघड्या बेंबीवर बंटीची नजर भोवऱ्यासारखी गरगर फिरली होती. झहिराच्या सराईत नजरेनं बंटीचा चोरटा कटाक्ष हेरला होता. हातातून मासळी निसटावी तशी बंटीची नजर झहिराच्या नजरेतून सुटली होती. बंटीचं मोहित होऊन पाहणं तिच्या लक्षात आलं होतं. तिनं त्याला डोळे वटारून डाफरलं होतं. तिला बंटीचे डोळे घाणीच्या डबक्यासारखे वाटायचे.

बलशेटवार झहिराला हिरा म्हणायचा. झहिरा तिचं खरं नाव नव्हतं. ती बांग्लादेशी होती. तिच्यामागं पोलिसांचा ससेमिरा लागला होता. त्यामुळे तिनं मुंबईकडं कायमची पाठ फिरवली होती. बलशेटवार तिचे कायमचे गिऱ्हाईक होते. ती बलशेटवारचा हात धरून आली होती. रोज संध्याकाळी पाईप लाईनवर जमा होणाऱ्या म्हाताऱ्यांमध्ये झहिरा आणि बलशेटवारच्या कामक्रीडेविषयी चावट गप्पा पिकायच्या. तिच्या देहात अथांग समुद्राच्या लाटा विसावल्या होत्या. सकाळच्या कोवळ्या उन्हासारखी तिची कांती होती. तिचा उफाडा पाहून ती हवीहवीशी वाटायची. तिला पाहिलं की मनातली तहान उन्हाळ्यातल्या वावटळीसारखी उठायची.

"ऐसा क्यूँ देखता है रे? तेरी नजर अच्छी नही. मेरे तरफ ऐसा नही देखना. अभी तू बच्चा है. अंदर जा के बाहर आयेगा. समझा क्या?" बंटीचा चेहरा पत्त्याचा बंगला कोसळावा तसा कोसळला होता. झहिरानं त्याला उघडं पाडलं होतं. "बच्चा है. जाने दे." बलशेटवार झहिराला समजावत होता. "ज्या ताटात खायाचं, त्याच

ताटात हागायचं नाही.'' बलशेटवार बंटीवर उखाडला होता. बंटी एक नाही की दोन नाही, शांत उभा होता. बंटीनं खाली मान घालून विषय बदलला होता.

''सुरेखा मानेच्या घराजवळची जागा मी एकाला देतोय.''

''माणसं पैसे देणारी पाहिजेत.''

''आपण जागा दिली नाही तर कलशट्टी देतो. आपण नुकसान कशाला करून घ्यायचं?''

''तुझं बरोबर आहे. भाडं द्यायला कुरकुर करू नये, एवढंच.''

''ड्रायव्हर आहे. पैसे देईल.''

बंटी चहा पिऊन बाहेर पडला होता. ''आज का गोश अच्छा है'' झहिरा मटण धुता धुता बलशेटवारबरोबर बोलत होती. तापल्या तव्यावर पाणी पडावं तसं तिचं बोलणं होतं. ''कांबळेच्या गाडीत बसण्याची गरजच काय? बसमधून यायचं. त्याच्या भावाचा तू मर्डर केला आहेस. तो आज ना उद्या तुझा काटा काढेल.'' झहिराच्या तोंडाचा पट्टा चालू होता. बलशेटवार मात्र बोलत नव्हता.

''आज तुझे क्या हुआ है?''

''कुछ नही.''

''फिर बोलता क्यूँ नही?''

''मैं सोच रहा हूँ.''

''कांबळेने कुछ कहाँ?''

''कुछ नही.''

''फिर क्या सोच रहा है?''

''तू खाली पिली क्यूँ तकलीफ दे रही है. तू तेरा काम कर.''

''तेरा क्या हुआ तो.''

''कुछ नही होगा. तू है ना मेरे पिछे.''

झहिराची काळजी निराधार नव्हती. बलशेटवारही मनाने कोलमडला होता. त्याच्या हाता-पायातला जीव गेला होता. तो गलितगात्र झाला होता. वादळवाऱ्यानं सगळं विस्कटून जावं तशी त्याच्या मनाची अवस्था झाली होती. तो हळूहळू पूर्वपदावर येत होता. अंग चोरून शिंपल्यात दडलेल्या गोगलगायीसारखी त्याची अवस्था झाली होती. त्यामुळे झहिराही बेचैन झाली होती. तिच्या मनात पाल चुकचुकली होती.

बलशेटवार चौफुल्यावर बसची वाट बघत उभा होता. इतरही गर्दी होती.

सदानंद कांबळेंची गाडी आली. थांबली. सदानंद कांबळेनं बलशेटवारला गाडीत घेतलं. 'त्याने मलाच का गाडीत घेतलं असावं?' बलशेटवारला हा प्रश्न सतावत होता. 'सदानंद कांबळे झहिरासाठी तर आपल्याला जवळ करत नसावा?

त्याचं नाव आहे. तो पैसेवाला आहे. ही रांड त्याच्यामागं लागेल.' बलशेटवारनं झहिराला डोळे भरून न्याहाळलं. 'ही खूप सुंदर आहे. आपल्याला गुप्त खजिनाच सापडला आहे. आपण ह्या खाणीचे मालक आहोत.' बलशेटवारच्या मनात चित्रविचित्र कल्पना येत होत्या.

"तुझे क्या हुआ तो मुझे बंबई जाना पडेगा."

"तेरी आदत नही गयी क्या हररोज दस आदमी लेने की."

हा खुनी, तर ती वेश्या. हा तुरुंगात सडलेला, तर ती कुंटणखान्यात. ह्याला वाटायचं, ती वेश्या आहे. निघून जाईल. हिला अनेकजण घ्यायची सवय आहे. ती एकट्याजवळ कशी राहील? तिला वाटायचं, हा बदमाष आहे. आपल्याला धोका देईल आणि दुसरी घरात आणेल. दोघांची एकमेकांवर प्रेम करण्याची तऱ्हाच वेगळी होती. संशय घेणं, अपमान करणं, अंगावर धावून जाणं, टाकून बोलणं, दुखावणं अशा सगळ्या प्रकारांनी ते व्यक्त व्हायचे. त्यांची भांडणं ही त्यांच्या प्रेमाचा आविष्कार होती. दोघांचा धर्म वेगळा. स्वभाव वेगळा. भाषा वेगळी. दोघे देहाने मात्र एक झालेले.

"कलशट्टी को कुछ तो बोलो. वह औरतों के पिछे पडा है."

"क्या हुआ?"

"अकेली औरत देख कर वह घर में घुसता है और उसके साथ जबरदस्ती करता है. कल उसने वैशाली के साथ गलत काम किया. उसे डराया."

"यह उसकी पुरानी आदत है."

"लोग भाग कर जायेगें. कोई नही रहेगा यहाँ."

बलशेटवार पुन्हा भूतकाळात गेला. त्यानं तात्या कांबळेला भाल्यानं मारून घायाळ केलं होतं. पहिला घाव त्यानेच घातला होता आणि शेवटचा वारही त्यानेच केला होता. रस्त्यावर रक्ताच्या थारोळ्यात थर्रथर्रत पडलेला तात्या कांबळेचा देह आजही त्याला आठवत होता आणि त्याच्या मनात अस्वलासारखी दडून बसलेली भीती त्याला कावरेबावरे करत होती. तो अजूनही पोलिसांना दचकत होता आणि झोपेत पोलिसांना शिव्या हासडत होता. त्याचं डोकं म्हणजे मैल्यानं भरलेलं डबकं झालं होतं.

झहिराची उंची आणि तिचा सडसडीत बांधा हेच तिचं सौंदर्य होतं. गरिबी हटाओ झोपडपट्टीतली प्रत्येक नजर तिला पाहायला आसुसलेली होती. तिच्या पूर्वायुष्यात डोकावण्यासाठी अनेक माना उंचावयाच्या. तिच्याविषयीचे चावट विनोद ऐकण्यासाठी अनेकांचे कान लांब व्हायचे. झहिरामुळं तो जितका आनंदी होता, तितकाच अस्वस्थही. आज त्याच्या अस्वस्थतेत आणखी भर पडली होती. सदानंद कांबळेनं त्याला आपल्या गाडीत बसवलं होतं. बलशेटवारला मानसिक त्रास होत होता.

नागनाथ बलशेटवार आणि अनंत कलशट्टीला अचलपूरमधून बाहेर काढलं होतं. सदानंद कांबळे मंत्री झाल्यानंतर बलशेटवार आणि कलशट्टीचे दिवस फिरले होते. ते गावाबाहेर येऊन झोपडी टाकून राहत होते. लोकांनी त्यांच्यावर बहिष्कारच टाकला होता. तुरुंगातल्या जगण्यापेक्षा तुरुंगाबाहेरचं जगणं त्यांना असह्य झालं होतं. साध्या-साध्या गोष्टीसाठी त्यांना अचलपूरऐवजी धरणगावला जावं लागत होतं. सदानंद कांबळे मंत्री झाल्यामुळे गाव त्यांच्या पाठीशी उभा होता.

कलशट्टी आणि बलशेटवार एका झोपडीत राहत होते. त्यांच्याशेजारी दुसरी झोपडी पडली. मग तिसरी. चौथी. हळूहळू झोपड्या वाढत गेल्या. ह्या झोपड्यांजवळ भीमाई सहकारी सूत गिरणी सुरू झाल्यामुळे झोपडपट्टीची वाढ वेगाने झाली. कलशट्टी आणि बलशेटवार गरजूंना झोपडी टाकायला जागा देत होते आणि त्यांच्याकडून पैसे उकळत होते. पुढं पुढं तर हा त्यांचा धंदाच झाला होता. झोपडी टाकायला हजार रुपये आणि महिना शंभर रुपये भाडे असा रेटच त्यांनी काढला होता. वस्ती वाढली होती. उत्पन्न वाढले होते. उत्पन्नावरून कलशट्टी आणि बलशेटवारमधली भांडणं वाढली होती. ते दोघे वेगळे झाले होते. दोघांच्या दोन गँगा झाल्या होत्या.

कलशट्टीची गँग 'भाईची गँग' म्हणून ओळखली जात होती, तर बलशेटवारची गँग 'मामाची गँग' म्हणून ओळखली जात होती. दोन्ही गँगमध्ये कटकटी होत होत्या. हाणामाऱ्या होत होत्या. तरीही कलशट्टी आणि बलशेटवार आमने-सामने आले की मित्रासारखे वागत होते. दोघांची कुख्यात झोपडपट्टीदादा म्हणून पोलीस दरबारी नोंद होती. कलशट्टीच्या गँगमध्ये उस्मान, आगलावे, रघू आणि भावड्या हे अट्टल गुंड होते, तर बलशेटवारच्या गँगमध्ये सावळ्या, बंटी आणि पिंट्या हे सराईत गुन्हेगार होते. दोन्ही गँगमधील गुंड झोपडी टाकायला जागा देणे, महिन्याचे भाडे वसूल करणे, भाडे न देणाऱ्याची झोपडी खाली करणे, हुशारी करणाऱ्याला धडा शिकवणे अशी कामे करत होते. इथं राहणारे सगळे गरीब होते म्हणून ह्या झोपडपट्टीला 'गरिबी हटाव झोपडपट्टी' असे नाव पडले होते. काँग्रेसच्या प्रचारातली 'गरिबी हटाव' ही घोषणा इथं कामी आली होती. वस्तीच्या मुख्य रस्त्यावर 'गरिबी हटाव झोपडपट्टी' असा मोठा नामफलक लावला होता.

कलशट्टी बलशेटवारच्या दारात उभा होता. त्याच्या हातात धारदार सत्तूर होता आणि त्याने प्रचंड दारू पिली होती. आभाळ भरून आल्यानंतर वातावरणात जसा बदल व्हावा, तशी वस्तीची हवा पालटली होती. बलशेटवार कलशट्टीकडे व्यथित होऊन पाहत होता. झहिराची तर बुद्धीच भ्रष्ट झाली होती.

कलशट्टीच्या पहिल्याच आरोळीनं वस्तीतल्या दहा-पाच झोपड्या बंद झाल्या होत्या. वस्तीतली लहान मुलं दूर उभं राहून कलशट्टीकडं पाहत होती. ती थरारनाट्य

अनुभवत होती.

कलशट्टी कर्दनकाळासारखा उभा होता. त्याचे डोळे लालबुंद झाले होते. त्याच्या हातातला चकाकणारा सत्तूर भीतिदायक वाटत होता. बलशेटवारची पाचावर धारण बसली होती. कलशट्टी क्रूर होता. कलशट्टीनेच तात्या कांबळेवर तलवारीने सपासप वार केले होते. आजूबाजूला झोपड्यातील लोकांनी कान टवकारले होते. लोक गर्भगळित झाले होते.

''तू कांबळेच्या गाडीत बसलास म्हणजे खूप मोठा झालास असं नाही. ही कांबळेची चलाखी आहे. तो तुला गाडीत फिरवेल. तुला खाऊ-पिऊ घालेल. तू त्याच्या दारातला कुत्रा होशील. तू त्याचं मूत पिशील. त्याचा गू खाशील, तू लाज सोडली आहेस. तुला माझ्याविरुद्ध भडकावेल, पण लक्षात ठेव, त्या अगोदर तुझा कोथळा बाहेर काढेन. तुझ्या आतड्या गळ्यात घालून फिरेन. हरामखोरऽ तू विकला गेला आहेस. बाहेर ये तुला भोसडतो. गांडीत चाकू घालून तोंडापर्यंत फाडतो.'' कलशट्टीच्या हातातला धारदार सत्तूर तळपत होता. तो प्रक्षुब्ध झाला होता. ह्या गुंडांचं भांडण कुठल्या विकोपाला जाईल ह्याची वस्तीतल्या लोकांना चिंता पडली होती.

बलशेटवार गलितगात्र झाला होता. झहिरा आतल्या खोलीत जाऊन उभी होती. बलशेटवार कलशट्टीच्या शिव्या ऐकत भुईमुगाच्या शेंगा खात होता. कलशट्टी गर्जत होता. त्याने आपला बुटाचा पाय बलशेटवारच्या डोक्यावर ठेवला होता. ''बोल. एकदेखील शब्द माझ्याविरुद्ध बोल. तुझे डोळे काढून हातात देईन. कांबळेने तुला काय म्हटलं?'' बलशेटवारचं शरीर थडथडा उडत होतं.

बंटी धावत बलशेटवारच्या घराकडं निघाला होता. रस्त्यातल्या मुलांनी त्याला अडवलं होतं. ''बंटी काका, तिकडं जाऊ नको. भांडण चालू आहे. भाई तुम्हाला मारेल. पळून जा.'' बंटीला लहान मुलांच्या बोलण्यातलं गांभीर्य कळलं. तो माघारी वळला होता.

बंटी पोलिसांना फोन करण्यासाठी निघाला होता.

भीमाई सहकारी सूत गिरणीच्या गेटपुढं जगदंबा टी हाऊस होते. ह्या टी हाऊसला लागून कलकत्ता पान स्टॉल होते. ह्या पान स्टॉलमध्ये कॉईन बॉक्स होता. बंटी तिथं पोहोचला. त्याने क्वॉईन बॉक्सवरून पोलीस चौकीला फोन लावला. पोलिसांशी बोलताना त्याचा घसा कोरडा पडला होता आणि हात-पाय लटपटत होते.

पोलीस येऊन गेल्यानंतरच वस्तीत जायचं असं मनाशी पक्कं करून तो सिगारेटचे झुरके घेऊ लागला होता. पोलीस कधी येतील आणि कलशट्टीला उचलून नेतील ह्याची तो वाट पाहत होता. त्याचा मेंदू गलोलीसारखा ताणला होता. कलशट्टीने बलशेटवारवर वार तर केला नसेल! बंटी काळजीत पडला होता. ''मी गेलो असतो

तर त्याने माझ्यावरच वार केला असता. मी इकडे आलो ते बरं झालं. लहान पोरांनी वाचवलं.'' बंटीचे डोळे सिगारेटसारखे पेटले होते. ''कलशट्टीने बलशेटवारचा खातमा केला पाहिजे म्हणजे झहिराबरोबर राहता येईल.'' बंटीच्या डोक्यात किडा वळवळला होता. बंटीनं पान ठेल्यातल्या पोरीकडं पाहिलं. ती त्याला पाहून दिलखुलास हसत होती. त्याला नवलच वाटलं. त्याची ट्यूब पेटली होती. तिच्या हसण्यात आसक्ती होती. ती लाजेनं मुरके मोडत होती. सोळा-सतरा वर्षांची प्रीती त्याच्यावर फिदा झाली होती.

बंटीचा ताण सैल झाला होता. प्रीतीला कोणी तरी गुदगुल्या करत असावं अशी ती हसत होती. बंटीलाही हा नजारा नवाच होता. ह्या प्रसंगानं तो मोहरला होता. त्याचं मन आनंदानं थुईथुईत होतं. तिला सिगारेटसारखं बोटात धरून झुरके घेतले पाहिजे. बंटी प्रीतीकडं निघाला होता. ती लाजून चूर झाली होती. तिच्या मुसमुसलेल्या उन्मादानं तो बेभान झाला होता. त्याने तिचा चिमटा घेतला. तिचं सगळं शरीर लालबुंद झालं होतं. तिचा लाजराबुजरा चेहरा गोंधळला होता.

तिने लाडिक तक्रार केली होती, ''कोणीतरी पाहील.''

बंटीनं तिच्या चेहऱ्याकडं पाहिलं होतं. नुकत्याच उमललेल्या कळीसारखी ती दिसत होती.

पोलीस जीप वस्तीकडं गेली होती. बंटीला हायसं वाटलं होतं. तो वस्तीकडं निघाला होता. प्रीती घायाळ होऊन त्याच्या पाठमोऱ्या आकृतीकडं पाहत होती. बंटी वस्तीकडं झेपावत होता. त्याच्या मनाने मात्र पान स्टॉलजवळच ठाण मांडलं होतं.

प्रीती काक्याची मोठी मुलगी. काक्या सूत गिरणीत सिक्युरिटी गार्डचं काम करत होता. त्याला एका पाठोपाठ सहा मुलीच झाल्या. सहाव्या बाळंतपणात काक्याची बायको मेली. सहावी मुलगी गर्भातच मेली होती. आईनंतर प्रीतीनं काक्याचं घर सांभाळलं होतं. 'एकामागून एक पाचजणींना उडवता येईल. प्रीतीला उडवले की तिच्या बहिणींची रांग लागेल.'' बंटी पुलकित झाला होता. त्याला गुप्तधन सापडल्याचा आनंद झाला होता. प्रीती जणू त्याला मसाला पानाचा विडाच वाटत होती.

बंटी वस्तीत शिरला आणि पोलीस जीप वस्तीबाहेर पडली. बंटी बलशेटवारच्या घरापुढे हजर झाला होता. ''मैं ने पोलीस को फोन किया था.'' तो छाती फुगवून आपलं कर्तृत्व सांगत होता आणि गळ्याभोवती लाल रुमाल गुंडाळत होता. झहिरा बिघडली होती. ''पोलीस क्या करेंगे? दो दिन में वह बाहर आयेगा.'' बंटीही झहिराच्या सुरात सूर मिसळत होता. ''मामा, आप कांबलेसाब को बोलो. कांबलेसाबने पोलीस को एक फोन भी किया तो काम हो जाएगा. पुलिस उसकी हड्डीफसल एक कर देगी. लोग उसको डरते है. उसके खिलाफ बोलते नही. कलशट्टीको सबक सिखाना होगा. नही तो हमको भी उसको किराया देना पडेगा.'' बंटी आपल्या

बोलण्यातून एक भयावह चित्र निर्माण करत होता. त्याची हतबलता त्याच्या भयाण चेहऱ्यावर स्पष्ट दिसत होती.

बलशेटवार गंभीर झाला होता. दोघांमध्ये बिनसावं म्हणून तर कांबळेनं आपल्याला गाडीत घेतलं नसावं? अशी शंका बलशेटवारच्या मनाला चाटून गेली होती.

"चूप बैठने से क्या होगा? हमे कुछ तो करना होगा."

"हम कुछ नही करेगें."

"फिर क्या होगा?"

"लोगों को करने दो."

"लोग गांडू है."

'गरिबी हटाओ झोपडपट्टी' ही हिंदुस्थानची छोटी आवृत्तीच होती. ह्या वस्तीत सर्व जाती-धर्मांचे लोक होते. त्यांच्या जगण्याचा स्तर एक होता. ते सर्व गरीब होते. झोपडपट्टीत राहत होते; पण त्यांच्यातील सामाजिक स्तर अनेक होते. त्यांचे रीतिरिवाज भिन्न होते. त्यांच्या चालीरीती वेगळ्या होत्या. त्यांचे सणवार वेगळे होते. त्यांच्यात रोजीरोटी होत असली, तरी त्यांच्यात वेगळेपणाची सुप्त भावना होती. त्यांच्यात भेदभाव होता. छोट्या-छोट्या वादात त्यांच्यातील हेवेदावे उग्र स्वरूप धारण करायचे. आपल्या जातीच्या माणसांविषयी त्यांच्या मनात आपुलकी होती. अंधश्रद्धा, व्यसनाधीनता आणि कर्जबाजारी वृत्तीच्या विळख्याने वस्तीला वेढले होते.

कलशट्टी आणि बलशेटवार ह्या वस्तीचे मूळ पुरुष होते. सर्वजण त्यांना झोपडपट्टी दादा म्हणून ओळखत होते. आपले वाद मिटविण्यासाठी लोक त्यांच्याकडे जायचे. त्यांचा शब्द अखेरचा मानला जायचा. वस्तीतल्या प्रत्येक प्रकरणात झोपडपट्टी दादांचं वर्चस्व असायचं. वस्तीत दहशत पसरविण्यासाठी खोट्या चकमकी व्हायच्या. हाणामारी व्हायच्या. रात्र-रात्र गोंधळ सुरू असायचा.

बलशेटवार आणि कलशट्टी कधीच आमनेसामने येत नसत. भांडणं त्यांच्या चेल्यात व्हायची.

आज प्रथमच कलशट्टी हातात सत्तूर घेऊन बलशेटवारच्या दारात आला होता. त्यामुळे संपूर्ण वस्ती हादरली होती.

बलशेटवारवर अठ्ठावीस पोलीस केस चालू होत्या, तर कलशट्टीवर एकोणचाळीस चॅप्टर केस होत्या. त्यांच्या चेल्यांवरही अनेक गुन्हे दाखल झालेले होते. जितक्या वेळी ते तुरुंगात जायचे, तितकी त्यांची वस्तीतली दहशत वाढायची. जामिनावर सुटलेला गुंड रस्त्याने रुबाबात फिरत असे. लोक गुंडांच्या अपकीर्तीला भ्यायचे.

रात्री वस्तीत प्रचंड आरडाओरड सुरू झाली होती. रात्री राडा होणार असं प्रत्येकाला वाटलं होतं.

अगदी तसंच घडलं होतं.

कलशट्टीच्या गुंडांनी बंटीच्या घरावर हल्ला चढवला होता. बंटी पळून गेला होता. बंटीच्या आई-वडिलांना गुंडांनी बेदम मारलं होतं. बंटीच्या वडिलांचं डोकं फुटलं होतं. त्याच्या घरातल्या सामानाची नासधूस झाली होती. बलशेटवार तलवार घेऊन बंटीच्या मदतीला धावला होता. बलशेटवारला पाहून कलशट्टीचे गुंड पळाले होते. रात्री खूप वेळपर्यंत बंटीच्या आईचं व्याकूळ रडणं ऐकू येत होतं.

आगलावेनं आपल्या सहकाऱ्यांसह बंटीच्या घरावर हल्ला चढवला होता. बंटीने पोलिसांना फोन केल्याची माहिती त्याला मिळाली होती. आगलावेंनी त्याच्यावर सूड उगवला होता.

बलशेटवार जागचा उठला. अंगात कपडे घातले. ''मैं पोलीस चौकीको जा के आता. कलशट्टी को मिलके आता. वह मेरा पुराना दोस्त है.'' बलशेटवार निघण्याची घाई करत होता.

झहिरा त्याच्याकडे आश्चर्याने पाहत होती. सदानंद कांबळेच्या गाडीत बसल्यामुळं इतकं मोठं रामायण घडेल असं त्याला वाटलं नव्हतं. ''फिर कभी कांबले की गाडी में नही बैठना.'' झहिराने ब्लाऊजमधून नोट काढून त्याच्या हातावर ठेवली होती. बलशेटवार मुकाट्याने घराबाहेर पडला होता.

बलशेटवार कलशट्टीला भेटण्यासाठी गेल्याची वार्ता वस्तीभर झाली होती. 'बलशेटवार कलशट्टीला भ्यायला आहे. तो बाहेर आल्यावर राडा करेल. बलशेटवार त्याला भेटून त्याचं मन जिंकण्याचा प्रयत्न करत आहे. त्याच्यापुढं नाक घासत आहे.' वस्तीमध्ये लोकांच्या तोंडी हाच विषय होता.

बलशेटवार गेल्यानंतर बंटी घराबाहेर पडला होता. तो उदासवाणा दिसत होता. बंटीचे खांदे पडले होते. तो कलकत्ता पान स्टॉलकडे निघाला होता. त्याला प्रीतीची तलफ झाली होती. त्याला पोळल्या मनावर फुंकर मारायची होती. प्रीतीच्या आठवणीनं त्याचं मन रंगलं होतं. तो आवेगानं खोक्यावर पोहोचला होता. प्रीती स्टॉलवर नव्हती. काक्या टपरीत बसला होता. बंटी नाराज झाला होता. काक्या ड्युटीवर असला की प्रीती कलकत्ता पान स्टॉलवर बसायची. काक्याला ड्युटी नसली की तो स्टॉलवर बसायचा. प्रीती घरकाम बघायची.

बंटीने काक्याकडून सिगारेट घेतली. पेटवली. ''प्रीती असती तर फुकट सिगारेट मिळाली असती. तिचा चिमटा घेतला असता.'' बंटी आपल्या दु:खाचे उसासे धुरातून बाहेर सोडत होता. त्याच्या स्वप्नांची राख झाली होती. ''आता

काक्याच्या ड्युटीचं वेळापत्रक लक्षात ठेवावं लागेल!" बंटी संकल्प करत होता.

सदानंद कांबळेंची निळी स्कॉर्पिओ रोडवर थांबली. बंटीच्या अंगावर सर्रकन् काटा आला. त्याचं शरीर सरड्यासारखं बदललं होतं. गाडीतून हमीद उतरला होता. काक्यानं हमीदच्या हातावर ५५५ सिगारेटचं पाकीट ठेवलं होतं. बंटी हमीदकडं बघतच राहिला होता. हमीद सदानंद कांबळेंच्या गाडीवर ड्रायव्हर म्हणून कामाला लागला होता. त्याने ट्रक ड्रायव्हरकी सोडली होती. सदानंद कांबळेंचा ड्रायव्हर म्हणून हमीदचं वस्तीतलं वजन वाढणार होतं. लोक त्याच्याकडे वेगळ्या नजरेनं पाहणार होते. नव्या नोकरीमुळं हमीदची देहबोली बदलली होती.

हमीदनं बंटीला पाहून स्मित केलं होतं. बंटी हैराण झाला होता. हमीद सिगारेटचं पाकीट घेऊन सूत गिरणीत गेला होता. बंटीच्या नजरेत रोड जॅम झाला होता. त्याला असंख्य हॉर्न ऐकू येत होते.

"आता हमीदबरोबर जमवून घ्यावं लागेल." बंटी मनातल्या मनात लगोर रचत होता. पाईप लाईनजवळ म्हातारे जमले होते.

सदानंद कांबळे मंत्री असताना ह्या पाईप लाईनचं काम झालं होतं. त्यामुळे अचलपूरच्या पिण्याच्या पाण्याचा प्रश्न कायमचा सुटला होता. जॉबरचे वडील नाना, राजा शितोळेचे वडील आबा, सय्यदचे वडील काशिम, पिंकीचे काका दाद्या अशरफचे वडील अब्बू, अमरिंदरचे वडील सूरजित असे अनेक म्हातारे रोज संध्याकाळी पाईप लाईनवर जमत. हा त्यांचा ठिय्या होता.

'सदानंद कांबळेंनी बलशेटवारला आपल्या गाडीतून आणून सोडलं. हमीदला ड्रायव्हर केलंय. वस्तीतले अनेकजण सूत गिरणीत आहेत. कांबळेनं आपल्या वस्तीत लक्ष घातलं, तर वस्ती बदलून जाईल. त्यांच्यामुळेच अचलपूरचा कायापालट झाला.' नाना सदानंद कांबळेंची स्तुती करत होता. "नाक धरा ऽ नाक धराऽ" दाद्या जोरात ओरडला होता. सर्व म्हाताऱ्यांनी नाक धरलं होतं. केरबा आणि सोनबा हातगाडीवरून मेलेल्या जनावरांची कातडी ओढून नेत होते.

"आम्ही ह्या वस्तीत राहायला आलो तेव्हा पन्नास झोपड्या होत्या. सगळीकडे चिखलच चिखल. साप निघायचे. बेडूक ओरडायचे. डासांचं साम्राज्य होतं. लोकांमध्ये भुता-खेतांच्या चर्चा असायच्या." नानानं वस्तीचा भूतकाळ जागविला होता. "खरंच आहे. मी भुताला बोललोय. वस्तीतल्या चांगल्या पोरी ह्या बलशेटवारने मुंबईला नेऊन विकल्या आहेत. पिंकी आणि रीकीलाही बलशेटवारनेच विकलं आहे. आपल्या वस्तीत मास्तर राहत होता. त्याचं नवीन लग्न झालं होतं. बलशेटवारनं त्याची बायको पळवून नेऊन मुंबईला विकली होती. मास्तरने आत्महत्या केली. मास्तरचं भूत आपली बायको शोधत अनेक दिवस फिरायचं. मास्तरचं भूत मला भेटलं होतं. हे

बघ माझ्या अंगावर काटे आलेत.'' आबा भावनावश होऊन बोलत होता.

दाद्यानंही त्याच्या सुरात सूर मिसळला होता. ''ह्या बलशेटवारनं अनेकांची घरं मोडली आहेत. एक दिवस मास्तरचं भूत त्याची मान मोडेल. हे लक्षात ठेवा.'' दाद्याच्या आवाजातून वेदना व्यक्त होत होती.

सूरजितने आपल्या डोळ्यांवरील जाड भिंगाचा चष्मा काढला होता. त्याच्या चष्म्याची दांडी तुटली होती. तो चष्म्याच्या दांडीला दोरा बांधत बोलत होता. ''आमच्या गल्लीत चार-पाच कुत्री होती. आता कुत्रीच कुत्री दिसतात. हमीदची झोपडी आहे तिकडे मडी पुरली जायची. आता तिकडेही वस्ती वाढली आहे.'' म्हाताऱ्यांच्या गप्पा रंगल्या होत्या.

पाईप लाईनमधून पाण्याची कारंजी उडत होती, तिथं वस्तीतल्या बायका धुणं धुवत होत्या. पाणी भरत होत्या. लहान मुलं अंघोळ करत होती.

झहिरा बंटीच्या घराकडं निघाली होती. अब्बूनं मान उंचावून तिच्याकडं पाहिलं. 'चिकनी है' दाद्यानं अब्बूला डिवचत म्हटलं. दाद्याची शेरेबाजी ऐकून सूरजितला खोकला आला होता, तर काशिमला हसू. म्हाताऱ्यांचा अड्डा भरला की वस्तीतल्या बातम्या फुटायच्या. म्हातारे चावट होते. बेरकी होते. इरसाल होते.

''इसने कितने लोग लिए होंगे अभी तक?''

''तू जा तिच्या घरी नोंदी घ्यायला.''

म्हाताऱ्यांच्या बोलक्या तोंडातून हसू उधळलं होतं. नाना बिडी ओढत होता. आबा तंबाखू चोळत होता. दाद्या आपल्या नातवाला मांडीवर घेऊन बसला होता. काशिमनंही अर्धी ओढून ठेवलेली बिडी काढली होती. नानाची बिडी घेऊन आपली बिडी पेटवली होती. अब्बू आपली कवळी काढून खिशात ठेवत होता. म्हातारे गिधाडांसारखे बसले होते.

झहिरा बंटीच्या घरी गेली होती.

वस्तीतले गुंड गजाआड झाले होते. त्यामुळे वस्ती शांत होती. पोलिसांनी सगळ्यांनाच थर्ड डिग्री लावली होती. ''वस्तीत गोंधळ घालता. बायका-पोरींना छेडता. लोकांना लुबाडता. गुंडगिरी करता.'' असे आरोप करत पोलिसांनी त्यांची हाडं मोकळी केली होती. पोलिसांना झोपडपट्टी दादांविरुद्ध लेखी तक्रार हवी होती. वस्तीतले कोणीच लेखी तक्रार द्यायला तयार होत नव्हते. लोक गुंडांना सहकार्य करत होते; पण पोलिसांना टाळत होते.

झोपडपट्टीतले गुंड रात्रभर जुगार खेळायचे. रात्री गोंधळ घालायचे आणि दिवसा झोप मारायचे. वस्तीतला सामान्य माणूस त्यांना टरकून होता. त्यामुळे गुंडांचे फावले होते. त्यांच्या कुकर्माच्या कहाण्या पोलिसांपर्यंत पोहचल्या होत्या. बंटीच्या फोनमुळे

त्यांना चांगले निमित्त मिळाले होते. त्यांनी कलशट्टीला पकडून नेलं होतं. कलशट्टीला सोडवायला गेलेल्या त्याच्या गुंडांनाही आत केलं होतं. कलशट्टीला भेटायला गेलेल्या बलशेटवारलाही पोलिसांनी बंद केलं होतं. त्यांना दोन दिवस धुतलं होतं.

"बंटी, तू जा के आ. क्या हुआ देख, किस को तो बोल. तेरा मामू गया वह अभी तक वापीस नही आया. उनको देखने को सावळ्या, पिंट्या गये थे. वह भी नहीं आये." झहिरा बंटीला आग्रह करीत होती.

बंटी जागचा हलायला तयार नव्हता. त्यामुळे ती चिडली होती. "घर में सोने से कैसा चलेगा. वह अंदर गये है और तू इधर रेडिओ सुन रहा है." झहिराच्या आवाजात उद्वेग होता.

झहिराच्या मागोमाग सावळ्याची बायकोही बंटीच्या घरी येऊन धडकली होती. बंटी आळस देत उभा राहिला होता. "जा देखकर आ." झहिरा बंटीवर ओरडली होती. बंटी मुकाट्याने वस्तीबाहेर पडला होता. पोलिसांची गाडी येईल आणि आपल्यालाही उचलतील ह्या भयाने तो ग्रासला होता. त्यामुळे तो पोलीस चौकीकडं जाण्याचं धाडस करत नव्हता.

म्हातारे रंगात आले होते.

काशिम आणि अब्बू पाईप लाईनजवळ असलेल्या मोकळ्या जागेत मगरीबची नमाज पढत होते. इतर म्हातारे त्यांच्याकडं टक लावून पाहत होते. बंटी पुढे बघून चालत होता. कलकत्ता पान स्टॉलवर प्रीती बसली होती. बंटीच्या जीवात जीव आला. त्याची पावलं भराभर पडू लागली. भिमाई सूत गिरणीच्या गेटवर हातात दंडुक घेऊन खटके गार्ड उभा होता. जगदंबा टी हाऊसपुढे सायकली लागल्या होत्या. पान स्टॉलवर एक-दोन गिऱ्हाईकं होती.

बंटी पान स्टॉलकडे वळला. प्रीतीचीही चुळबुळ झाली.

"सिगारेट दे."

"तोंड का पडलंय तुझं?"

"डोकं दुखतंय."

"डोकं आहे का तुला?"

"बधिर झालंय."

"का?"

"तुझा विचार करून."

"अस्सं अस्सं!"

"सिगारेट दे."

"हे बघ, तू चिमटलेला डाग कसा पडलाय."

प्रीती आपले मनगट दाखवत होती. बंटीने पुन्हा एकदा चपळाईने चिमटा घेतला होता. प्रीती चिडली होती. तिच्या कपाळावरील चंद्रकोर, तिच्या ओठांवरील तीळ आणि गालावरली खळी त्याला वेडावत होती. तो मोहित झाला होता.

जगदंबा टी हाऊसमधल्या वेटरनं तिला चहा आणून दिला होता.

"बारक्या, कोणी दिला रे?" प्रीती.

"सेठने" बारक्या.

"पैसे घेऊन जा." प्रीती.

"बिल घेऊ नको म्हंटलेत." बारक्या.

"सेठ मरतोय वाटतं तुझ्यावर." बंटी.

"म्हातारा चालू आहे." प्रीती.

प्रीती चहा पीत होती. बंटी सिगारेट ओढत होता. कॉईन बॉक्सची रिंग वाजून बंद झाली होती. कोणीतरी मिस कॉल दिला होता. प्रीतीनं झटपट चहा संपवला होता. कॉईन टाकून नंबर फिरवला होता. "प्रीती बोलते. कुठं आहेस? जवळ दुसरं कोणी आहे का? मग ये ना. रविवारी सिनेमा बघायला जाऊन बसू. जागा आहे का? मी काल चावी घेऊन ठेवली होती. तू थापा मारतोस. बरं बरं." प्रीतीचं फोनवरील बोलणं ऐकून बंटी अवाक् झाला होता.

"कोणाशी बोललीस?"

"तुला काय करायचंय! तू तुझ्यापुरतं बोल."

"सिगारेट दे."

"किती सिगारेट ओढतोस? ओठ काळे झालेत."

"सवय लागलीय."

"ही घे. ओढ. पेटवून देऊ का?"

बंटी सुन्न झाला होता. तो तिथून निघाला होता. वस्तीकडं जाण्याऐवजी तो सूत गिरणीच्या गेटकडं वळला होता. त्याला झहिराची नजर चुकवायची होती. पान स्टॉलवर गिऱ्हाईक वाढलं होतं.

बंटी गेटवर गेला होता. तिथल्या गार्डला त्यानं सलाम केला होता. खटके गार्डनं त्याचा नमस्कार घेतला नव्हता. उलट त्याला सज्जड दम भरला होता, "बाहर खडा रहना. अंदर नही आना. क्या काम है?" खटकेचा करडा आवाज ऐकून बंटी जखमी झाला होता. तो काही न बोलता माघारी वळला होता. "खोके पे मत जाना. काक्या को मालूम हुआ तो तेरा बुरा हाल होगा." खटकेच्या धमकावण्याने बंटी चमकला होता. पायात काटा टोचावा तसे खटकेचे शब्द बंटीला टोचले होते. 'प्रीती कोणाशी तरी लागू आहे.' 'खटके तिच्यावर लाईन मारत

असावा', 'हॉटेलवाला तिच्यावर मरतोय', 'आपली डाळ कशी शिजणार?' बंटी तुटलेल्या पतंगासारखा वस्तीच्या दिशेने विचार करत निघाला होता.

भरधाव वेगाने पोलीस जीप आली होती आणि बंटीजवळ थांबली होती. बंटीने धूम ठोकली होती. जीपमध्ये हास्याचा स्फोट झाला होता. जीपमधून झोपडपट्टी दादा उतरले होते आणि जीप परत गेली होती. कलशट्टी आणि बलशेटवार विजयी मुद्रेने वस्तीत प्रवेश करत होते. सावळ्या आणि आगलावेंनी आरोळ्या ठोकल्या होत्या. घराकडे परतणारे म्हातारे बुजले होते. जंगलातून श्वापदं यावीत तसं गुंडांचं आगमन झालं होतं.

झहिराचा चेहरा उजळला होता. ती दारात येऊन थांबली होती.

बलशेटवारला भेटण्यासाठी शेजाऱ्यापाजाऱ्यांनी गर्दी केली होती. सर्वजण हजेरी लावण्याचा प्रयत्न करत होते. बलशेटवारची चौकशी करत होते. बलशेटवार लंब्याचवड्या थापा मारत होता. झहिरा प्रत्येकाला चहा देत होती.

बंटी हळूच उगवला. तो खजिल झाला होता.

हळूहळू गर्दी ओसरली होती. झहिराला घर भरल्यासारखं वाटत होतं. दोन दिवसांत बलशेटवारचे डोळे खोल गेले होते. "काय घडलं?" हे जाणून घेण्यासाठी झहिरा उतावीळ झाली होती. तिने आपल्या प्रश्नांची सरबत्ती सुरू केली होती.

"क्या हुआ पुलीस में?"

"अच्छा हुआ."

"पुलीस चौकी में कभी किस का अच्छा हुआ है?"

"अब पुलीस को भी हप्ता देना पडेगा."

बलशेटवार लॉटरी लागल्याच्या आविर्भावात बोलत होता. झहिरा त्याच्याकडे बघतच राहिली होती. "पोलिसांनी आम्हाला दोन दिवस धुतले. उस्मानला उलटं टांगलं होतं. तडीपार करतो म्हणाले. आम्ही सरेंडर झालो. भाड्यातून जी रक्कम जमा होईल त्याची निम्मी रक्कम पोलिसांना द्यायची असं ठरलं. न चुकता पोलीस चौकीला हप्ता पोहोचला पाहिजे. दरमहा दहा हजार रुपये त्यांना हवेत. आता भाडे वाढवावं लागेल. पोलीस पाठीशी असल्यावर भिण्याचं कारण नाही. पोलीस आमच्याविरुद्ध तक्रार घेणार नाहीत. तक्रार करणाऱ्यांचं नाव आम्हाला सांगतील. आम्ही त्याचं तोंड बंद करायचं असं ठरलं. जेव्हा पोलीस आणि लोक एकत्र येतात तेव्हा गुंडांचा नायनाट होतो. जेव्हा लोक आणि गुंड एकत्र येतात तेव्हा पोलीस अडचणीत येतात. जेव्हा पोलीस आणि गुंड एकत्र येतात तेव्हा लोकांचा नाईलाज होतो. ह्या नाईलाजाचा जास्तीत जास्त लाभ घ्यायचा असं ठरलं." बलशेटवार हिशेब द्यावा तशी माहिती देत होता.

“पोलीस आणि आम्ही आता पार्टनरच झालोय.” बलशेटवार मिशांना पीळ देत बोलत होता.

“पुलीस को क्या कम पडा था?” झहिरा संताप व्यक्त करत होती.

बलशेटवार समजावणीच्या स्वरात बोलत होता. “यह अच्छा हुआ. अब किसी का डर नही. पोलिसांची गाडी पाच तारखेला एकदा येईल. पोलीस अर्धा तास वस्तीत थांबतील. जाताना बंद पाकीट घेऊन जातील. लोकांना वाटेल, पोलीस बंदोबस्तासाठी आलेत; पण ते गणवेशातील गुंड असतील. आता ते आमच्या गँगमध्ये सामील झालेत.” झहिरानं हताशपणे आपल्या कपाळावर हात मारून घेतला होता. बलशेटवार मात्र आजोबाने नातवाला कहाणी सांगावी तशी माहिती देत होता. “पोलिसांनी मोबाईल घ्यायला सांगितलंय.” झहिराची उत्सुकता वाढली होती. पोलिसांचं समर्थन मिळाल्यामुळं बलशेटवारचा रुबाब वाढला होता. “पोलीस म्हणत होते सगळीच रक्कम त्यांना हवी होती. आमच्यात खूप वादावादी झाली. ते म्हणायचे पैसे संध्याकाळी उकळा. दिवसभर कामाला जा. पैसे महिनाभर उकळावे लागत नाहीत. पहिल्या आठवड्यात पैसे उकळून होतात. लोकांकडून पैसे उकळायला दिवसाला शंभर रुपये घ्या. तेव्हा कलशट्टी भडकला. आम्ही जगायचं कसं? आम्ही जगलो तर तुम्ही जगाल. आम्ही काही एकटे नाही. आमच्या गँग आहेत. आम्हाला गुंडांना पोसावं लागतं. आम्ही तुमचे पगारी गुंड होणार नाही. तुम्ही या आणि स्वत: पैसे उकळा. लोक तुम्हाला पैसे देणार नाहीत. दिले तर पावडर लावून देतील. आम्ही लोकांकडून पैसे वसूल करू. तुमचा जो काय हप्ता असेल तो देऊ. तुम्ही आमच्याविरुद्ध कारवाई करायची नाही. तुम्ही आम्हाला धोका दिला तर आम्ही तुम्हाला धोका देऊ. हप्ते बंद करू. दोन दिवस चर्चा चालू होत्या. एकमत होत नव्हतं. पोलीस कोठडीत आम्हाला बिर्याणी आणि बिअर मिळाली. शेवटी फिफ्टी फिफ्टीवर वाद मिटला. पैसे उकळताना पोलिसाच्या नावाचा वापर करायचा नाही असं ठरलं आहे. वस्तीतल्या बातम्या आम्ही पोलिसांना देणार आणि पोलीस सांगतील तसं वागणार.” बलशेटवारचं बोलणं ऐकून झहिराचा चेहरा पिकल्या आंब्यासारखा झाला होता.

“कांबले ने हमीद को अपना ड्रायव्हर बनाया है.”

“कौन कांबले?”

“तेरा मंत्री और कौन?”

“तुझे कैसे पता चला?”

“कांबले की गाडी लेकर हमीद खाने को आया था. लोग उसके आगे-पिछे कर रहे थे.”

बलशेटवार पुन्हा चिंतातुर झाला होता. कांबळेचा ड्रायव्हर म्हणून हमीदचं वस्तीतलं महत्त्व वाढलं होतं. हमीद वस्तीतल्या बातम्या सदानंद कांबळेला पोहोचवेल. लोक आपली कामं करून घेण्यासाठी त्याच्या मागे लागतील. हमीद आपला प्रतिस्पर्धी बनेल. त्याच्यामागे सदानंद कांबळेंची ताकद असल्याने तो डोईजड होऊ शकतो. बलशेटवार पुन्हा एकदा विचाराच्या दलदलीत रुतला होता. झहिराही विचलित झाली होती. वस्तीतल्या बातम्या पोलिसांना कळणार असतील, तर एक दिवस आपण बांग्लादेशी असल्याचं पोलिसांना कळेल. पोलीस आणि गुन्हेगार ही अभद्र युती आहे. झहिराही कोसळली होती. तिच्या नजरेत बेचिराख होणाऱ्या निर्वासितांच्या छावण्या दिसत होत्या. एका बेभान गाफिल गैरसमजातून तिनं नो मॅन लँड ओलांडली होती आणि तिचं अख्खं आयुष्य पश्चात्तापाच्या अग्नीत होरपळून निघत होतं. इतकं बेचिराख आयुष्य पदरात पडणार होतं, तर मग आपल्या देशात काय वाईट होतं? निदान आपल्या माणसात तरी राहिलो असतो! झहिराचा आत्मा भटकत होता.

रात्र झाली की कुठल्या ना कुठल्या झोपडीतून स्त्रीचं आर्त रडणं ऐकू यायचं. तिचा नवरा तिला मारत असायचा. कोणी दारू पिऊन, तर कोणी तिच्या चारित्र्याचा संशय घेऊन. वस्तीतली अनेक कुटुंबं व्यसनांनी आणि संशयानं उद्ध्वस्त झाली होती. आर्त आक्रोश, अगतिक लाचारी आणि बळीच्या बकऱ्यासारखं जगणं हा इथल्या जगण्याचा अस्सल पुरावा होता.

हमीद बलशेटवारला भेटायला आला होता. ''मी कांबळेसाहेबांचा ड्रायव्हर आहे.'' जणू हे सांगण्यासाठीच तो आला होता. ''तुम्ही आता माझ्या वाटेला येऊ नका.'' असंच त्याला सुचवायचं होतं.

हमीद घरी आल्यानंतर झहिरानं त्याच्यासाठी चहा ठेवला होता. बलशेटवारनेही हमीदची तोंड भरून स्तुती केली होती. ''सदानंद कांबळेला मी लहानपणापासून ओळखतो. तो वॉचमन होता. नंतर मंत्री झाला. आता तू ड्रायव्हरचा मंत्री हो. बघू तुझा हात. अरे वाऽ तुझ्या हातात सत्ता आहे. तू निश्चित लाल दिव्याच्या गाडीतून फिरशील. आमची ओळख ठेव.''

हमीदला बलशेटवारची मेख कळत नव्हती. बलशेटवार त्याला चलाखीनं हरभऱ्याच्या झाडावर चढवत होता. ''मामा, मी मंत्री झालो तर तुम्हाला पी. ए. करेन.'' हमीद आनंदून बोलत होता. हमीदची बायको रुबिना त्याला बोलवायला आली होती. झहिरानं तिला आत बोलावलं. तिच्या अंगावर चांगली साडी होती. ती लाजत-मुरडत आत आली होती.

''साडी घेतली का?'' झहिराने उत्सुकतेने विचारले.

"नाही. कांबळे साहेबाची बायको राधा मॅडमनं त्यांच्या जुन्या साड्या दिल्या आहेत. साहेबांनी मला त्यांचे जुने कपडे दिलेत. उद्यापासून आम्ही दोघेही त्यांच्याकडे कामाला जाणार आहोत. ही घरचं काम करेल. मी गाडीवर." हमीद स्वप्नवत बोलत होता.

"चलो अच्छा हुआ." झहिरानं त्याचं बोलणं मध्येच सेन्सॉर बोर्डासारखं कापलं होतं. हमीदनंही आवरतं घेतलं होतं. तो आणि त्याची बायको बलशेटवारच्या घराबाहेर पडले होते. तोच बलशेटवार तिरस्काराने जोरात थुंकला होता. "कुत्राऽ मला पी. ए. करतो म्हणतो. महाराचं उष्टं अन्न खाणार. त्याचे जुने कपडे नेसणार. आणि आमच्यावर रुबाब करणार. धेड ऽऽ" बलशेटवारच्या प्रत्येक शब्दातून ठिणग्या उडाल्या होत्या.

झहिराही चवताळली होती. "मेरे पे थूँक. उस पे क्यों थूँकता है! मुझे फसाकर लाया. बंगला है. खेत है. कहाँ है? यहाँ झोपडी में रखा है. मेरे साथ एक बार सोने का जो रेट था उतना भी तू मेरे पर खर्च नही करता. इन गरिबों को डरा धमका कर तू जितना कमाता है वह मैं एक रात में कमाती थी. बडे-बडे लोग आते थे मेरे पास. मेरे पाँव चाटते थे. मैं यहाँ भिकारीन बन गयी हूँ." झहिराच्या डोळ्यांतून अश्रू ओघळत होते.

"मैंने तुझे फसाया नही. मेरा गाँव में घर है. खेती है." बलशेटवार तिला समजावत होता.

झहिरा प्रक्षुब्ध झाली होती. "उसे क्या आग लगाने का है?" झहिरा पिसाळली होती. ती बलशेटवारकडं लफंगा म्हणून पाहत होती. तिच्या नजरेत द्वेष उफाळून आला होता.

"मैं कल निकल जाऊँगी यहाँ से. बस्स. बस्स हो गया."

"तू यहाँ से गयी तो मैं मर जाऊँगा."

"मैं ने तेरे जैसे बहोत देखे है. आदमी को अच्छी तरह से पहेचानती हूँ मैं."

बलशेटवार पश्चात्तापाने पिसाळला होता. त्याला काहीच सुचत नव्हते. तो जागचा उठला होता आणि त्याने पेटीतून सत्तूर काढला होता. त्याच्या हातात धारदार सत्तूर होता. त्याने सत्तूर आपल्यावर रोखला होता. "ये नाटक किसी और को दिखा." म्हणत तिने त्याच्या हातातला सत्तूर हिसकावून घेतला होता. "तू मरेगा और मैं जेल जाऊँगी. समझा? मैं जाने के बाद आराम से मर." झहिराने हातातला सत्तूर कोपऱ्यात फेकला होता आणि बलशेटवारकडे जळजळीत नजरेनं पाहिलं होतं. तिची नजर सत्तूरपेक्षाही धारदार वाटली होती. बलशेटवार अगतिकपणे जमिनीवर कोसळला होता. तो बेशुद्ध झाला होता.

रात्री त्या दोघांत काय समेट झाला कोणास ठाऊक? सकाळी मात्र ते दोघे नेहमीप्रमाणे वागत होते.

बलशेटवारचा चेहरा पडला होता.

हमीदने सदानंद कांबळेचे कपडे घातले होते.

हमीदच्या बायकोने राधा मॅडमचे कपडे घातले होते.

वस्तीच्या जीभेवर त्या दोघांची चर्चा होती.

सर्वजण कलशट्टीच्या कौलारू घरात जमले होते. बलशेटवार आणि कलशट्टी अग्रभागी बसले होते. त्यांच्यापुढे त्यांचे साथीदार होते. त्या दोन्ही गँगची संयुक्त बैठक चालू होती.

सर्वप्रथम कलशट्टी सर्वांना उद्देशून बोलला होता; "आता आपल्यावर अधिक जबाबदारी आली आहे. आपल्याला थोडे पैसे कमी मिळतील; पण पोलिसाची भीती नाही. भाडं वाढवलं तर लोकांमध्ये असंतोष माजेल. त्यापेक्षा झोपड्यांची संख्या वाढवली पाहिजे. रिकाम्या जागेवर झोपड्या टाकल्या पाहिजेत. लोकांवर नजर ठेवा. कोण काय करतं पाहा. डोळे उघडे ठेवून वागा."

कलशट्टी बोलल्यानंतर बलशेटवारनं मार्गदर्शन केलं होतं. "आपल्याला उत्पन्न वाढवण्यासाठी नवीन मार्ग शोधावे लागतील. बाहेरच्या गुंडांच्या संपर्कात यावं लागेल. बाहेरच्या टोळ्यांबरोबर ऊठ-बस करावी लागेल. तिथल्या गुंडांना प्रोत्साहन द्यावं लागेल. इतर झोपड्यांमध्ये आपलं काम वाढवावं लागेल. तिथं गुंड नसतील तर गुंड निर्माण करावे लागतील. आक्रमक आणि भांडखोर तरुणांना हाताशी धरून हे काम करता येईल. भडक माथ्याचे आणि गरम रक्ताचे तरुण हेरले पाहिजेत. त्याशिवाय आपण यशस्वी होऊ शकणार नाही." बलशेटवार आपली योजना विस्ताराने मांडत होता.

"असं झालं तर आपण मालामाल होऊ." आगलावे आळस देत प्रतिसाद देत होता.

"सभी तरफ मेरी पहचान है." उस्मान सुपारी स्वीकारल्याच्या ढंगात बोलत होता.

बैठक संपल्यानंतर बलशेटवार पाठीमागे हात बांधून घराकडं निघाला होता. त्याच्यामागे सावळ्या, बंटी आणि पिंट्या चालत होते. बलशेटवारला स्वत:चं डोकं भूत बंगल्यासारखं वाटत होतं. त्याच्या मनात घोडदौड चालू होती. "आपण गुन्हेगारांची मोट बांधत आहोत. समाजात संघटित गुन्हेगारीला जन्मास घालत आहोत. गुन्हेगारांना धर्म नसतो. गुन्हा हाच त्यांचा धर्म असतो. आमच्या गँगमध्ये सर्व जाती-धर्माचे गुंड आहेत. आम्ही त्यांची जात पाहत नाही. त्यांच्यातील क्रिमीनल इलेमेंट पाहतो."

बलशेटवार वधस्तंभाकडे जाणाऱ्या फाशीच्या कैद्यासारखा चालत होता. सावळ्या, बंटी आणि पिंट्या त्याच्यामागून चेष्टामस्करी करत निघाले होते. वाटेत भेटणारे त्यांना नमस्कार करत होते.

रस्त्यात मोठी घूस मरून पडली होती. कावळ्याने घुशीचे आतडे बाहेर काढले होते. बलशेटवारच्या चाहुलीने कावळा उडाला होता. ''पितर मेलेल्या घुशीही खातात.'' पिंट्याने असंबंद्ध बडबड केली होती. ''कोणी तरी तुझाच पूर्वज असेल.'' सावळ्याने पिंट्याला टोला हाणला होता. कावळा पुन्हा घुशीवर जाऊन बसला होता.

वस्तीतले म्हातारे पाईप लाईनजवळ जमले होते आणि येणाऱ्या-जाणाऱ्या वाहनांची वर्दळ पाहत होते. कोणी आता नीट दिसत नाही म्हणत होतं. कोणी आता नीट ऐकू येत नाही म्हणत होतं. कोणाची दाढ दुखत होती, तर कोणाची कमर दुखत होती. कोणाला काठी विकत घ्यायची होती, तर कोणाला चष्मा. कोणाला सून नीट वागवत नव्हती, कोणाचा मुलगा नीट बोलत नव्हता. सगळ्यांना मृत्यूचे वेध लागले होते.

नाना अधिकारवाणीनं बोलत होता. ''म्हाताऱ्यांनी बंड केलं पाहिजे. महात्मा गांधीजी म्हातारेच होते.''

आबांनी नानाची खिल्ली उडवली होती. ''राम राम म्हणत बस. बंडाने व्यवस्था बदलत नसते. ती आपल्या सोयीनेच बदलते. आता आपण ह्या जगाचा नाही त्या जगाचा विचार केला पाहिजे. वरच्याचं बोलावणं आलं की निघावं लागेल.'' दादयानं विषयाला टांग मारली होती. ''बाईबरोबर झोपायची तुला इच्छा होते की नाही?'' दादयाचा प्रश्न ऐकून सर्व म्हातारे खो खो हसले होते. ''अरे अजून तू मरणार नाही. नातूचं लग्न करून मरशील.'' सूरजित आज शांत होता. उनाड पोरांनी त्याला छळलं होतं. एखादा म्हातारा पोरांच्या टोळक्यात सापडला की पोरं त्याची छेड काढायचे. म्हाताऱ्याची टोपी पळवायचे. त्याच्यावर पाठीमागून खडे मारायचे. त्याची काठी पळवायचे. त्यामुळे म्हातारे उनाड पोरांना टरकून असायचे. म्हातारे पोरांच्या मागे काठी उगारून धावायचे. त्यांना अश्लील शिव्या द्यायचे. आज वस्तीतल्या उनाड टोळक्याने सूरजितला सळो की पळो केलं होतं. सूरजितचा चष्मा फुटला होता.

बंटीला तर म्हातारे कधीच आवडत नसत. तो आपल्या म्हाताऱ्या आई-वडिलांबरोबरही उद्धटपणे वागायचा. म्हातारे पाईप लाईनजवळ ज्या जागी जमत त्या जागी बंटी अनेकवेळा मुतला होता. हागला होता. म्हाताऱ्यांनी त्याचा गू जाळला होता. त्यामुळे त्याचं पोट दुखलं होतं. तेव्हापासून त्याने म्हाताऱ्यांचा नाद

सोडला होता.

आज मुद्दाम तो म्हाताऱ्यांजवळ आला होता. म्हातारे चौकस झाले होते. ‘‘ही जागा कोणाला देणार आहेस का?’’ नानाने खुनशीपणाने विचारलं होतं. ‘‘इथं जे कराल त्याचा हिशेब वर द्यावा लागतो. लक्षात ठेव. वरचा सगळं बघतो आहे.’’ दाद्या बंटीला वरच्याची भीती घालत होता. ‘‘काठ्या सांभाळा. काठ्या चोरून नेईल.’’ आबाने सगळ्यांना सावध केले होते. बंटीला अपराध्यागत वाटलं होतं. त्याने तिथून पळ काढला होता.

म्हाताऱ्यांनी भजन म्हणायला सुरुवात केली होती. त्यांच्या आवाजात वार्धक्याचं कारुण्य होतं. अब्बू आणि काशिम मगरीबची नमाज पढण्यासाठी उठले होते.

बंटी जगदंबा टी हाऊसकडं निघाला होता. त्यानं तिथं उधारी लावली होती. त्याने खटके गार्डबरोबर जमवून घेतलं होतं आणि काक्याबरोबर सूत जुळवलं होतं.

जगदंबा टी हाऊसला लागून अशरफने सायकल दुरुस्ती दुकान टाकले होते. अशरफचा मुलगा रफिक हे दुकान सांभाळायचा. बंटी ह्या दुकानात बसून टाईम पास करत असे. बंटीचं सिगारेट ओढणं वाढलं होतं आणि कलकत्ता पान स्टॉलवर जाणंही. बंटीच्या मनात टपरीविषयी अद्‌भुत आकर्षण निर्माण झालं होतं. पाखरं जशी घरट्याकडं यावीत, तसं तो टपरीकडं यायचा. आज काक्यानं त्याला स्वत:हून बोलावून घेतलं होतं. बंटीला वाटलं होतं, तो प्रीतीच्या लग्नाची बोलणी सुरू करेल. बंटी चपापला होता. तो दबकतच काक्यापुढं गेला होता.

‘‘बंटी, मी तुमच्या वस्तीत हॉटेल सुरू करावं म्हणतो. वस्तीतले बरेच लोक इथं चहाला येतात. त्यांची सोय होईल. माझा धंदा होईल. मला रोडलगतची जागा बघून दे.’’ बंटीनं काक्याचा शब्द खाली पडू दिला नव्हता. तो वरच्यावर झेलला होता. फटाक्याची माळ उडावी तसा तो बोलू लागला होता.

‘‘चलऽ आताच जागा बघून घे. जागेचे हजार रुपये द्यावे लागतील. महिना शंभर भाडं वेगळं. कांबळेसाहेबानं फोन केला तर कमी-जास्त होईल.’’ काक्यानं बंटीला होकार दिला होता. ‘‘देतो मी हजार रुपये. इतक्या लहान गोष्टीसाठी साहेबांचा फोन कशाला? मला फ्रंट साईडची जागा दे.’’ काक्या गळाला लागल्यामुळे बंटी बेहद्द खुष झाला होता. काक्यानं वस्तीत हॉटेल सुरू केलं, तर प्रीतीला गटवणं सोपं होणार होतं.

‘‘पैसे दे. जागा ताब्यात घे. कंपाऊंड मार.’’

‘‘पोटाला चिमटे घेऊन पैसे जमवलेत. फसवणूक नको.’’

‘‘तू कांबळेसाहेबाचा माणूस आहेस. तुला कोण फसवेल? तुझ्यासारखी मोठी माणसं आमच्या वस्तीत आली तर वस्तीची सुधारणा होईल.’’ काक्यानं

बंटीला टाळी दिली होती. आयते गिऱ्हाईक मिळाल्याचा बंटीला मनस्वी आनंद झाला होता. काक्यानं बंटीला चहा पाजला होता. सिगारेटचेही पैसे घेतले नव्हते.

"बाई मिळते का रे तुमच्या वस्तीत?"

"एक का दहा बायका मिळतील. तू हॉटेल टाक. मी मिळवून देतो कामाला बाई."

"झोपायला मिळते का?"

काक्याच्या अवघड प्रश्नानं बंटी गोंधळला होता. काक्यानंही पुन्हा विचारलं नव्हतं. "चेष्टा केली रेऽ" म्हणून काक्यानं विषय बदलला होता. बंटीलाही त्याचं काही वाटलं नव्हतं. बंटी सिगारेट ओढत वस्तीकडं निघाला होता. तो जाणाऱ्या ट्रकवरील शायरी वाचत होता.

बुरी नजरवाले तेरा मूँह काला
मुद्दई लाख बुरा चाहे तो क्या होता है
वही होता है जो खुदा मंजूरे होता है
थांब लक्ष्मी कुंकू लावते
कंडोम कब कब यौन संबंध जब जब
आईचा आशीर्वाद
सुरक्षित अंतर ठेवा
हॉर्न प्लिज

बंटी बलशेटवारच्या घराकडं निघाला होता. काक्या जागा घेणार असल्याचं त्याला बलशेटवारला सांगायचं होतं. बंटीला पावलोपावली प्रीतीची आठवण येत होती.

बलशेटवारचं भलं मोठं घर होतं. घरामागं कडुनिंब होता. घराच्या डाव्या बाजूला एरंडाची झाडी होती. न्हाणीच्या पाण्यामुळं ही झाडी वाढली होती. एरंडीला लागून दोन केळीची झाडं होती. इथं चार-पाच बदकं चरायची. बंटी दारात गेला. बलशेटवार आराम खुर्चीत बसून मोबाईलचे रिंगटोन बदलत होता. बंटीला पाहून त्याने आळस दिला.

"मामा बगलेतले केस खूप वाढलेत."

"वेळ मिळत नाही."

"मी काढू का?"

"सलून काढायचं आहे का?"

बलशेटवारच्या प्रतीप्रश्नानं बंटीला नवा व्यवसाय सुचला होता. वस्तीत सलून नव्हते. काक्याने हॉटेल टाकले, तर आपण सलून टाकू. बंटी मनातल्या मनात बलशेटवारच्या काखा करत होता. रघूच्या मिशांचा कट मारत होता. कलशट्टीची

दाढी करत होता. उस्मानच्या डोक्याला तेल लावून मालीश करत होता. सावळ्याची कटिंग करत होता. पिंट्याची फेसियल करत होता. आगलावेच्या केसांना डाय करत होता.

"आवऽ आवऽऽ" बलशेटवारनं दारात उभ्या असलेल्या मुसलमानांना आत बोलावलं होतं. बंटीनं सर्वांसाठी सतरंजी टाकली होती. बलशेटवार मुसलमानांच्या वाढलेल्या दाढ्यांकडं एकटक बघत होता. इतके मुसलमान एकदम कशासाठी आले असतील ह्याचा त्याला अंदाज येत नव्हता. बंटी सर्वांना पाणी देत होता. मुसलमान घरी आल्याचे पाहून झहिराचा चेहरा खुलला होता. बलशेटवार मात्र गोंधळला होता. 'मुसलमानीण घरात का ठेवली? ह्याचा जाब तर विचारणार नाहीत ना?' म्हणून बलशेटवार चिंतित झाला होता.

सय्यद अस्खलित मराठीत बोलू लागला होता. "आम्ही सध्या एका झोपडीत नमाज पढतो. आता ती जागा अपुरी पडत आहे. आम्ही मस्जिद बांधण्याचा विचार केला आहे. ही गोष्ट तुमच्या कानावर टाकून बांधकामाला सुरुवात करायची आमची इच्छा आहे. धार्मिक कार्याला तुमचा नकार असणार नाही ह्याची आम्हाला खात्री आहे." सय्यदचं बोलणं इतरांनी उचलून धरलं होतं. अशरफ मोठमोठ्यानं मस्जिदीचं समर्थन करत होता.

खूप वेळ मौन धारण केलेल्या बलशेटवारने त्यांना खडसावले होते. "मस्जिदीला जागा मिळणार नाही. आज तुम्ही मस्जिदीला जागा मागताय. उद्या कोणी मंदिराला जागा मागेल. मग बौद्ध विहाराला जागा मागतील. तुम्ही मस्जिद बांधून वेगळे पडू नका. आपण सर्वजण मिळून-मिसळून राहिलं पाहिजे."

सय्यद चिडला होता. अशरफ "ठीक आहे" म्हणत उठला होता. बलशेटवारने सर्वांना चहा घेण्याचा आग्रह केला होता, पण कोणीच चहासाठी थांबलं नव्हतं. झहिरा दुखावली होती. आपण हिंदूंच्या घरात बटिक बनलो आहोत म्हणून त्यांनी आपल्या हातचा चहा नाकारला असेल. बलशेटवारही चिडला होता. "मुसलमानांसाठी केलेला चहा मी पिणार नाही. बाहेर फेकून दे." बलशेटवारच्या आवाजात भयंकर चीड जाणवत होती. झहिरानेही बलशेटवारचे ऐकले होते. चहाचे पातेले गटारात नेऊन ओतले होते.

बदकांची धावपळ झाली होती. "राहायचं असेल तर नीट राहा. नाही तर पाकिस्तानची वाट धरा." बलशेटवार तणतणत होता.

"बहोत हुआ तेरा नाटक. अभी चूप बैठ." झहिरानं एकाच वाक्यात बलशेटवारचं तोंड शिवलं होतं. "मुसलमान यहाँ क्यूँ नही रह सकते? वह यहाँ पैदा नही हुए क्या? उन्हे पाकिस्तान में तू कौन भेजनेवाला? मूल्क का तू क्या मालिक है?"

झहिरा संताप व्यक्त करत घरातले भांडे आपटत होती.

"तुझे क्या हुआ है?" बलशेटवार.

"तुझे हुआ है." झहिरा.

"क्या हुआ है?" बलशेटवार.

"तेरे दिमाग में पाकिस्तान घुसा है. उसे बाहर निकाल." झहिरा.

दारात काक्या उभा होता. तो सिक्युरिटी गार्डच्या गणवेशात आला होता. "येऊ का?" म्हणून त्याने विचारले होते. "ये काका येऽ" बलशेटवारने काक्याला ओरडून बोलावले होते. बलशेटवार अडकित्त्याने सुपारी फोडत होता. बंटीनेच तोंड उघडले. "मामा, ह्यांना जागा हवी आहे. मी त्यांना बोललोय." बलशेटवार काहीच न बोलता सुपारी कातरत होता.

"तुला मुसलमानांनी पाठवलंय?" बलशेटवार.

"नाही. मीच आलोय. का?" काक्या.

"तू जागा घेऊन मुसलमानांना देशील. मस्जिद बांधायला." बलशेटवार.

"नाही. मला हॉटेल टाकायचं आहे." काक्या.

"लोक बुडवतील तुला, उधार घेऊन." बलशेटवार.

"उधार कोणाला देणार नाही." काक्या.

"नोकरी कोण करणार?" बलशेटवार.

"ड्युटी नसताना मी बसेन. इतर वेळी माझी मोठी मुलगी बसेल." काक्या.

"ती पळून जाईल कोणाबरोबर तरी!" बलशेटवार.

"तुम्ही जागेचं बोला." काक्या.

"नोटा आणल्यात?" बलशेटवार.

"पाचशे आहेत." काक्या.

"बघू दे." बलशेटवार.

काक्याच्या हातातून बलशेटवारने नोटा हिसकावून घेतल्या होत्या. काक्याचा चेहरा पाहण्यासारखा झाला होता. "मी हे पाचशे ठेवून घेतो. हॉटेलचं उद्घाटन करण्याअगोदर बाकीचे दे." बलशेटवारच्या मग्रूर बोलण्यामुळं काक्या गडबडला होता. "एकदमच सगळी रक्कम देईन. ते पाचशे इकडं द्या." काक्या अजीजीने बोलत होता. "का? माझ्यावर विश्वास नाही? एकदा घेतलेली लक्ष्मी परत करायची नसते." बलशेटवारच्या आवाजात धग आणि धमकी होती. काक्या गार पडला होता. "जागा मात्र कोणाला देऊ नका." म्हणून पुन्हा पुन्हा शब्द टाकत होता. "पंधरा दिवसांच्या आत बाकीचे पैसे दे. नाही तर बुडाले समज." बलशेटवार उद्धटपणे बोलला होता. "हाँ देतो." काक्या भेदरला होता.

"फूट आता. निघऽ" बलशेटवारनं त्याला हुसकावून लावले होते.

"उसको क्यूँ डराया?" झहिरा हसत होती. बंटीही हसत होता.

"मी निघतो." बंटी.

"बस, कुठं जातोस?" बलशेटवार.

"जेवण करून जा. मटण आहे." झहिरा.

झहिराने कपाटातून ख्वाजा गरीबनवाज अजमेर शरीफ यांच्या दर्ग्याचा फोटो काढला होता. "बंटी, इसे दीवारपर लगा दे" बंटीने फोटो हातात धरून घरातल्या भिंतीवर नजर टाकली होती. "कहाँ लगाऊ?" बंटीने त्रासिकपणे विचारलं होतं. "गणेश जी के पास." झहिराने ठामपणे सुचवलं होतं. "हाँ लगा दे." बलशेटवारनेही अनुमोदन दिले होते. बंटी आणि बलशेटवारने गणपतीच्या फोटोजवळ ख्वाजा गरीबनवाज अजमेर शरीफ यांच्या दर्ग्याचा फोटो लावला होता. गणपतीशेजारी ख्वाजा गरीबनवाज अजमेर शरीफ यांच्या दर्ग्याचा फोटो पाहून बंटीला घेरी आली होती. जणू त्याच्या डोळ्यांत मुसळ घुसले होते.

बाहेर थंड वारा सुटला होता. घरात मटणाच्या आमटीचा वास दरवळत होता. बलशेटवार आणि बंटी हिशेबाच्या वह्या घेऊन बसले होते. "कोण पैसे देत नाही, कोणाकडून किती पैसे येणे आहेत आणि कोण नियमित पैसे देतं." त्याची ते चर्चा करत होते.

वस्तीत ट्रक आल्याचा आवाज झाला. जणू ही अमरिंदरच्या आगमनाची सूचनाच होती. वैशालीही अशीच रात्री-बेरात्री यायची. कधी रिक्शाने, तर कधी टॅक्सीने. रात्री वस्तीत कोणी नवीन माणूस आलं की कुत्री जीव तोडून भुंकायची. कुत्री भुंकू लागली की वस्तीत कोणीतरी बाहेरून आल्याचं कळे. सूत गिरणीच्या भोंग्यामुळे किती वाजले आणि कुठली पाळी सुरू झाली हे समजे.

बलशेटवार, बंटी आणि झहिरा जेवण करत असताना बाहेर टाळ्या वाजल्याचा आवाज आला. "कसल्या टाळ्या वाजल्या?" बंटीच्या चेहऱ्यावर उत्सुकता फसफसून आली होती. "तू खाना खा पहले." बंटीने आणखी प्रश्न विचारू नये म्हणून झहिराने त्याला टोकले होते. "कोणीतरी लहान मुलाचा बर्थ डे साजरा करत असेल." बलशेटवार नळी चोखत आपला अंदाज व्यक्त करत होता.

"काय रे?"

"पेढे आणलेत."

"कशाचे?"

"आम्ही टी. व्ही. घेतलाय."

"दिसतो का टी. व्ही.?"

“हाँ. सिनेमा लागलाय आता. शोले.”

प्रशांतने पेढे दिले होते आणि झहिराचं जेवणावरून लक्ष उडालं होतं. बलशेटवारच्या जेवणाचा हिरमोड झाला होता. बंटीला कधी एकदा टी. व्ही. पाहू असं झालं होतं. वस्तीत पहिला टी. व्ही. संच आला होता. बलशेटवार घास चावता-चावता विचार करू लागला होता. आता वस्तीतलं जॉबरचं महत्त्व वाढेल. लोक त्याचा टी. व्ही. पाहायला जातील. इतरही टी. व्ही. घेऊ लागतील. त्यांना माहिती मिळेल. त्यांच्यात शोषणाविरुद्धची जाणीव निर्माण होईल. धर्म आणि सेक्स ह्याच मानवाच्या मूलभूत गरजा आहेत. टी. व्ही. वाल्यांनी ह्याविषयीच कार्यक्रम दाखवले पाहिजेत. म्हणजे कसलेच बंड होणार नाही. टी. व्ही. वाले आपले कसे ऐकतील? त्यापेक्षा सगळ्यांनाच टी. व्ही. संच खरेदी करायला व्याजाने पैसे द्यावेत आणि केबलचा व्यवसाय सुरू करावा. बलशेटवारला नवा व्यवसाय सुचला होता. बलशेटवारने हात धुतले होते. झहिराने जेवण उरवून ठेवले होते. बंटी मात्र ताट पुसून खात होता. बलशेटवार अस्वस्थ झाला होता. झहिराला पाहिलेले अनेक ब्ल्यू फिल्म आठवले होते.

“चल बंटी टी. व्ही. देखकर आयेंगे”.

“मैं भी आऊ क्या?”

“तू चूप बैठ”.

“क्यूँ?”

“हम भी टी. व्ही. लेगें. तब देख.”

“इस जनम में क्या अगले जनम में?”

झहिराच्या हट्टी वागण्यामुळं बलशेटवार हतबल झाला होता. आता टी. व्ही. घेतल्याशिवाय आपली सुटका नाही हे त्याने ताडले होते.

दातात काडी घालत बलशेटवार उठला. बंटीने आळस दिला. “अरे ऽ गाढवाऽऽ, जेवल्या-जेवल्या आळस देऊ नये. खाल्लेलं अन्न गाढवाच्या अंगाला जातं.” बलशेटवारनं बंटीला झापलं होतं.

झहिरा मुसरं मोडत होती. बंटी तिच्या गोऱ्यापान पाठीकडं कासावीस होऊन पाहत होता. पुढं बलशेटवार मागं बंटी निघाले होते. बंटीला जोरदार ठेच लागली होती. तो पडता-पडता वाचला. नाही तर त्याचे पुढचे दात पडले असते. त्याचा अंगठा फुटला होता. त्याच्या डोळ्यांत पाणी आलं होतं. तो लंगडत-लंगडत बलशेटवारच्या मागे चालत होता.

“झहिरानं शिवी दिली असेल म्हणून ठेच लागली” बंटी मनातल्या मनात झहिराला दोष देत होता.

खुद्द बलशेटवार घरी आल्याचे पाहून जॉबर आणि जॉबरची बायको कल्पना ह्यांची धांदल उडाली होती. त्यांचा मुलगा प्रशांत पेढे वाटून परत आला होता. जॉबरला आपल्या टी. व्ही. चा महिमा कळला होता. त्याने बलशेटवारला बसण्यासाठी खुर्ची आणि बंटीला स्टूल दिला होता. जॉबरने आपल्या खिशातून हातरुमाल काढून बलशेटवारला दिलेली खुर्ची पुसली होती. बंटी आपल्या असह्य वेदना सहन करत स्टूलवर बसला होता.

"काय झालं रे?" जॉबर.

"ठेच लागली. कोणीतरी शिव्या दिल्या असणार." बंटी.

"तुला कोण शिव्या देईल?" जॉबर.

"खूप लागलंय का रे?" बलशेटवार.

"अंगठा फुटलाय." बंटी.

"बघूऽ " बलशेटवार.

"अगं रॉकेल आण." जॉबर.

कल्पनाने रॉकेलचा डबा आणला होता. जॉबरने बंटीच्या अंगठ्यावर रॉकेल ओतले होते. "खूप लागलंय." जॉबरने हळहळ व्यक्त केली होती. "खाली बघून चालत नाही. जा. अंगठ्यावर मुतून ये. नीट होईल." बलशेटवारने बंटीविषयी नाराजीच्या स्वरांत प्रतिक्रिया व्यक्त केली होती. "अंधारात दिसलं नाही." बंटी झालेल्या चुकीबद्दल उद्वेग व्यक्त करत होता.

"तुझ्या टी. व्ही. मुळे त्याचा अंगठा फुटला. तो भरून दे." बलशेटवारने चेष्टेनं जॉबरला सुनावलं होतं. तरीही जॉबर गंभीर झाला होता.

जॉबरने पोर्टेबल ब्लॅक अ‍ॅन्ड व्हाईट टी. व्ही. घेतला होता. प्रादेशिक वाहिनीचे कार्यक्रम दिसत होते. स्क्रीनवर चित्रापेक्षा मुंग्याच अधिक दिसत होत्या. आवाज मात्र सुस्पष्ट होता. जॉबरच्या बायकोने तेवढ्याही घाईगडबडीत सगळ्यांना चहा दिला होता. बलशेटवार चहाचा आस्वाद घेत पुढाऱ्यासारखा खड्या आवाजात बोलत होता. "सगळ्यांनी टी. व्ही. घेतले पाहिजेत. जॉबरने चांगले उदाहरण घालून दिले आहे." जॉबरचे तोंड सूत गिरणीच्या भोंग्यासारखे ओरडत होते. "शांत बसा. गोंधळ करू नका." घरात जमलेली चिल्यापिल्ल्यांची गर्दी एकदम शांत झाली होती.

"लोक तुमच्या घरात गर्दी करतील. घराचं थिएटर होईल."

"नवीन आहे तोपर्यंत लोक येणारच."

"ठीक आहे. चालू द्या. आवाज मात्र कमी ठेवा. नाही तर टी. व्ही. जप्त करेन."

बलशेटवारने खो खो हसत जॉबरचा निरोप घेतला होता. जॉबरने बलशेटवारला

निरोपादाखल कोपऱ्यापासून हात जोडले होते. बंटी लंगडत हळूहळू बलशेटवारच्या मागून चालत होता. आगलावेच्या घरामागे आठ-दहा सायकली उभ्या होत्या. त्याच्या घरामागे जुगार चालू होता. राजा शितोळे रात्रपाळीला निघाला होता. वाटेत भेटणारे लोक बलशेटवारला नमस्कार करत होते. "जेवण झालं का?" म्हणून विचारत होते. वैशालीचा भाऊ हर्षद घरापुढं बसून अभ्यास करत होता. आबा अंगणात बसून जेवत होता. उस्मानची बायको वहिदा अंगणात झाडू मारत होती. मैनाच्या घरापुढं दारू पिणाऱ्यांची गर्दी होती. सुरेखा मानेच्या घरातून भाकरी थापण्याचा आवाज येत होता. रात्रीच्या नीरव शांततेत जनावरांच्या कातड्यांची दुर्गंधी दरवळताना जाणवत होती.

"मामा, हा घाणेरडा वास वरचेवर वाढत चालला आहे." बंटी.

"सवय करून घे." बलशेटवार.

"तुमचं बोलणं कळत नाही मला." बंटी.

"एका महाराला मारून मी जेलमध्ये गेलोय. त्याची फळं भोगतोय." बलशेटवार.

"वारा सुटला की खूप वास उठतो. झोप येत नाही." बंटी.

"महारांना त्यांच्या जातीचं संरक्षण आहे. आपण काय केलं तर अॅट्रोसिटी लागते." बलशेटवार.

अचलपूर-धरणगाव रोडवरील जागेला महत्त्व आलं होतं. ह्या रोडवर मदर तेरेसा हायस्कूल व ज्युनियर कॉलेजची टुमदार इमारत झाली होती. सूत गिरणी सुरू झाली होती. बाबासाहेब आंबेडकर कला व वाणिज्य महाविद्यालयाची भव्य इमारत उभी होती. माणिकचंद आणि गोपीचंदच्या पुढाकाराने शिवाई सहकारी साखर कारखान्याचे बांधकाम वेगाने होत होते. ह्या रोडवर जागा घेऊन अनेकांनी बंगले बांधले होते. धरणगाव आणि अचलपूर ही गावं वाढत होती आणि एकमेकाला जोडली जात होती. गरिबी हटाओ झोपडपट्टी वाढत होती आणि झोपडपट्टीच्या समस्याही वाढत होत्या.

"तू इतकं दडपणाखाली का बोलतोस? मी फोन केलेलं तुला आवडलं नाही का?" बलशेटवार.

"तसं नाही." सदाशिव मोरे.

"मला केबलचा व्यवसाय सुरू करायचा आहे. किती खर्च येईल? तू मला मदत करशील?" बलशेटवार.

"आमची केबल सूत गिरणीपर्यंत आली आहे. तिथून पुढे वायर ओढावी लागेल. किती कनेक्शन आहेत? कधी काम सुरू करायचं?" सदाशिव मोरे.

"फक्त मला माहिती हवी आहे." बलशेटवार.

"तू सांग कधी सुरू करायचं ते. मी मदत करेन." सदाशिव मोरे.

"माझा नंबर सेव करून ठेव. मला मोबाईल करू नको; पण मी केल्यावर जरा नीट बोलत जा." बलशेटवार.

बलशेटवार घराजवळ पोहोचला होता. बंटी चालायला त्रास होतोय म्हणून मधूनच घरी निघून गेला होता. "लोकांना व्याजाने पैसे देऊ. टी. व्ही. घ्यायला लावू." बलशेटवार भावी योजना आखत होता. त्याचा प्रत्येक पाय नियोजन आयोगासारखा पडत होता. युनुसची बायको इमराना व्याजाने पैसे मागण्यासाठी त्याच्या घरी येऊन बसली होती. बलशेटवार आल्याचं पाहून खूप वेळ ताटकळत बसलेल्या इमरानाचा जीव भांड्यात पडला होता.

"मामा, माझी गरज भागवा. दोनशे रुपये हवेत." इमराना

"युनुस कुठे दिसत नाही?" बलशेटवार

"मुंबईला गेलाय. बहिणीकडं. पुढच्या आठवड्यात येणार आहे. इक्बालला कॉल आलाय. त्याला बदलापूरला जायचं आहे. त्याचा पहिला पगार झाला की पैसे परत करेन." इमराना.

"दोनशे कशाला? दोन हजार घे. टी. व्ही. घे." बलशेटवार.

"इतके कसे फेडणार?" इमराना.

"इतकी काळजी कशाला करतेस? मी थोडाच तगादा लावणार आहे. दे जमेल तसे." बलशेटवार.

"दोनशेच द्या." इमराना.

"आता लहान कर्ज द्यायचं बंद केलंय. दोन हजार हवे असतील तर सांग." बलशेटवार.

"यह ले दो सौ. जा." झहिरा

"मेरी बहनने पैसा दिया. अल्ला तेरा भला करे." इमराना.

इमराना खुशीतच बाहेर पडली होती. तिची गरज भागली होती. "अल्ला मेरा क्या भला करेगा!" झहिरा स्वत:लाच दोष देत उठली होती. तिने घराला झाडू लावला. बलशेटवारनं मौन पाळलं होतं. घरावरून टिटवी ओरडत गेली. "तीन दिवस टिटवी ओरडत जात आहे. काहीतरी वाईट घडेल!" बलशेटवारनं आपलं मौन सोडलं होतं. "रिंकी की माँ बहोत बिमार है. वह मरेगी. और क्या होगा?" झहिरा अंथरूण करत बोलली होती.

"कल हम भी टी. व्ही. लेंगे."

"पहले गाडी ले."

"गाडी भी लेता."

"ऐसा ही बोलता है तू, करता कुछ नही."

"अचलपूरमधलं घर विकून गाडी घेईन."

"तेरा घर कोई नही लेगा."

"वैशाली को उठाऊँगा. पचीस हजार तो आराम से मिलेगें. बंबई में पचीस हजार में गाडी मिलेगी."

"वैशाली के पिछे कलशट्टी है."

"दुसरी मिलेगी."

"मुझे बेच."

"तुझे बेचूँगा तो हेलिकॉप्टर आयेगा."

"तू मुझे बेचेगा?"

झहिरा आणि बलशेटवारच्या संवादानं रात्रीला झिंग चढली होती. अंधार अफूसारखा मादक वाटत होता. दोघांनी अंथरुणावर अंग टाकलं होतं. झहिराला धंद्यातले दिवस आठवले होते.

बलशेटवारने झहिराच्या मालकिणीला पन्नास हजार रुपये दिले होते आणि तिच्या बदल्यात दोन मुली - पिंकी आणि रिंकी. पिंकी आणि रिंकी आपल्या घरी मनीऑर्डर पाठवत होत्या. दोघींच्या घरी सुबत्ता आली होती.

रिंकीच्या भावाने गोविंदाने शेती घेतली होती. दोन म्हशी घेतल्या होत्या. रिंकीच्या घरून बलशेटवारच्या घरी रोज एक लिटर दूध मिळत होतं.

पिंकीच्या भावाने, तुषारने घराचं बांधकाम करून घेतलं होतं. रिक्शा घेतली होती. बलशेटवारला कुठं बाहेर जायचं असेल, तर तो तुषारची रिक्षा वापरत असे. गोविंदा आणि तुषार ह्यांचं बलशेटवारच्या घरी येणं-जाणं होतं.

पिंकी आणि रिंकी घरी आल्या की झहिराकडे गप्पा मारायला यायच्या. गिऱ्हाईकांच्या गमती आठवून त्या तिघीही दिलखुलास हसायच्या. झहिरा, पिंकी आणि रिंकीला धंद्यातल्या चार चांगल्या गोष्टी सांगे. 'गिऱ्हाईक आपलं दैवत आहे. त्याला खूष केले पाहिजे. त्याची इच्छा पुरवली पाहिजे. त्याची मर्जी राखली पाहिजे. त्याच्यासाठी सिगारेट ओढली पाहिजे. दारू पिली पाहिजे. त्याला हवं ते दिलं पाहिजे. आपण देण्यासाठीच जन्मलो आहोत. गिऱ्हाईकाचं पूर्ण समाधान झालं पाहिजे. तो आपल्यावर पैसे उधळतोय. त्याच्यावर आपण कुर्बान झालो पहिजे. आपला सळसळता देह त्याला दिला पाहिजे. आपलं तारुण्य आणि लावण्य त्याच्यासाठीच आहे. तो नाही तर आपल्या बहराला अर्थ नाही. आपण त्याला भरभरून प्रतिसाद दिला पाहिजे. त्याला शोषून घेतलं पाहिजे. त्याच्या मिठीत मुसमुसलं पहिजे. सर्वस्व उधळताना आपल्याला आनंद झाला पाहिजे. असं गिऱ्हाईक एखादंच येतं. अंगाचं

पाणी पाणी करतं. बहुतेकजण कोंबड्यासारखे बाजूला होतात.

पहारेकऱ्यांनी रात्री गस्त घालताना हाकारा द्यावा त्याप्रमाणे बैलाच्या डुरक्या देण्याचा आवाज ऐकू येत होता. झहिराला विचार करता-करता डोळा लागला होता. बलशेटवार.जोरजोरात झोपेत बडबडत होता. पोलिसांना शिव्या देत होता. झहिराला स्वप्न पडलं होतं. ती रस्त्याने धावत होती. ती विवस्त्र होती. तिच्यामागे डुरक्या देत वळू लागला होता.

झहिराची झोप मोडली होती. पुन्हा एकदा तिला बैलाचं ओरडणं ऐकू आलं होतं.

□ □ □

"आपल्याला पुन्हा एकदा वस्तीबाहेर हाकललं जाईल. लक्षात ठेव, पन्नास टक्के झोपड्यांवर निळे झेंडे लागले आहेत. आपण जागा देताना ह्यांची जात पाहिली नाही. नोटा पाहिल्या. त्याचा हा परिणाम." कलशट्टी पिंजऱ्यात सापडलेल्या वाघासारखा डरकाळी फोडत होता.

"झोपडपट्टी में तो येच लोग आयेंगे ना?" झहिरानं कलशट्टीला निरुत्तर करण्याचा प्रयत्न केला होता. कलशट्टीनं तिच्या बोलण्याकडं मुळीच लक्ष दिलं नव्हतं.

"रमा बाबरचे हे उद्योग आहेत. काशिनाथ पोळके, सिद्धार्थ पगारे, प्रा. राहुल बनसोडे आणि रमा बाबर ह्यांनी झोपडपट्टीधारकांची संघटना बांधली आहे. आता त्यांनी आपल्या वस्तीत पाय ठेवलं आहेत." कलशट्टी संतापला होता. त्याचे डोळे निखाऱ्यासारखे फुलत होते. त्याला आणि बलशेटवारला अपमानित करून अचलपूरमधून हाकलल्याच्या आठवणीनं तो अस्वस्थ झाला होता. "आपण त्यांना रोखू शकत नाही. त्यांचे हात वरपर्यंत आहेत." बलशेटवार सबुरीच्या स्वरात बोलत होता.

"आपणही शिवशक्तीच्या शाखा काढू." कलशट्टी नवीन युक्ती सुचवत होता.

गरिबी हटाओ झोपडपट्टीतील अर्ध्या-अधिक झोपड्यांवर निळे झेंडे फडकत होते. त्यामुळे वस्तीत दलितांची मेजॉरिटी असल्याचे स्पष्ट झाले होते. अचलपूर-धरणगाव रोडवर मोठा मंडप टाकला होता. मंडपात छत्रपती शिवाजीमहाराज, महात्मा फुले, राजर्षी शाहूमहाराज, अहिल्यादेवी, बाबासाहेब आंबेडकर आणि अण्णा भाऊ साठे ह्यांच्या प्रतिमा ठेवल्या होत्या. 'विकास आघाडी' नावाची झोपडपट्टीधारकांची संघटना स्थापन झाली होती. गरिबी हटाओ झोपडपट्टीतील

शाखेचे आज उद्‌घाटन होणार होते.

"ही झोपडपट्टी आम्ही वसवली. आम्ही लोक आणले. झोपड्या वाढवल्या. बाहेरच्या लोकांना आता झोपडपट्टीची आठवण होत आहे. ते आमचे पुढारी व्हायला निघालेत. लोकही त्यांच्यामागे लागले आहेत. त्यांना आमचा विसर पडलाय. आम्ही जागा दिली नसती तर..." कलशट्टी बेछूटपणे बोलत होता. गरिबी हटाओ झोपडपट्टीच्या बोर्डशेजारी 'विकास आघाडी' चा बोर्ड लावला होता. कलशट्टी प्रक्षुब्ध होऊन बोलत होता. "आज त्यांनी संघटनेच्या नावाचा बोर्ड लावला आहे. उद्या ते संघटनेचे ऑफिस सुरू करतील. पावत्या फाडू लागतील. लोक कोणाकोणाला पैसे देणार आहेत? त्यांना की आपल्याला? त्यांच्याकडे संघटनेचे बॅनर आहे. आपणही संघटना बांधली पाहिजे. संघटनेची पाटी लावली पाहिजे. पावत्या छापल्या पाहिजेत. ऑफिस सुरू केलं पाहिजे. नाही तर आपल्याविरुद्ध तक्रारी सुरू होतील. आपण स्वस्थ बसून चालणार नाही. हात-पाय हलवावे लागतील." कलशट्टी आपल्या मनात ठसठसणारी वेदना प्रकट करत होता.

"तुझं बरोबर आहे. दलितांनी भाडं देणं बंद केलं, तर इतर जातीचे लोक आहेत. त्यांना आपल्याकडं वळवावं लागेल. सवर्णांची डोकी मोजावी लागतील. त्यांनी दलितांबरोबर जाऊ नये म्हणून त्यांच्यात दलितविरोधी तेढ निर्माण करावी लागेल. जातीयवाद वाढवावा लागेल. ते देवा-धर्माच्या विरुद्ध बोलतात, तर आपल्याला देवाधर्माची बाजू घ्यावी लागेल. आता आपल्या अस्तित्वाची लढाई सुरू झाली आहे. ढाल-तलवार म्हणून जाती-धर्माचाच वापर करावा लागेल." बलशेटवार मुरब्बी राजकारण्यासारखा बोलत होता.

"उद्या काय करायचं हा प्रश्न माझ्यापुढं नाही. वेळ आलीच तर मी तुरुंगात जाईन. आपण बघत बसलो तर आपलं घर पेटवतील. आपल्याला जिवंत राहायचं असेल, तर सतत उपद्रव निर्माण करावा लागेल. त्यांचा बोर्ड तोडावा लागेल. त्यांचा कार्यक्रम उधळावा लागेल. लोकांना धमकावं लागेल." बलशेटवारच्या सुरात सूर मिसळून कलशट्टी बोलत होता. त्याच्या बोलण्यात आत्यंतिक निराशा आणि कडवटपणा जाणवत होता. "लोक आपल्याविरुद्ध जाणार नाहीत. त्यांना इथं मरायचं आहे." बलशेटवार कलशट्टीची खोटी समजूत काढण्याचा प्रयत्न करत होता. "एकीकडे लोकांना सांगू. दुसरीकडे त्यांच्या पुढाऱ्यांना सांगण्याची व्यवस्था करू. बाहेरच्या लोकांनी आमच्या वस्तीत ढवळाढवळ करू नये. लोकांनी ऐकलं नाही तर बाहेरचे गुंड आणू. माघार घ्यायची नाही." कलशट्टी आपला निर्धार व्यक्त करण्याचं आणि बलशेटवारला भडकावण्याचं काम करत होता.

विकास आघाडीचं जिल्हाभर जाळं पसरलं होतं. प्रत्येक झोपडपट्टीत त्यांच्या

शाखा होत्या. जाती-धर्माच्या पलीकडे जाऊन शोषितांची बाजू घेणारी ही संघटना होती. झोपडपट्टीवासीयांची झोपडपट्टी दादांच्या शोषणापासून मुक्तता करणे आणि त्यांना मूलभूत सुविधा उपलब्ध करून देणे, ह्यासाठी ही संघटना अस्तित्वात आली होती. त्यामुळे कलशट्टीचे पित्त खवळले होते. सर्वप्रथम सूत गिरणीतील कामगार आणि मजूर ह्या संघटनेचे सदस्य बनले होते. प्रामुख्याने हे सर्व दलित होते. विकास आघाडीच्या कार्यकर्त्यांमध्येही दलितच अधिक होते. त्यामुळे दलितेतरांना चिथावणी देण्यासाठी एक सोयीचं कारण होतं. कलशट्टी आणि बलशेटवार ह्या प्रकरणाचा गंभीर विचार करत होते.

'विकास आघाडी'ने आपल्या प्रमुख मागण्या लोकांपुढे मांडल्या होत्या.

'विकास आघाडी'चं काम लोकांच्या परिचयाचं होतं. 'विकास आघाडी'च्या मागण्यांचं हँडबिल घरोघरी वाटलं जात होतं.

* तालुक्यातील दलित आदिवासींच्या वस्त्या १९९५ च्या शासकीय नियमांनुसार कायम करण्यात याव्यात.
* झोपडपट्टीतल्या प्रत्येक झोपडीसाठी नळाची सुविधा द्यावी.
* झोपडपट्टीतल्या रस्त्यांचे डांबरीकरण करावे.
* झोपडपट्टीच्या फाट्याजवळ गतिरोधक बसवावा.
* झोपडपट्टीजवळ प्रत्येक बसला थांबा द्यावा.
* झोपडपट्टी दादांना तडीपार करण्यात यावे.
* झोपडपट्टी हागंदारी मुक्त करावी.

विकास आघाडीच्या मागण्या व्यापक स्वरूपाच्या होत्या. त्यामुळे झोपडपट्टी रहिवाशांच्या आशा पल्लवित झाल्या होत्या. "बौद्ध समाजापैकी जो कोणी वर बघून चालेल त्याचा वंशदेखील शिल्लक ठेवणार नाही," अशी धमकी झोपडपट्टी दादांनी दिली होती; तर 'गरिबी म्हणजे केवळ उत्पन्न कमी असणे नव्हे. निरक्षरता, अनारोग्य, निकृष्ट राहणीमान, कौटुंबिक अन्याय, मुलींची उपेक्षा आणि बकाली ही सर्व कारणे आहेत.' अशा आशयाचे हँडबिल वाचून लोकांनी मोकळा श्वास घेतला होता. झोपडपट्टी दादांना प्रथमच लोकांची भीती वाटली होती.

विकास आघाडीच्या स्थापनेमुळे वस्तीमध्ये नवी जाणीव निर्माण झाली होती. लोकांमध्ये नवीन वारे वाहू लागले होते. लोक उघडपणे बोलत नसले, तरी आपापसांत कुजबुजत होते. सामान्य माणसं ताठपणे वावरू लागली होती. त्यांना शोषणाची जाणीव झाली होती. लोक गुंडांच्या भयातून मुक्त होऊ पाहत होते. लोकांना स्वातंत्र्याची स्वप्ने पडू लागली होती. लोक गुंडांना पैसे देण्यासाठी टाळाटाळ करू लागले होते. वस्तीला स्वाभिमानाचा संसर्ग झाला होता.

लोकांना न्याय मिळण्याचा विश्वास वाटला, तर ते अन्यायाविरुद्ध बोलू लागतात. आपला कोणी तरी कैवार घेणारा आहे ह्याची खात्री झाली की, लोक बोलण्याचं धाडस करू लागतात. न्याय मिळण्याची खात्री नाही आणि आपल्या बाजूने कोणी उभं राहील, ह्या विषयी साशंकता असेल तर लोक निमूटपणे अन्याय सहन करणे पसंत करतात. विकास आघाडीमुळे वस्तीतल्या लोकांमध्ये हालचाल सुरू झाली होती. आपल्याला मन आणि बुद्धी आहे ह्याची प्रत्येकाला प्रचिती आली होती. आपल्या एकछत्री साम्राज्याला तडे गेल्यामुळे कलशट्टी आणि बलशेटवार अस्वस्थ झाले होते.

गरिबी हटाओ झोपडपट्टीतल्या बहुसंख्य स्त्रिया ह्या सूत गिरणीत कामाला होत्या. त्यांच्यात एकोपा होता. त्यांनी महिला मंडळाची स्थापना केली होती. रंजना कदम आणि सुरेखा माने भिशी चालवायच्या. रंजना कदमने महिला अल्प बचत गटाची स्थापना केली होती. सुरेखा माने आणि रंजना कदम दोन पैसे पाळून होत्या. वस्तीतल्या महिलांचं नेतृत्वही त्यांच्याकडेच होतं. त्या एकत्र कामाला जायच्या, एकत्र यायच्या. एकत्र जेवायच्या. वस्तीतल्या महिलांमध्येही विकास आघाडीची चर्चा सुरू झाली होती.

"आता भाडं देणं बंद होईल. आपल्याला खूप लुबाडलं आहे." रंजना कदम हिरीरीने बोलत होती.

"आपण विकास आघाडीचे काम सुरू करू." सुरेखा माने सर्वांच्या मनाची तयारी करत होती. त्यांच्यात ठिणगी पडली होती.

गरिबी हटाओ झोपडपट्टीत विकास आघाडीचे पोस्टर लागले होते.

□ □ □

केरबा आणि सोनबा हे सदानंद कांबळेंचे चुलत भाऊ होते. सदानंद कांबळे मंत्री होऊनही केरबा आणि सोनबाचे दारिद्र्य संपले नव्हते. सदानंद कांबळे स्कॉर्पिओ गाडीतून फिरत होता, तर केरबा आणि सोनबा मेलेल्या जनावरांची कातडी विकून जगत होते. अचलपूर आणि धरणगाव परिसरातल्या कसाबांकडून ते जनावरांची कातडी विकत घेत होते. इतकेच नव्हे, तर खेड्यापाड्यातले महारही मेलेल्या जनावरांची कातडी आणून त्यांना विकत होते. केरबा आणि सोनबाचा कातड्याचा व्यवसाय सगळ्यांना ज्ञात होता. केरबा आणि सोनबा ओल्या कातड्यांना मीठ लावून ठेवायचे आणि अचलपूरच्या आठवडी बाजारात ही कातडी ते ढोरांना विकायचे. एकेक कातडे आठशे ते नऊशेला विकले जात असे. केरबा आणि

सोनबाने वर्गणी द्यायला नकार दिल्यामुळे शिवशक्तीच्या कार्यकर्त्यांनी त्यांना अचलपूरच्या बाजारात कातडे विकायला मनाई केली होती. त्यामुळे केरबा आणि सोनबा धरणगावच्या बाजारात कातडे विकत होते. केरबा आणि सोनबा ओली कातडी विकत घेत. त्याला मीठ लावत आणि त्याचे जतन करत. कातडे सडू लागले की त्याची लालिमा कमी होऊन ते पांढरे पडे आणि त्याचे केस गळू लागत. कातडे सडू नये म्हणून त्याला मीठ लावले जाई. कातड्यांचा घाण वास सर्वत्र पसरत असे. त्यामुळे केरबा आणि सोनबा ह्यांना सतत लोकांची बोलणी खावी लागत होती.

कलशट्टी आणि बलशेटवारनी देखील केरबाला अनेक वेळा धमकावलं होतं.

केरबा आणि सोनबाच्या घरापुढं सतत ओली कातडी अंथरलेली दिसायची. गाय, बैल, म्हैस आणि रेडा ह्यांची कातडे उन्हात वाळू घातलेली असायची. केरबा आणि सोनबाचे वडील हातात काठी घेऊन कातड्यांची राखण करायचे. कावळा आला की खड्याने मारायचे, कुत्रा आला की काठी फेकून मारायचे. काही ढोरं केरबा आणि सोनबाच्या घरी येऊन कातडी विकत घेऊन जात असत.

सुरुवातीला केरबा आणि सोनबा कातडे डोक्यावरून वाहत होते. त्यानंतर त्यांनी हातगाडी विकत घेतली होती. हातगाडीवर कातड्यांचा ढीग रचून ते बाजाराला जात असत. कधी सोनबा हातगाडी ओढे, तर कधी केरबा.

आता त्यांनी कातड्याच्या व्यवसायासाठी जुना टेम्पो खरेदी केला होता.

□ □ □

आज सूत गिरणीला आठवड्याची सुट्टी होती. आज अचलपूरचा आठवडी बाजार असल्याने वस्तीतले बहुसंख्य लोक बाजाराला गेले होते. जी घरे उघडी होती, तिथं बंटी जात होता आणि भाडे मागत होता. प्रत्येक ठिकाणी त्याला नन्नाचा पाढा ऐकायला मिळत होता. बंटी चिडला होता. लोक त्याला कस्पटासमान लेखत होते. त्याची पर्वा करत नव्हते.

बंटी रंजना कदमच्या दारात उभा होता. रंजना कदमने त्याला हाकलून काढले होते. त्याचा घोर अपमान केला होता. बंटी अपमानामुळे बेभान झाला होता. त्याने रंजना कदमला अपशब्द वापरले होते. रंजना कदम त्याच्या तोंडावर थुंकली होती. बंटी चवताळला होता. त्याने रंजना कदमचे केस धरून तिला जमिनीवर लोळवले होते. दोघांत झटपट झाली होती. रंजना कदम आक्रोश करत होती. बंटी आक्रमक झाला होता. रंजना कदमने बंटीच्या मनगटाचा कडकडून चावा घेतला होता. बंटी तिला लाथा-बुक्क्या मारत होता.

पाईप लाईनकडे जाणारे म्हातारे तिथं आले होते. आबाने बंटीला डाफरलं होतं. "बंटी तिला सोड. बाई माणसावर हात उगारणं बरोबर नाही."

बंटीनं म्हाताऱ्यांकडे दुर्लक्ष केलं होतं. रंजना कदमचा आक्रोश ऐकून शेजारपाजारची माणसं जमली होती. बंटीला भेडसावण्याचं कोणी धाडस करत नव्हतं.

सूरजितने बंटीच्या पाठीत काठी घातली होती. नाना आणि काशिमही पुढे सरसावले होते. जमलेल्या स्त्रिया आरडाओरड करत होत्या. गोंधळ वाढल्यामुळे बंटी पळून गेला होता.

रंजना कदम बेशुद्ध पडली होती. सुरेखा मानेनं पोलिसांना फोन केला होता. रमा बाबरलाही मोबाईलवर बोलावलं होतं. सूत गिरणीत कळवलं होतं.

वस्तीत पोलीस आले होते. पोलिसांपाठोपाठ काशिनाथ पोळके, सिद्धार्थ पगारे आणि रमा बाबरही आल्या होत्या. पोलिसांनी धाडी टाकायला सुरुवात केली होती. आगलावेच्या घरामागे चालू असलेल्या जुगार अड्ड्यावर पोलिसांनी छापा टाकून जुगार खेळणाऱ्या अकरा जणांना अटक केली होती. त्यात मदर तेरेसा हायस्कूल आणि ज्युनिअर कॉलेजच्या शिक्षकांचाही समावेश होता. पोलिसांनी मैनाच्या दारू धंद्यावरही धाड टाकली होती. गावठी दारूचं सामान जप्त केलं होतं. मैना आणि काही दारूड्यांना ताब्यात घेतलं होतं.

सलग तीन तासांच्या शोध मोहिमेनंतर बंटीला शिंदीच्या बनातून पकडण्यात यश आलं होतं. बंटीला बघण्यासाठी बघ्यांनी गर्दी केली होती. जणू जंगली वाघाला पकडून आणले आहे, असं बघ्यांना वाटत होतं. पोलिसांनी छडीमार करून गर्दी पांगवली होती.

कलशट्टी आणि बलशेटवार पोलिसांबरोबर वाद घालत होते. कलशट्टी प्रक्षुब्ध झाला होता. तो पोलिसांबरोबर अरेरावी करत होता.

मराठे पी. आय. खवळले होते. त्यांनी कमरेचे रिव्हॉल्व्हर काढून कलशट्टीवर रोखले होते. वातावरणात शुकशुकाट पसरला होता. पोलीस व्हॅन गुन्हेगारांना घेऊन वस्तीबाहेर पडली होती.

वस्तीतल्या लोकांनी घाबरून आपले थकलेले भाडे रात्रीतून जमा केले होते. कलशट्टी आणि बलशेटवारच्या घरापुढे लोकांनी पैसे देण्यासाठी रांग लावली होती. दोन दिवसांनंतर सर्व गुन्हेगार जामिनावर सुटून आले होते.

रंजना कदमला मारहाण झाल्याची बातमी सर्वच वर्तमानपत्रांमधून झळकली. विकास आघाडीच्या कार्यकर्त्यांमध्ये संतापाची लाट उसळली होती. बाहेरच्या झोपडपट्टीतील विकास आघाडीचे तरुण गरिबी हटाओ झोपडपट्टीत येऊन धुडगूस

घातला. वस्तीला पोलीस संरक्षण देण्यात आले. झोपडपट्टीदादांची झोप उडाली. वस्तीतले लोक हादरले. झोपडपट्टी गुंडांनी आजवर अनेकांना बेदम मारहाण केली होती. गुंडांच्या हल्ल्यानंतर लोक दबून जात. गुंडांच्या भीतीने वस्तीत भीषण शांतता पसरे. गुंडांना प्रत्युत्तर देण्याचं साहस आजवर कोणीच केलं नव्हतं.

रंजना कदम प्रकरणाने लोक धीट बनले होते. त्यांच्या अंगात हत्तीचं बळ संचारलं होतं. लोकांचं मनोबल उंचावलं होतं.

गरिबी हटाओ झोपडपट्टीत विकास आघाडीच्या कार्यकर्त्यांची बैठक झाली होती. त्या बैठकीला जिल्ह्यातून कार्यकर्ते आले होते. ह्या बैठकीत गरिबी हटाओ झोपडपट्टीत जाहीर सभा घेण्याचे निश्चित झाले. झोपडपट्टीतील गुंडांना तडीपार करण्यासाठी निवेदनावर स्वाक्षऱ्या घेण्याची मोहीम सुरू झाली. त्यामुळे कलशट्टी आणि बलशेटवारच्या तोंडचे पाणी पळाले. रंजना कदम घरोघरी जाऊन लोकांच्या सह्या घेत होती. लोक तिचं स्वागत करत होते.

"गुंडांचे दिवस आता भरलेत" अशा गप्पा सुरू झाल्या होत्या. लोकांमध्ये संघटित होण्याचं महत्त्व रुजत होतं. त्यांना अन्यायाचा अर्थ उमगू लागला होता.

"गुंड म्हणजे आदिमानवाचे टिकून राहिलेले अवशेष होत. माणसांत दडलेले पशू म्हणजे गुंड होत. ह्या गुंडांना तडीपार केलं पाहिजे. समाजातल्या असहाय्यतेचा फायदा घेऊन हे गुंड जगत असतात. त्यांना समाजातली उदासीनता पोसत असते. निराधार, गरीब आणि अबलांवर अत्याचार करून हे गुंड दहशत पसरवित असतात. लोक गुंडांना आश्रय देत असतील, तर पोलीस गुंडांचा बंदोबस्त कसा करणार? लोकांनी कायद्याचे हात बळकट केले पाहिजेत. रंजना कदम आज जात्यात आहे, बाकीचे सुपात आहेत. उद्या त्यांच्यावरही वेळ येणार आहे. म्हणून लोकांनी विकास आघाडीच्या बाजूने उभे राहिले पाहिजे." विकास आघाडीचे कार्यकर्ते लोकांचं प्रबोधन करत होते.

कलशट्टीने सुरेखा मानेला आपल्या घरी बोलावून घेतले होते. सुरेखा माने घाबरून गेली होती.

कलशट्टीनं तिचं हसून स्वागत केलं. तिची तोंड भरून स्तुती केली. कलशट्टीच्या स्वागतामुळे आणि स्तुतीमुळे सुरेखा माने गोंधळून गेली. कलशट्टी इकडच्या-तिकडच्या गप्पा मारत पूर्वपदावर पोहोचला होता. ज्याची सुरेखा मानेला भीती वाटत होती, त्याच विषयावर कलशट्टी बोलू लागला होता.

"मानेबाई, मी तुम्हाला बहिणीसारखं मानतो. तुम्ही इथं एकट्या राहता. तुमच्याकडे कोणी वाकड्या नजरेनं पाहतं का? तुम्ही मला अनेकवेळा राखी बांधली आहे. आज तुम्हाला भाऊ वैरी वाटत आहे. आमची काय चूक झाली? तुमचा नवरा

महाराला मारून जेलमध्ये गेला आणि तुम्ही मात्र महाराची सोबत करताय? नवऱ्याच्या आत्म्याला काय वाटेल ह्याचा तरी विचार करा. आम्ही मित्र होतो म्हणून तुम्हाला जागा दिली. तुम्हाला आमचा विसर पडलाय. महारांनी तुमच्यावर कोणती जादू केलीय?'' कलशट्टी.

''मी विसरले नाही.'' सुरेखा माने.

''मग आम्हाला हद्दपार करा म्हणून सह्यांची मोहीम कशी चालू आहे?'' कलशट्टी.

''सगळ्यांनी सह्या केल्या आहेत म्हणून मीही सही केली. मी तुमच्या विरोधात नाही.'' सुरेखा माने.

''सगळ्यांनी सह्या केल्या नाहीत. हा महारा-मांगांचा डाव आहे. त्याला आपले लोक बळी पडत आहेत. त्यांना मी नको आहे. त्यांना त्यांच्या जातीचे पुढारी हवे आहेत. आम्ही ही वस्ती वसवली. आता ते वस्ती ताब्यात घ्यायला निघालेत. आम्ही काय मेल्या आईचे दूध पिलो नाही. एका रात्रीत सगळ्या झोपड्या जाळून टाकू. झोपडपट्टीत सगळे निळे झेंडे फडकत आहेत. उद्या तुमच्या झोपडीवरही निळा झेंडा लावतील. तुम्हाला 'जय भीम' म्हणायला लावतील. तुमच्या घरात आंबेडकरांचा फोटो लावतील. तुम्हाला महारं चालणार असतील आणि आम्ही चालणार नसू तर तसं स्पष्ट सांगा. सह्या गोळा करण्याचा त्रास कशाला घेता? आम्ही ही वस्ती सोडून जाऊ.'' कलशट्टी.

''ह्या सह्या गुन्हेगारांविरुद्ध घेतल्या जात आहेत.'' सुरेखा माने.

''होय ना! मीच आहे गुन्हेगार. मी केला गुन्हा सगळ्यांना जागा देऊन. तुमच्या झोपड्या टाकल्या. तुमचं संरक्षण केलं. आमच्यामुळे इथं बाहेरचे लुटारू, गुंड आले नाहीत. वस्तीवर आमचा धाक होता. आता महाराच्या धाकाखाली राहायचं असेल, तर आमच्या तुम्हाला शुभेच्छा आहेत.'' कलशट्टी.

''आमचा तसा हेतू नाही.'' सुरेखा माने.

''आम्हाला तडीपार करतील म्हणजे काय करतील? पाकिस्तानात तर पाठवणार नाहीत? इथंच कुठं तरी असू ना? आम्हाला तडीपार केल्यानंतर आम्ही रात्री-बेरात्री इथं येऊ शकत नाही का? चोवीस तास पोलीस पहारा राहणार आहे? आम्हाला कोणी आयुष्यातून उठवत असेल, तर आम्ही काय शांत बसू? तुम्हाला माहीत आहे, आम्ही तात्या कांबळेचा मर्डर केला. तुमचा नवराही होता आमच्याबरोबर. तुम्ही महाराची सोबत केली म्हणून त्याने आत्महत्या केली. तुम्हाला सांगून ठेवतो, आमच्याविरुद्ध जे कोणी सह्या करतील त्यांचा बदला घेऊ. तुम्ही त्या हलकट जातीच्या नादी लागू नका. मी तुम्हाला बहीण मानतो. नातं दोन्ही बाजूनी चालतं.

तुम्ही मला भाऊ मानलं पाहिजे आणि बहिणीसारखं वागलं पाहिजे. इकडं राखी बांधायची आणि तिकडं आमच्याविरुद्ध सह्या करायचं. हा विश्वासघात चालणार नाही. हे पाच हजार घ्या. आपल्या सगळ्या बायकांना तुमच्या घरी हळदी-कुंकवाला बोलवा. सकाळी तुमच्या घरी भगवे झेंडे येऊन पडतील. त्यांनी निळे झेंडे लावले आहेत. आपण भगवे झेंडे का लावू नयेत? तुम्हाला भगव्याची लाज वाटते का? का महारांनी वेडं केलंय तुम्हाला?'' कलशट्टी.

''मी हळदी-कुंकवाला आपल्या बायकांना बोलावते. मी ह्यापुढे सह्या गोळा करणार नाही. तुम्हाला हवं असेल तर आमच्या सह्या देऊ.'' सुरेखा माने.

''आपणही सह्याची मोहीम सुरू केली पाहिजे.'' कलशट्टी.

''तुम्ही निवेदन टाईप करून आणा. मी सह्या गोळा करते.'' सुरेखा माने.

''आमच्या वस्तीत कायदा सुव्यवस्था आहे. आम्हाला कोणाचा त्रास नाही. आमच्या बांधवांना अट्टल गुन्हेगार ठरवून त्यांना तडीपार करू नका. नाही तर आम्ही आमरण उपोषण करू, अशा आशयाचे निवेदन काढावे लागेल.'' कलशट्टी आपल्याला हवं ते सुरेखा मानेच्या मनावर बिंबवत होता. सुरेखा माने मान हलवत होती. तिच्या डोक्यात भगवे वादळ घोंघावू लागले होते. तिच्या मनात जातिभेदाचं आग्यामोहोळ उठलं होतं. ''आपला माणूस गुन्हेगार असला तरी त्याची बाजू आपण घेतली पाहिजे. जातीसाठी माती खाल्ली पाहिजे. शेवटी जातच कामाला येते.'' सुरेखा माने जातीचा विचार करत होती. सवर्ण एका बाजूला झाले होते. त्यांनी अस्पृश्यांना वेगळं पाडलं होतं. एकीकडे रंजना कदम, विकास आघाडी आणि सूत गिरणीतील नोकरी होती, दुसरीकडे कलशट्टी, घर आणि जातभाई होते. सुरेखा मानेच्या मनात उलथापालथ होत होती.

कलशट्टीचा संतापाने फणफणलेला चेहरा, त्याच्या मस्तकावर ताणलेल्या शिरा, त्याच्या तोंडाचा दारूचा उग्र वास, गळ्याभोवती जमा झालेला घाम, अति बोलल्यामुळे तोंडाला आलेला फेस, लालबुंद झालेले डोळे, मध्येच त्याचं दात चावणं ह्यामुळे सुरेखा माने बिचकली होती.

कलशट्टीच्या पाठीमागे आगलावे, उस्मान, बंटी, भावड्या आणि रघू पत्ते खेळत होते. दारूचा घोट रिचवत होते. मध्येच घोड्यासारखे खिंकाळत होते. बंटी सिगारेट ओढत होता. तो मध्येच पत्त्याचा डाव सोडून उठून येई. ''भाईऽ दार लावू का?'' म्हणून विचारी. त्याच्या अश्लील आणि विकृत हावभावाचा सुरेखा मानेनं धसका घेतला होता. ''उसका थोबडा देख. जाने दे.'' रघू पत्ते पिसत बडबडत होता.

सुरेखा मानेला तिथून बाहेर पडता येत नव्हतं. बंटी पुन्हा पत्ते खेळू लागला होता. सुरेखा मानेच्या अंगावर भीतीने काटे उठले होते. कलशट्टीनेही सिगारेट

पेटवली होती. बंटी पुन्हा डाव सोडून उठला होता. त्याने दार बंद करून कडी घातली होती. तो पँट काढून उभा राहिला होता. उस्मान त्याच्यावर खवळला होता. "बंटी, पागल है क्या? बात क्या हो रही है? और तू क्या कर रहा है? भाई, इसको बोलो!" बंटीने पुन्हा दरवाजा उघडला आणि तो डाव खेळायला बसला.

"मी सांगितल्याप्रमाणे झाले पाहिजे." कलशट्टी अत्यंत गंभीर होऊन निर्वाणीच्या स्वरांत बोलला होता. सुरेखा मानेची भीतीने गाळण उडाली होती.

सुरेखा मानेला वाटत होतं, हे सगळं रंजना कदमला सांगावं. पोलिसांची मदत घ्यावी; पण तिची हिंमत होत नव्हती. रंजना कदम दुखावली तर तिला समजावून सांगता येईल. झोपडपट्टी दादांचं वैर पत्करणं परवडणार नाही. सुरेखा मानेनं विचारपूर्वक सावज होण्याचं ठरवलं होतं.

सकाळी वस्तीतल्या स्त्रिया कामावर निघाल्या होत्या. रोजच्याप्रमाणं चेष्टामस्करी चालली होती. सुरेखा माने मात्र गंभीर बनली होती. तिला कोणीच बोलत नव्हतं. तीही कोणाशी बोलत नव्हती. ती कलशट्टीच्या घरी गेली होती हे सगळ्यांना कळाले होते. सुरेखा माने स्वत:हून वेगळी पडत होती. दुपारी तिनं वेगळं जेवण घेतलं होतं. तिच्या वेगळेपणात विध्वंस भडकत होता.

संध्याकाळी काम संपल्यानंतर सुरेखा माने गेटबाहेर पडली, तेव्हा तिच्याबरोबर सवर्ण स्त्रियांचा गट होता. त्यानंतर मुस्लिम स्त्रिया गटाने बाहेर पडल्या होत्या. दलित स्त्रिया सर्वांत शेवटी गेटबाहेर पडल्या होत्या. त्यांना वेगळं पाडल्याचं कळून चुकलं होतं. सुरेखा मानेच्या पुढाकाराने सवर्णांच्या झोपड्यांवर भगवे झेंडे फडकले होते.

□ □ □

बलशेटवारने वस्तीतल्या मुसलमानांना चहासाठी निमंत्रित केलं होतं. मस्जिदी-साठी जागा मागायला जे मुसलमान आले होते, त्यांच्या घरी जाऊन त्यांना खास निमंत्रण दिले होते. सय्यद सुशिक्षित बेकार होता. त्याचं संपूर्ण घर दंगलीचं भक्ष्य ठरलं होतं. म्हणून त्याचं कुटुंब गरिबी हटाओ झोपडपट्टीत राहायला आलं होतं.

अशरफचे सायकलचे दुकान होते. युनूस भाजी विक्रेता होता. वाहेद बीफ विकायचा. सलिमचा भंगारचा धंदा होता. अनिसचे रद्दीचे दुकान होते. गफार की मेकर होता. अहमद फुल विक्रेता होता. जावेदची बेकरी होती. वस्तीतले प्रमुख मुसलमान बलशेटवारच्या घरी जमले होते. त्यांच्या बोलण्यातून असंतोष खदखदत होता.

"आमचे आत्यंतिक अल्पसंख्यत्व आमचे प्राक्तन म्हणून आम्ही स्वीकारले आहे." सय्यद.

“दंगलीमुळे आम्हाला आमचे घरही असुरक्षित वाटू लागते.” युनुस.

“हिंदूंचे सर्व सण आम्हाला साजरे करावे लागतात.” अनिस.

“स्थानिक हिंदू आमच्याशी चांगले वागतात; पण हिंदुत्ववादी, कडवे हिंदू आमच्याबरोबर मनात खुन्नस ठेवून वागतात.” सय्यद.

“दंगली झाल्या की आम्ही अडचणीत येतो. शहरातल्या मुस्लिम नेत्यांनी प्रक्षोभक भाषणं केली, की झोपडपट्टीतल्या मुस्लिम भिकाऱ्यालाही कोणी हिंदू भीक वाढत नाही. हिंदू धर्माला शिव्या न देता संयमाने बोलले पाहिजे.” अहमद.

“आम्ही आमचं दुय्यमपण स्वीकारूनच इथं जगतो आहोत.” सय्यद.

“आम्ही अल्पसंख्याक असल्याने आमचा राजकीय धोका कोणाला वाटत नाही.” अशरफ.

“हा देश तुमचा नाही. तुम्ही देशद्रोही आहात असेच आमच्यावर बिंबवलं जात आहे. हा देश तुमचा आहे. तुम्हीही भारतीय आहात, असे कोणीच म्हणत नाही. प्रत्येक वेळी आमचा संबंध सीमेपलीकडे जोडला जातो. आमच्या देशाविषयीच्या निष्ठेविषयी संशय घेतला जातो.” सय्यद.

“बौद्ध धर्मात गेलेल्या दलितांना सवलती आहेत. मुस्लिम आणि ख्रिस्ती धर्मात गेलेल्या दलितांना का सवलती नाहीत?” अशरफ.

“शिक्षण, भाषा, सण, कपडे, सामाजिक आणि राजकीय वातावरण हिंदूमय राहणार आहे हे निमूटपणे स्वीकारावं लागत आहे.” युनुस.

“भारत-पाक क्रिकेट सामन्यात पाकचा विजय झाल्याने आम्हाला आनंद होतो हे गृहीतच धरले जाते.” सय्यद.

“आम्ही दलितांसारखी जाहीर वक्तव्ये करणे अपेक्षित नाही. आम्ही आमच्या हक्कांची भाषा बोलली की आम्हाला पाकधार्जिणे ठरवले जाते.” अशरफ.

“जातीय दंगल ही धर्मवादी राजकारणाचे माध्यम असते.” सय्यद.

“अल्पसंख्याकांनी आपले अल्पसंख्याकत्व मिटवण्यासाठी बहुसंख्याकांसोबत जाणे जरुरीचे आहे.” अहमद.

बलशेटवार मुस्लिम मनांचा कानोसा घेऊन हैराण झाला होता. आपण धगधगत्या आगीजवळ बसलो आहोत, ह्याची त्याला तीव्रतेने जाणीव झाली होती. तो झहिरामुळे मुसलमानांचा सहानुभूतिदार झाला होता. बलशेटवारने मस्जिदीसाठी जागा देण्याचे जाहीर केले, तेव्हा उपस्थित मुस्लिमांनी टाळ्या वाजवून त्याचे स्वागत केले. बलशेटवारला मुस्लिमांचा पाठिंबा मिळवायचा होता आणि त्यांना विकास आघाडी-पासून दूर ठेवायचे होते. मुस्लिमांनी विकास आघाडीच्या निवेदनावर सह्या करू नये

म्हणून त्याने ही चाल खेळली होती. बलशेटवारने घरी आलेल्या मुसलमानांना निरोप देताना मुद्दाम 'झहिरा' चा उल्लेख केला होता; तेव्हा अशरफने तात्काळ प्रतिक्रिया दिली होती. ''अभी वह मुसलमान कहाँ है?'' बलशेटवार दुखावला होता.

''ही जागा बलशेटवारची कोठे आहे? तो इतका दानशूरपणे बोलतोय.'' सय्यद.

''ही सगळी पृथ्वी अल्लाची आहे.'' अशरफ.

□ □ □

कलशट्टीने सुरेखा मानेला बोलावणे पाठवले होते.

बंटी सुरेखा मानेच्या घरी गेला होता. रंजना कदमला मारहाण केल्यामुळे बंटीची वस्तीतली दहशत वाढली होती. कलशट्टी बंटीवर महत्त्वाच्या जबाबदाऱ्या सोपवत होता. बलशेटवार आणि कलशट्टी ह्या दोन गँगमधील तो महत्त्वाचा दुवा झाला होता. त्याला आपली झोपडपट्टी दादा म्हणून ख्याती होते आहे ह्याचा गर्व वाटला होता. त्याची कलशट्टी आणि बलशेटवारजवळची ऊठ-बस वाढली होती. तो अधिक बेदरकारपणे वागत होता. वस्तीतले लोक त्याला पाहून दबकायला लागले होते. तो अधूनमधून हातात सत्तूर घेऊन फिरत होता. रस्त्याने सहज जातानाही तो एक-दोघांवर डाफरत असे.

बंटी कलशट्टीचा निरोप घेऊन सुरेखा मानेच्या घरी गेला होता. बंटीचा आवाज ऐकून सुरेखा माने दचकली होती. इतक्या रात्री बंटी आपल्या घरी आल्याचं पाहून आजूबाजूच्या लोकांना काय वाटेल, ह्याची तिला धास्ता वाटली होती.

वस्ती झोपली होती आणि बंटी सुरेखा मानेला जागं करत होता. सुरेखा माने त्याला कसलाच प्रतिसाद देत नव्हती.

बंटीने दारामागून हात घालून दाराची आतली कडी काढली आणि दार उघडलं.

दार उघडल्या-उघडल्या सुरेखा माने ताडकन् उठून अंथरुणात बसली होती. बंटी सैतानासारखा आत आला होता. तो सिगारेट ओढत होता. तो दारू पिला होता.

''काय रे? इतक्या रात्री काय? तुला आई-बहीण नाही का? भाईला सांगू का?''

''भाईनेच पाठवलंय. चल.''

''मी सकाळी येईन. आता नाही.''

''भाईनं तुला पुढं घालून आणायला सांगितलंय.''

''भाईला सांग मी उद्या येईन.''

बंटीने सुरेखा मानेच्या कमरेत हात घालून तिला उभे केले होते. ती हादरली होती. ती पन्नाशीतली होती. तो पंचविशीतला. दोघे बाहेर पडले होते. बंटी पुढे

आणि ती मागे. चालता-चालता ती बंटीच्या मजबूत आणि ठणक मांड्या निरखीत होती. ह्या मांड्या आपल्यावर कशा स्वार होतील ह्या विचाराने ती उत्तेजित झाली होती. भाईनं इतक्या रात्री कशाला बोलावलं असेल? सगळेच आपल्यावर तुटून पडले तर? सुरेखा माने भेदरली होती.

बंटीचा मोबाईल वाजला. बंटी मोबाईलवर बोलत होता. "दोन-मिनिटांत पोहचतो. जवळ आलोय."

सुरेखा मानेचे हात-पाय गळाटले होते. 'आपल्यावर सामुदायिक बलात्कार करतील.' ह्या कल्पनेने ती भ्याली होती. आरडाओरड करून लोकांना जागं करावं असं तिला वाटलं होतं; पण ती मुकाट्याने बंटीच्या मागून चालत होती.

बंटी आणि सुरेखा माने कलशट्टीच्या पुढे हजर झाले होते. कलशट्टीने बंटीला बाहेर थांबायला सांगितले होते. तेव्हा तर सुरेखा मानेच्या उरात धडकी भरली आणि तिच्या मांड्या लाजाळूच्या पानांसारख्या मिटल्या होत्या. कलशट्टीने तिला जवळ बसवून घेतले. ती अंग चोरून बसली. कलशट्टीने तिच्यावर खेकसले होते. "नीट बस. व्यवस्थित. मी तुझ्यावर चढणार नाही. मला महत्त्वाचं बोलायचं आहे." सुरेखा माने रडवेली झाली होती. तिने ऐसपैस बसण्याचा प्रयत्न केला होता.

कलशट्टी केवळ जाँगवर बसला होता.

त्याच्या अंगावर अस्वलासारखे केस होते. सुरेखा माने स्वत:ला सावरण्याचा खूप प्रयत्न करत होती. तरीही तिची घायाळ नजर कलशट्टीच्या बलदंड छातीवर खिळत होती. ती खाली मान घालून बसली होती.

कलशट्टीने सुरेखा मानेला आपली योजना समजावून सांगितली होती. "समजलं का? का पुन्हा सांगू?" कलशट्टी तिला पुन:पुन्हा विचारत होता. सुरेखा माने मानेनेच होकार देत होती. "तोंडाने बोल" कलशट्टी तिच्यावर ओरडला होता. सुरेखा माने घाबरून "होय होय" म्हटली होती. तिची नजर त्याच्या उघड्या मांड्यांवर पडली होती.

कलशट्टी स्वत: जागेवरून उठला होता. त्याने आतल्या खोलीतून भरलेली एक पिशवी आणली होती. पिशवीत मोड येणारी कडधान्ये होती. त्यामध्येच शुभ्र संगमरवरी दगडाची गणेशाची मूर्ती होती. कलशट्टीने ती पिशवी सुरेखा मानेकडे सोपवली. कलशट्टी स्वत: तिला पोहोचविण्यासाठी तिच्या घरापर्यंत गेला होता.

दोघांत पुन्हा कसलाच संवाद झाला नव्हता. ही जबाबदारी त्याने मुद्दामच बंटीवर सोपवली नव्हती. ह्यात त्याला कायमची गोपनीयता पाळायची होती. ही बाब लोकांच्या धार्मिक भावनेशी निगडित होती. त्यामुळे कलशट्टी प्रत्येक गोष्ट काळजीपूर्वक करत होता. कलशट्टी सुरेखा मानेचा निरोप घेताना अत्यंत गंभीर होऊन बोलला होता. "ही बाब दोघांतच आहे. ती तिसऱ्या कोणाला कळाली तर तुझ्याकडूनच कळेल आणि

त्याचे गंभीर परिणाम होतील.'' सुरेखा मानेनं कळसूत्री बाहुलीप्रमाणे मान डोलावली होती.

सुरेखा माने रात्रभर झोपली नव्हती. तिला ताण असह्य झाला होता. कलशट्टीने तिच्यावर अवघड जबाबदारी सोपवली होती. अत्यंत संवेदनाक्षम आणि स्फोटक कामाची ती जुळवाजुळव करत होती. तिची झोप उडाली होती. तिला एकाकीपणा असह्य झाला होता.

तिने दार उघडले. अंधारात दूरवर डोळे फाडून पाहिले. कसलीच चाहूल लागत नव्हती. दारात पहुडलेले कुत्रेदेखील नव्हते. अंधारात एकाकी उडणारा काजवा दिसला होता. बालपणी तिने असे काजवे पकडले होते.

तिनं अत्यंत निराशेनं दार लावून घेतलं. तिला अंथरूणही टोचत होतं. तिचा मेंदू बधिर झाला होता. पहाटे-पहाटे कोंबडा आरवला होता आणि तिचा डोळा लागला होता.

ती दिवसभर अंथरुणात लोळत होती. तिच्या अंगात बारीक ताप आला होता. आज ती कामावर गेली नव्हती. आज ती न्हाली नव्हती. घराला झाडू मारला नव्हता. अंथरूणही काढलं नव्हतं. तिने दोन वेळा चहा करून पिला होता. आज ती दिवसभर झोपून होती. तिचं अंग जड झालं होतं. झोपडपट्टी दादांनी तिला अजगरासारखा विळखा घातला होता. संध्याकाळ झाली होती. ठरल्याप्रमाणं विकास आघाडीची सभा सुरू झाली होती.

अचलपूर-धरणगाव रोड गर्दीनं फुलला होता. गरिबी हटाओ झोपडपट्टीतला प्रत्येक माणूस ह्या सभेला हजर होता. केवळ ओली बाळंतीणच घरी राहिली असेल. सगळी वस्ती झाडून सभेला लोटली होती. अनेक झोपडपट्ट्यांमधून माणसं आली होती. विकास आघाडीच्या कार्यकर्त्यांमध्ये उत्साह दिसत होता. पोलीस बंदोबस्त चोख ठेवला होता. लाऊड स्पीकरमुळं वक्त्यांचा आवाज दूरपर्यंत ऐकू जात होता.

सभेतील वक्ते झोपडपट्टी दादांवर टीका करत होते. टाळ्यांचा आणि घोषणांचा मुसळधार पाऊस पडत होता. कलशट्टी आणि बलशेटवारच्या गँगमधील गुंड कलशट्टीच्या घरी बसून भाषणं ऐकत होते. जनशक्तीचा रेटा पाहून ते भयभीत झाले होते. बंटी पसार झाला होता. झोपडपट्टी दादांपुढे आव्हान निर्माण झाले होते. ते चिंतित झाले होते. ते लोकांना निर्दयपणे चिरडण्याचा विचार करत होते.

विकास आघाडीच्या नेत्यांचा आवाज गर्जत होता. त्यांच्या भाषणात फुले, आंबेडकरांचा वारंवार उल्लेख होत होता. विकास आघाडीची ही विराट सभा होती. लोकांनी आपल्या जाती विसर्जित केल्या होत्या. अन्यायाविरुद्धच्या प्रत्येक घोषणेचं ते भरभरून स्वागत करत होते. सर्वसामान्य माणसाच्या मनातल्या असंतोषाने पेट

घेतला होता. गुन्हेगारांविरुद्ध त्यांच्या मुठी शिवशिवत होत्या. शोषणाच्या जाणिवेने त्यांचे ओठ तटतटत होते. जनशक्तीला उधाण आले होते.

"लोक म्हणजे प्रक्षुब्ध जमाव आणि प्रार्थनास्थळांमध्ये मिटलेले हजारो भावुक डोळे. लोक म्हणजे स्वातंत्र्याची प्रचंड हाक. लोक म्हणजे महाकाय अहिंसा. लोक म्हणजे संवेदनशील भावनेचा प्रचंड उद्रेक. लोक म्हणजे राष्ट्राचं मन. लोक म्हणजे संस्कृतीचा स्वभावधर्म. लोक म्हणजे सृजनशील ताकद. लोक म्हणजे समुद्राचा उठाव. लोक म्हणजे आभाळाची ताकद. लोक म्हणजे देव, धर्म आणि राष्ट्राचे निर्माते." रमा बाबर आपल्या भाषणातून लोकांना त्यांचं महत्त्व पटवून देत होती आणि सुरेखा माने कलशट्टीने दिलेली पिशवी घेऊन घराबाहेर पडली होती. तिला आपल्या घराचे दार बंद करण्याचेही भान राहिले नव्हते. सुरेखा माने घराबाहेर पडली होती. सभेतल्या आरोळ्या, शिट्या, टाळ्या आणि घोषणा ऐकून तिच्यावर प्रचंड दडपण आलं होतं. सभेसाठी लावलेल्या हॅलोझनचा प्रकाश दूरपर्यंत पसरला होता. ती एकटीच मैदानात चालत होती. तिच्यासोबत तिची लांबवर पसरलेली सावली होती. आपल्याला कोणी पाहत तर नाही ना? ह्या भीतीने तिच्या हातापायात कापरे भरले होते. ती ठरल्या ठिकाणाकडे झपाट्याने जात होती.

रमा बाबरचा आवाज टीपेला पोहचला होता. वस्तीतले म्हातारे काठी उंचावून तिच्या भाषणाला दाद देत होते. "लोक सक्रिय झाले तर झोपडपट्टीतील चार-पाच गुंडच काय सीमेवरील अतिरेकीही पळवून लावू." रमा बाबरच्या ह्या विधानाला श्रोत्यांनी उत्स्फूर्त दाद दिली होती.

लोक ताठ मानेनं सभेला गेले होते. त्यांनी गुंडांच्या धमकीला भीक घातली नव्हती. मुस्लिम स्त्रियाही बुरखा घालून सभेला आल्या होत्या. खडे वेचून टाकावेत तसे गुंड बाजूला पडले होते. ते विकास आघाडीला दोष देत होते.

सुरेखा मानेनं आपलं काम आटोपलं. तिच्या हातात आता कलशट्टीनं दिलेली रिकामी पिशवी होती. ती गेल्या वाटेनं परत येण्याऐवजी शिंदीच्या बनाकडून पाऊलवाटेनं येत होती. कधी एकदा घरात पोहचू असे तिला झाले होते. झुडुपाजवळ काही तरी सरकल्याचा आवाज झाला. ती भ्याली. तिच्या अंगावर काटा आला.

तिने झुडुपाकडे डोळे फाडून पाहिले. काक्याची मोठी मुलगी प्रीती आणि अशरफचा एकुलता एक मुलगा रफीक दोघे एक झाले होते. प्रीतीच्या उचललेल्या टांगा दिसत होत्या. सुरेखा माने जागच्या जागी थांबली. रफीकच्या अंगाखाली प्रीती झोपली होती.

सुरेखा मानेने काही न बोलता पुढली वाट धरली. तिनं पुढं जाऊन पुन्हा मागे वळून पाहिलं. ते उठले नव्हते. वस्तीतले लोक सभा ऐकण्यात गुंतले होते,

तर प्रीती आणि रफीक एकमेकात गुंतले होते.

सुरेखा मानेचा गोंधळ उडाला होता. ती आपल्या दारात पोहोचली होती. ''हम सब एक है'' अशा गगनभेदी घोषणा तिला ऐकायला आल्या होत्या. दाराला कडी न लावताच आपण गेलो होतो ह्याचे तिला आश्चर्य वाटले होते.

ती दार उघडून आत गेली. ती प्रचंड भ्याली. पायाखालची जमीन सरकते आहे असा तिला भास झाला. ती रडवेली झाली. भीतीने तिचे हात-पाय लटपट कापत होते. तिची बोबडीच वळली होती. तिच्या अंथरुणात कोणी तरी पांघरूण घेऊन झोपले होते. ते दृश्य अभद्र प्रेतासारखे दिसत होते.

''कोण आहेऽऽ?'' जीवाच्या आकांताने ती ओरडली होती आणि अंथरुणातला देह थडथडू लागला होता. ''कोण आहेऽ?'' सुरेखा माने रडवेल्या आवाजात पुन्हा एकदा ओरडली होती. अंथरूणातल्या देहाचं अभद्र विव्हळणं ऐकू येऊ लागलं होतं. तिने सर्वशक्तीनिशी पांघरूण ओढून घेतले. पांघरुणाखाली बंटी होता.

सुरेखा मानेनं हातातली चादर खाली टाकली. बंटीने तिचे पाय धरले. तो रडत होता. 'दार लावऽ' म्हणून त्याने याचना केली. सुरेखा मानेनं दार लावलं होतं.

बंटीच्या गळ्यात चपलांची माळ होती. त्याच्या तोंडाला काळे फासले होते. त्याचे कपडे फाटले होते. विकास आघाडीच्या लोकांनी त्याला बेदम बडवलं होतं. तो जीव मुठीत घेऊन निसटला होता. त्याच्या डोळ्यांतून अश्रू ओघळत होते.

सुरेखा मानेनं त्याच्या गळ्यातील चपलांची माळ काढली. बंटी थोडा सावरला. बंटी घराबाहेर पडायला नकार देत होता. सुरेखा त्याला बाहेर काढण्याचा प्रयत्न करत होती. बंटी अगतिक होऊन तिच्या गळ्यात पडला होता.

सुरेखा मानेला प्रीतीच्या टांगा आठवल्या. रफीकचं उघडं ढुंगण आठवलं. तिच्या अंगात वाफा उठल्या. तिने बंटीला छातीशी धरलं. तिच्या शरीरातली ऊब उफाणली होती. तिने त्याचे अश्रू पुसले. तो तिच्या मांडीवर पहुडला.

विकास आघाडीची सभा संपली. गर्दी पांगली. लोक चर्चा करत आपापल्या घरी निघाले.

रस्त्यावरून जाणाऱ्या गर्दीची चाहूल लागल्यामुळे बंटीने सुरेखा मानेला आणखी घट्ट मिठी मारली होती.

सुरेखा मानेनं आपल्या घराचं लावलेलं दार तिसऱ्या दिवशी उघडलं.

बंटी पहाटे उठून गेला होता. बंटी निघून गेल्यानंतर तिनं अंथरूण मोडलं होतं. अंघोळीसाठी पाणी तापायला ठेवलं होतं. बंटीच्या आठवणीत त्याने ओढून टाकलेले सिगारेटचे थोटूक ती ओढत होती. तिने आपल्या परकरवर पडलेले

वीर्याचे असंख्य डाग कुतूहलाने न्याहाळले होते. तिच्या शरीरात गोड हुरहुरी उठली होती.

त्याच्या दाढी-मिशांच्या झालेल्या गुदगुल्या, त्याच्या श्वासातली उग्र दुर्गंधी, त्याच्या अंगाच्या घामाचा वास, त्याच्या तोंडाचा सिगारेटचा दर्प, त्याची लांब जीभ, त्याचे अणकुचीदार दात तिला शरीरावर रुजलेले दिसत होते. त्याने तोंडात ओढून घेतलेली तिची जीभ, त्याने शोषलेली तिची लाळ, तिच्या खांद्याचा कडाडून घेतलेला चावा, त्याच्या नखाचे अंगभर उमटलेले व्रण, त्याच्या पाठीवर दिसणारी चाकूच्या जखमेची खूण, त्याचा धुसमुसळा स्वभाव तिला राहून राहून आठवत होता.

त्याने खांद्यावर उचलून घेतलेल्या तिच्या दोन्ही टांगा, कमरेतून पूर्ण वाकलेला तिचा अर्धा देह, तिचे गुडघे तिच्या पोटाशी आलेले, त्याच्या दोन्ही मांड्यांची तिच्या ढुंगणावर मजबूत बसकण, तिच्या दोन्ही खांद्याला आवळून धरलेले त्याचे दोन्ही हात, त्याचा घामाने डबडबलेला देह, तिची मोकळी झालेली छाती, तिला लागणाऱ्या कळा, बेहोषीने भरलेला तिचा देह, तिच्या शरीराने पूर्ण आत घेतलेले त्याचे ठणक अवयव, तिच्या गर्भात फुटलेले प्रचंड वादळ, तिच्या शरीरात उडालेले गरम पाण्याचे झरे, तिच्या मेंदूत फुटलेल्या शोभेच्या दारूच्या ठिणग्या, तिच्या अणूरेणूतून वाहिलेल्या हिमनद्या, त्याचा सैल झालेला देह, तिने पदराने पुसलेले त्याचे घामाने डबडबलेले अंग, त्याने तिच्या परकराला पुसलेलं मावळणारं आपलं लिंग, ती पुनः पुन्हा आठवत होती. त्या अविट क्षणांना ती पुनः पुन्हा उपभोगत होती. तिच्या चेहऱ्यावर तृप्तीचे ढग भरून आले होते. तिला बरसण्याची पुन्हा एकदा तीव्र इच्छा झाली होती.

ती आजही कामाला गेली नव्हती.

सूर्य मध्यान्हाकडून कलंडला. तिसऱ्या प्रहराला सुरुवात झाली. सुरेखा माने ठरल्या ठिकाणी गेली. तिला जे दृश्य दिसले ते केवळ अद्‌भुत होते. ती आनंदाने थरारली. तिच्या डोळ्यांवर तिचा विश्वास बसत नव्हता. ती बेभान झाली. तिने दैवी चमत्कार पाहिला होता. मातीला मोहोर फुटला होता. पृथ्वीच्या गर्भातून परमेश्वर प्रकटत होता. हा अपूर्व देखावा होता. शुभ्र संगमरवरी गणेशाची सोंड मातीतून कोंब बाहेर यावी, तशी बाहेर पडत होती. शुभ्र पांढऱ्या सोंडेवर ओली काळीभोर माती दिसत होती. माती उसवली होती. तिच्या शरीरात हजारो हाकांनी जन्म घेतला होता. तिच्या हाका ऐकून गुराखी धावत आले होते.

जमिनीतून विघ्नेश्वर प्रकटतो आहे हे पाहून गुराख्यांनी जल्लोष केला होता. दैवी चमत्काराची बातमी वाऱ्यासारखी सर्वत्र पसरली होती. लोकांच्या दर्शनासाठी रांगा लागत होत्या. सर्वप्रथम कलशट्टी आपल्या गँगला घेऊन घटनास्थळी पोहोचला

होता. भूमीतून अवतार घेणाऱ्या श्रींच्या मूर्तीभोवती शंभर फुटांचे रिंगण घातले होते. रिंगणाच्या आत कोणालाही प्रवेश मिळत नव्हता. रिंगणावरच भाविक फुले आणि श्रीफळ उधळत होते. चहुबाजूंनी लोकांचा लोंढा येत होता.

पत्रकार, कॅमेरामन, फोटोग्राफरही आले.

पोलीस येऊन पोहोचले.

विविध वृत्तवाहिन्यांच्या प्रतिनिधींनी गर्दी केली.

कलशट्टीने गणेश मंदिर बांधण्याचा संकल्प जाहीर केला. लोक उत्स्फूर्तपणे देणग्या देत होते.

सुरेखा मानेनं खड्ड्यात पुरलेल्या कडधान्यांना मोड येत होते आणि त्यावर ठेवलेली श्रींची मूर्ती हळूहळू कोंबासारखी मातीतून बाहेर पडत होती.

□ □ □

गरिबी हटाओ झोपडपट्टीत मस्जिद बांधून तयार झाली होती. त्यावर भोंगेही लावले होते. गणेश मंदिरही बांधले होते. सकाळ-संध्याकाळ ध्वनिक्षेपकांवरून प्रार्थना केल्या जात होत्या. नमाज आणि महाआरतीला धार चढली होती. लोक अंधश्रद्ध आणि धार्मिक बनत होते. त्यांच्या प्रश्नांनी प्रार्थनेचं स्वरूप धारण केलं होतं. ईश्वर हाच विश्वाचा निर्माता आहे. तोच कर्ता करविता आहे. लोक आपल्या जटिल दुःखाचं निराकरण करण्यासाठी ईश्वराच्या शोधात भटकत होते. ईश्वर हेच आपल्या सर्व समस्येचे मूळ आहे. ईश्वर हेच आपल्या प्रश्नाचे उत्तर आहे, अशी लोकांची दृढ श्रद्धा होती. त्यामुळे जागृत मंदिरापुढं गर्दी वाढत होती. अज्ञान, गूढ आणि सर्व शक्तिमान अशा ईश्वरापुढं माणसं नतमस्तक होत होती. त्यांचं एका मंदिरात समाधान होत नव्हतं. त्यामुळे मंदिरांची संख्या वाढत होती. ईश्वरांची संख्या वाढत होती. लोकांच्या प्रश्नांनी गंभीर स्वरूप धारण केलं होतं. त्याला व्यवस्थेनं उत्तर दिलं होतं. भ्रष्टाचार आणि गुन्हेगारी ह्या दोन पावलाने सत्ता चालत होती. सामान्य माणसं रोजी-रोटीसाठी ईश्वराला नवस करत होती. मतपेटीचं दर्शन त्यांना पाच वर्षाने एकदा होत होतं. मंदिरातली दानपेटी त्यांना रोजच दिसत होती. मतपेटीपेक्षा त्यांना दानपेटी जवळची वाटत होती. गणेश मंदिरामुळं मंदिर परिसरात पूजेच्या साहित्याच्या दुकानांची रांग निर्माण झाली होती. वस्तीतल्या भिकाऱ्यांना आता भीक मागण्यासाठी लांब जावं लागत नव्हतं.

दलितांच्या झोपड्यांवर निळे झेंडे, सवर्णांच्या झोपड्यांवर भगवे झेंडे आणि मुस्लिमांच्या झोपड्यावर हिरवे झेंडे फडकत होते.

हिंदूंना आपल्या शेजारी एक पाकिस्तान आहे ह्याची जाणीव झाली होती.

आपण बहिष्कृत भारतात राहत आहोत अशी दलितांची भावना होती.

आपल्याला अतिरेकी ठरवून बदनाम केलं जात आहे असं मुस्लिमांना वाटू लागलं होतं.

सामाजिक ऐक्य जनावराच्या कातड्याप्रमाणं सडत होतं. एकमेकांबद्दल अविश्वासाची भावना वाढीला लागली होती. सहिष्णुता नष्ट होत होती. संवाद संपला होता. जाती-जातींमध्ये तेढ निर्माण करण्याचे षड्यंत्र सुरू झाले होते. त्यामुळे विकास आघाडीला जातीधर्मापलीकडे जाऊन संघटन बांधणे अवघड झाले होते.

एकीकडे सामाजिक ध्रुवीकरणाची प्रक्रिया वेग घेत होती. अनुसूचित जाती, जमाती, मागासवर्ग आणि अल्पसंख्याक वर्ग जवळ येऊ लागले होते. नवी सामाजिक सत्ता उदयाला येत होती. त्याचवेळी सामाजिक विघटनाचेही डाव खेळले जात होते. ज्यांच्या पायाखालची वाळू घसरत होती, ते दलितांना वेगळे पाडण्याचे प्रयत्न करत होते. 'आपले मित्र वाढतील अशी आंदोलनं केली पाहिजेत' अशी नवी निकड

चळीवळीपुढे निर्माण झाली होती.

सूत गिरणीजवळ शिवाई सहकारी साखर कारखाना उभा राहिला होता. कारखाना, कारखान्याचे गेस्ट हाऊस, शेतकरी सदन, कर्मचाऱ्यांचे क्वार्टर्स, कँटीन, वजनकाटा, रिझर्व्ह टँक, स्प्रे पाँड, गोडाऊन, डिस्टिलरी प्लँट, कागद कारखाना, दवाखाना, बाग आणि कारंजी ह्यामुळे कारखान्याचा परिसर भव्य वाटत होता. कारखान्याचे जवळ-जवळ बारा हजार शेतकरी सभासद होते. माणिकचंद आणि गोपीचंदची कारखान्यावर निर्विवाद सत्ता होती. कारखान्यामुळे अचलपूर-धरणगाव रोडवर ट्रक, ट्रॅक्टर आणि बैलगाड्यांची वर्दळ सुरू झाली होती.

बलशेटवारने कॉर्नरवर मोक्याची जागा पकडून 'हीरा केबल्स' चे ऑफिस सुरू केले होते.

कलशट्टीने व्हेज अँड नॉन व्हेज ढाबा सुरू केला होता. त्याला 'भाई का ढाबा' असं नाव दिलं होतं.

काक्याने वस्तीजवळ श्री दत्त कँटीन सुरू केलं होतं.

हमीदने आपल्या भावाला पिठाची गिरणी घालून दिली होती.

पिंकीचा भाऊ तुषारने किराणा अँड जनरल स्टोअर्स सुरू केले होते.

रिंकीचा भाऊ गोविंद याने टेलिफोन बूथ आणि झेरॉक्स मशिन टाकले होते.

युनुसने लाँड्रीचे दुकान सुरू केले होते.

अहमदने मटण स्टॉल टाकला होता.

अमरिंदरने टायर रिमोल्डिंग आणि पंक्चरचे दुकान सुरू केले होते.

कारखान्याजवळ बस स्टॉप सुरू झाला होता. अचलपूर-धरणगाव रोडचा कायापालट होत होता.

□ □ □

"हा देश हिंदूंचा आहे. कोणतेही सरकार हिंदूंच्या धार्मिक भावना दुखावू शकत नाही. राष्ट्र निर्माणाचे तत्त्वज्ञान म्हणजेच हिंदुत्व. कोट्यवधी अस्वस्थ हिंदू मनांनी आपल्यापुढं ध्येय ठेवले पाहिजे, एकसंध हिंदू राष्ट्राचे." महाआरती झाल्यानंतर लोकांच्या समुदायापुढे धार्मिक भावनांना खतपाणी घालणारी प्रवचनं केली जात होती.

वस्तीतल्या आक्रमक धर्मवादाचा पहिला झटका बलशेटवार आणि झहिराला बसला होता. धर्माने त्यांच्या दारावर धडक मारली होती. त्यांचे आयुष्य किलकिले केले होते. कुठल्याही क्षणी त्यांच्या वैयक्तिक जीवनात धर्म एका झोपडपट्टी दादासारखा धडकणार होता. धमकावणार होता. दोघेही विचलित झाले होते.

“सोच, एक तो मुझे छोड दे, नही तो तेरा मजहब छोड दे.”

“तुझे भी छोड नही सकता और मेरा मजहब भी छोड नही सकता.”

“फिर मुझे हिंदू बना.”

“हमारे लोग तयार नही. तुझे कौनसी जाती में लेना यह उनको समझ नही रहा है.”

“नागनाथ, अपनी शादी नही हुअी. अपने मजहब अलग है. हम समाज में रहते है. मैं अकेली पड गयी हूँ. सब मेरी नफरत करते है.”

प्रत्येकाला सुरक्षित जगण्यासाठी आपल्या जातीधर्माचं पाठबळ हवं होतं. कायदा आणि सुव्यवस्थेवरील सर्वसामान्य माणसांचा विश्वास उडल्याचं हे द्योतक होते.

□ □ □

“ऐसा क्यूँ देखता है रे?” झहिरा.

“युँही.” बंटी.

“तेरे आँखों में मिर्च डालूँगी.” झहिरा.

“मामी, तू बहोत सुंदर है.” बंटी.

“बंटी, मैं बहोत बूरी औरत हूँ. मुझे सब समझता है. मर्द जातीको मैंने शराब जैसा पिया है. तू छोटा है. ऐसा किसी के ओर भी देखना अच्छा नही.” झहिरा.

बंटी बलशेटवारच्या घरी आला की झहिराकडे चोरून पाहायचा. त्याच्या वाईट नजरेनं तिला अनेक वेळा दंश केला होता. झहिराने एकदा त्याला डोळे वटारले होते. बलशेटवार घरी नसला की बंटी मुद्दाम काहीतरी निमित्त काढून घरी यायचा आणि झहिराची चेष्टा-मस्करी करायचा. झहिराला त्याच्या नजरेतील याचना कळाली होती. झहिराने कितीही अपमान केले तरी बंटी निर्लज्जपणे हसत असे.

□ □ □

“लोकांना आज ना उद्या त्यांच्या प्रश्नांची तीव्रता कळेल. खूप काळ त्यांना भावनिक प्रश्नांवर झुंजवत ठेवता येत नाही.” कलशट्टी.

“आपण आजचा विचार केला पाहिजे. गुन्हेगारांचा भविष्यकाळ असतोच काय? पोलीस एनकाऊंटर करून गोळी घालतात किंवा दुसरा गुन्हेगार निर्माण होतो आणि तो गोळी घालतो. हे काहीच घडलं नाही, तर तुरुंगाची

हवा खाणं अटळ असते. ह्यातून सुटका नाही.'' बलशेटवार.

''ह्यातून सुटका होऊ शकते. आपण राजकारणात सक्रिय झालो तर!'' कलशट्टी.

''सदानंद कांबळेला बोलायचं का?'' बलशेटवार.

''आपल्याला राजकीय नेत्यांचा आश्रय मिळवावा लागेल.'' कलशट्टी.

विकास आघाडीच्या कामामुळे झोपडपट्टी दादांपुढे आव्हान निर्माण झालं होतं. जाती-धर्माच्या पलीकडे जाऊन विकास आघाडीचे कार्यकर्ते काम करत होते. त्यांचं काम लोकांच्या कल्याणाचं होतं. ते लोकांच्या मूलभूत प्रश्नांना भिडत होते. त्यांचं काम धीम्या गतीनं पण शिस्तीनं चालू होतं. ते लांब पल्ल्याचा विचार करून काम करत होते. ''बहुजन हिताय, बहुजन सुखाय'' हे त्यांचं ध्येय होतं.

रमा बाबरने गरिबी हटाओ झोपडपट्टीतल्या मुलांसाठी इंग्रजी माध्यमाची शाळा सुरू केली होती. रस्त्यावरच्या मुलांना एकत्र करून त्यांना शिकवलं जात होतं. मुलांमध्ये शिक्षणाची गोडी निर्माण केली जात होती.

''निरक्षरांच्या पिढ्या पुढं सरकत आहेत. कोणत्याही शाळेत जाऊन परीक्षा घ्या हेच चित्र दिसेल. शिक्षक हीच खरी समस्या आहे. बांधीलकी आयात करता येत नाही. शिक्षकाकडेच ज्ञान नाही तर विद्यार्थ्यांकडून कोठून येणार? मुलांमध्ये क्षमता निर्माण करणे ही आपली जबाबदारी आहे, असे शिक्षकांना वाटत नाही. शिक्षकाची गुणवत्ता हीच धोकादायक बाब आहे. खेडोपाडी शिक्षणाचे काय वाटोळे होत आहे हे शासनाच्या पर्यवेक्षण यंत्रणेला कळत नाही. सगळीकडे सावळा गोंधळ आहे. मुलांना नीट वाचता येत नाही. नीट लिहिता येत नाही. ते पास होत आहेत.'' रमा बाबर.

''हमारे बच्चों को भवितव्य नही है मॅडम.'' जॉबर.

रमा बाबर, काशिनाथ पोळके, सिद्धार्थ पगारे, सय्यद आणि विश्वनाथ कुलकर्णी प्रशालेच्या कार्यालयात बसले होते. सावित्रीबाई फुले न्यू इंग्लिश स्कूल अल्पावधीतच वस्तीत चर्चेचा विषय ठरले होते. विश्वनाथ कुलकर्णींना प्रशालेचे हेडमास्तर म्हणून नेमले होते. वस्तीतल्या सय्यदला अनट्रेंड शिक्षक म्हणून कामावर घेतले होते. काशिनाथ पोळकेही शिक्षक म्हणून काम करत होता. विनाअनुदान तत्त्वावर ही शाळा सुरू झाली होती. शिक्षक शिकवत होते आणि विकास आघाडीचे कामही करत होते. सकाळी अकरा ते सायंकाळी पाच ह्या वेळेत लहान मुलांना इंग्रजी माध्यमातून प्राथमिक शिक्षण दिले जात होते. प्रौढ साक्षरता वर्गाची जबाबदारी राजा शितोळेवर सोपवली होती. दर रविवारी महिलांसाठी शिवण क्लास सुरू केला होता. रंजना कदमने शिवण क्लासची जबाबदारी उचलली होती. सावित्रीबाई फुले न्यू इंग्लिश स्कूलमुळे झोपडी - झोपडीपर्यंत अक्षरे पोहोचली होती.

झोपड्या-झोपड्यांतून ऊतू गेलेली दुर्गंधी, झोपड्यांपुढे दिसणारे दम्याचे आणि क्षयाचे रोगी, पोलिओ आणि मुडदूस झालेली मुलं, सतत गर्भारपण वागवणाऱ्या स्त्रिया, कचऱ्याच्या ढिगात खेळणारी मुलं, चुलीचुलीतून उठलेले धुराचे लोट, मटण स्टॉलपुढं गुरगुरणारी कुत्री, घाणीत लोळणारी डुकरं, मोकाट फिरणारी कुत्री, आगलाव्याच्या घरामागील जुगाराचा अड्डा, मैनाच्या घरापुढं दारू पित बसलेले दारूडे, पिंकीच्या घरापुढे रवंथ करणाऱ्या म्हशी, कलशट्टीच्या घरामागे असलेला कबूतरखाना, बलशेटवारच्या घरामागं चरणारी बदकं, रिंकीच्या घराजवळ चरणाऱ्या कोंबड्या, झोपड्याबाहेर वाळू घातलेल्या गोधड्या आणि किलथानं, नमाज अदा करण्यासाठी घाईने जाणारे मुसलमान, झोपड्या-झोपड्यांतून दप्तर घेऊन शाळेला निघालेली गणवेशातील मुलं अशी वस्तीची ढोबळ ओळख होती. सावित्रीबाई फुले न्यू इंग्लिश स्कूलमधील सामुदायिक प्रार्थनेचे स्वर वस्तीच्या परिचयाचे झाले होते.

पाईप लाईनवर जमणारे म्हातारेही रमा बाबरविषयी आदराने बोलू लागले होते. त्यामुळे कलशट्टीच्या कपाळाची शीर ताणली होती.

□ □ □

गणेश मंदिराच्या उभारणीमुळे कलशट्टीकडे पाहण्याचा दृष्टिकोन बदलला होता. झोपडपट्टी दादांना तडीपार करण्याची फाईल पोलिसांच्या रेकॉर्डमध्ये धूळ खात पडली होती. वस्तीतले लोक स्वत:हून कलशट्टीकडे जात होते. हात जोडून नमस्कार करत होते आणि मंदिराच्या विकासासाठी सढळ हाताने निधी देत होते. वस्तीतल्या गुंडांना वसुलीसाठी लोकांच्या दारात जाण्याची गरज उरली नव्हती. लोकच झोपडपट्टी दादांच्या दारात जाऊन रांग लावत होते. कलशट्टीला प्रतिष्ठा मिळाली होती.

□ □ □

वस्तीतले म्हातारे पाईप लाईनजवळ जमले होते. मुस्लिम बुढ्यांची संख्या वाढली होती. त्यामुळे म्हाताऱ्यांच्या चर्चेचे विषयही बदलले होते. कधीकधी हिंदूंचं अन्न आणि मुसलमानांचं अन्न ह्यावर चर्चा होत होती.

हिंदू म्हातारे म्हणायचे, 'मुसलमानांनी दाढ्या राखणं बंद केलं पाहिजे, त्यामुळे त्यांची वेगळी आयडेंटीटी कळते.', तर मुस्लिम बुढे म्हणायचे, 'हिंदूंनी शेंड्या ठेवणं, नाम ओढणं बंद केले पाहिजे.'

देशात अतिरेकी कारवाया झाल्या की हिंदू म्हाताऱ्यांचा आवाज धारदार

होई. 'हिंदुस्थानमें हिंदूओंका आवाज ऊँचाही रहेगा.' आयुष्यभर जपलेल्या जातीयतेचे अवशेष मृत्युपंथाला लागलेल्या वृद्धांच्या आवाजातून पडझडीसारखे ऐकू यायचे.

सर्वच मुस्लिम अतिरेकी नाहीत.
पण जे अतिरेकी सापडतात
ते मुस्लिमच आहेत.

□ □ □

पिंकी आणि रिंकी गावी आल्या होत्या. रिंकी दहा दिवस राहून परत मुंबईला गेली होती. पिंकी मात्र परत गेली नव्हती. तिला मुंबईचं हवामान मानवत नव्हतं. ती सारखी आजारी पडत होती. तिला दम्याचा विकार जडला होता. ती हवापालट करण्यासाठी गावी आली होती. नंतर ती परत गेली नव्हती. तिचा दमा कायमचा कमी झाला होता.

पिंकी आणि रिंकी गावी आल्या की झहिराला हमखास भेटायच्या. ह्यावेळी त्यांनी झहिराला भेटण्याचं टाळलं होतं. रिंकीने तर झहिराविषयी उलटसुलट वावड्या उठवल्या होत्या. रिंकी एकटीच जड अंत:करणाने निघून गेली होती. पिंकीचं घरी राहणं तिच्या घरच्यांना आवडलं नव्हतं. त्यांना पिंकीची कमाई हवी होती. तिचं दोन दिवस पाहुणी म्हणून येणंही मान्य होतं; पण पिंकीचं कायमचं घरी राहणं त्यांना बिलकूल पसंत नव्हतं. तिच्याविरुद्ध घरात कुरबुर सुरू झाली होती. पिंकीही घरच्यांची पर्वा करत नव्हती. ती सिगारेट ओढत होती. दारू पित होती. दिवस-रात्र भाई का ढाब्यावर जाऊन बसत होती. तिनं उस्मानला जाळ्यात ओढलं होतं. पिंकीचं मन मानेल तसं वागणं, रात्री-बेरात्री दारू पिऊन घरी येणं, ह्यामुळं तिचा भाऊ तुषार प्रचंड चिडला होता.

रात्री पिंकी पिऊन घरी आली होती. तुषारनं तिला बेदम मारलं होतं आणि घराबाहेर हाकललं होतं. पिंकी आक्रोश करत घराबाहेर पडली होती. ती रस्त्याने पडत-झडत जाताना शिव्यांची लाखोली वाहत होती. ''माझी भाड खाताय तुम्ही. मी दहाजणांना अंगावर घेऊन तुम्हाला पैसे पाठवले. माझी कमाई हडपली तुम्ही. तुमचा सत्यानाश होईल.''

□ □ □

कलशट्टीने ढाब्यावर कामासाठी बायका ठेवल्या होत्या.

त्याचा ढाबा जोरात चालला होता. ट्रक ड्रायव्हरची इथं सतत गर्दी होती.

ढाब्यापुढं चार-पाच ट्रक नेहमी उभ्या असायच्या. गिऱ्हाईकांना डुप्लिकेट ब्रँडची दारू विकली जात होती. मुलीही पुरवल्या जात होत्या. कलशट्टी वयात येणाऱ्या मुलींना काम देतो म्हणून ढाब्यावर बोलवायचा आणि त्यांना गैरमार्गाने वाममार्गाला लावायचा. एकदा वाकडं पाऊल पडलेल्या मुली कायमच्या धंद्यात ओढल्या जायच्या.

उस्मान कलशट्टीचा ढाबा चालवत होता. तो हमेशा गल्ल्यावर बसलेला दिसे.

पिंकी चार मुली घेऊन ढाब्यावरलं गिऱ्हाईक ओढत होती.

'पायल बार' वर पोलिसांनी धाड टाकली होती. अनेक बारगर्लना अटक केली होती. हॉटेल मालकालाही पोलिसांनी ताब्यात घेतलं होतं. रात्री उशिरापर्यंत हॉटेलमध्ये गैरधंदे चालतात, अशी पोलिसांना तक्रार मिळाली होती. पोलिसांच्या छाप्याचे छायाचित्रण सर्व वृत्तवाहिन्यांवरून झळकले होते. अनेक तरुण मुली आपले चेहरे ओढणीआड लपवून पोलीस जीपमध्ये बसताना दिसत होत्या. वैशाली मात्र त्या छाप्यात सापडली नव्हती. पोलिसांची धाड पडण्यापूर्वी ती आपल्या गिऱ्हाईकाबरोबर लॉजवर गेली होती.

'पायल बार'वर धाड पडल्यामुळे वैशाली दोन दिवस घरीच होती. तिचा भाऊ हर्षद हा मदर तेरेसा हायस्कूलमध्ये दहावीच्या वर्गात शिकत होता. तिचे आई-वडील अपघातात मरण पावले होते. ती आपल्या आजीबरोबर गरिबी हटाओ झोपडपट्टीत राहत होती. ती एकटीच कमवत होती आणि भावाचं शिक्षण करत होती. तिला नाचल्या-गायल्याशिवाय पर्याय नव्हता. कलशट्टीने तिला लग्नाची मागणी घातली होती. ती कलशट्टीपेक्षा वयाने एकवीस वर्षांनी लहान होती. "हवं तेव्हा बोलव. मी येईन." तिने कलशट्टीला न दुखावता टाळले होते. कलशट्टी तिच्यासाठी आस लावून बसला होता.

'पायल बार'वर छापा टाकल्यानंतर पोलिसांनी वेश्या व्यवसायासाठी मुली पुरविण्याच्या आरोपावरून तिघांना अटक केली होती. ह्या तिघांना न्यायालयाने सात दिवसांची पोलीस कोठडी दिली होती. पिंट्या उर्फ शाकीर रहेमान सिद्दकी (वय-२३, रा. गरिबी हटाओ झोपडपट्टी, अचलपूर), यास्मिन अहमद शेख (वय, २८, रा. मोमीनपुरा, धरणगाव), पूजा आधार विश्वास (वय-२५ रा. रजनीगंधा हौसिंग सोसायटी, धरणगाव) अशी आरोपींची नावं होती. पोलिसांनी त्यांना चौफुल्याजवळ अटक केली होती. त्यांच्याकडून एक हजार रुपयांची रोकड, पंधरा हजार रुपये किमतीची मोटारसायकल आणि तीस हजार रुपये किमतीचा मोबाईल असा ऐवज जप्त केला होता. झुबेदा उस्मान सिद्दकी (रा. वाल्होबावाडी, धरणगाव) ही फरार होती. पिंट्या मोटारसायकलवरून मुलींना आणून ग्राहकांना पुरवत होता. पूजा आणि यास्मिन या पैसा मिळविण्यासाठी पिंट्या आणि झुबेदा ह्यांना मदत करत होत्या. झुबेदा कलशट्टीच्या ढाब्यावरही मुली पुरवीत होती. झुबेदाच्या डायरीत वैशालीचा मोबाईल नंबर होता.

भाई का ढाब्यावर पोलीस जीप येऊन थांबली होती. स्वत: उस्मानाने त्यांना

सर्व्ह केलं होतं. उस्मानने हवालदार शरद काळेकडे बंद पॅकेट दिले होते. पोलिसाने येणारी-जाणारी एक-दोन वाहने अडवून त्यांच्या कागदपत्रांची तपासणी केली होती. उस्मानने सर्वांना मसाला पान दिले होते. पोलीस जीप आली तशी निघून गेली होती.

पाईप लाईनवर जमलेल्या म्हाताऱ्यांनी पोलीस जीप पाहिली होती. त्यांच्या आजच्या चर्चेचा विषय पोलीस झाले होते. प्रत्येक जण पोलिसांवर टीका करत होता.

"पोलिसांनी पायल बारवर छापा मारला."

"तरुण मुली पकडल्या."

"नोटा घेऊन सोडून देतील."

"कलशट्टी हप्ते देतो म्हणून त्याच्या ढाब्यावर धाड पडत नाही."

"पोलीस म्हणजे गणवेशातील गिधाडे आहेत."

"ती कीड आहे कीड."

"ते कायद्याचे रखवाले आहेत!"

□ □ □

कलशट्टी खूप दारू पिला होता आणि वैशालीच्या घरी गेला होता. वैशालीची आजी सोनू अंगणात झोपली होती. वैशालीच्या घराचे दार बंद होते आणि आत लाईट चालू होती. कलशट्टीने सोनूला बिर्याणीचे पार्सल दिले होते. सोनू डोळे चोळत उठून बसली होती. बिर्याणी मिळाल्यामुळे ती तोंड भरून हसली होती.

"वैशाली कुठे आहे?"

"कामावर गेली."

"बार तर बंद आहे ना."

"आता ती ऑर्केस्ट्रात जातेय."

"घरात कोण आहे?"

"वैशालीचा भाऊ."

"खोटं बोलतेस."

"खोटं कशाला बोलू? तू बघ घरात जाऊन."

कलशट्टीच्या मनात संशयाचे वादळ उठले होते. "वैशाली दार बंद करून कोणाबरोबर तरी रंगली असेल! म्हातारी खोटं बोलून आपल्याला कटवत आहे. वैशाली दुपारी दिसली होती. आजच कशी काय कामाला जाईल?" कलशट्टी संशयाने पिसाळला होता. त्याला खरं-खोटं जाणून घ्यायचं होतं.

त्याने दारावर जोरात लाथ मारला. धाडकन दार उघडले. कलशट्टी वादळासारखा

आत घुसला. कलशट्टी खजिल झाला. त्याची सगळी नशा उतरली.

कलशट्टी निमूटपणे घराबाहेर पडला.

हर्षद विचलित न होता अभ्यास करत होता. कलशट्टीने दारही लावून घेतले. तो सोनूजवळ येऊन बसला. तिने त्याला सुपारी दिली. कलशट्टीने तोंडात सुपारी टाकता टाकता सोनूला गुदगुल्या केल्या. म्हातारी मनमोकळे हसली.

कलशट्टी आपल्या घराकडे परत निघाला.

तो चरफडत होता. त्याला रोड लाईटखाली बसून अभ्यास करणारी राजा शितोळेची मुले दिसली. कलशट्टीनं प्रथमच असं दृश्य पाहिलं होतं. जॉबर अंगणात बसून आपल्या मुलांचा अभ्यास घेत होता. दाद्याचा नातू त्याला ए, बी, सी, डी म्हणून दाखवत होता. रोड लाईटच्या पोलखाली बसून सुरजित अभ्यास करणाऱ्या आपल्या नातवाला पाहत होता. कलशट्टी भ्रमिष्ट झाला होता. वस्तीतलं हे दृश्य त्याला नवं आणि अनोखं वाटत होतं. त्याच्या मेंदूत स्फोट होत होते. त्याच्या बुद्धीच्या ठिकऱ्या उडत होत्या.

झोपडपट्टीतील मुलं शिकली तर त्यांच्यातून आपल्याला गुंड कसे मिळतील? ही शिक्षित पिढी आपल्याविरुद्ध संघर्ष करू शकते. ही मुलं शाळेत जाण्याऐवजी मंदिर-मस्जिदीत गेली पाहिजेत, तरच आपले हात बळकट होतील आणि त्यांच्या हाती आपलं भवितव्य सुरक्षित राहू शकेल. लोकांना ज्ञान मिळू लागले आहे. ह्याचा अर्थ क्रांतीला सुरुवात झाली आहे. ज्ञान हीच खरी क्रांती आहे. ती चिरडली पाहिजे. झोपडपट्टीतील मुलं शिकली तर शासन-प्रशासनात जातील आणि झोपडपट्टीतील पिढ्यान्‌पिढ्या चालत आलेली गुंडांची सत्ता संपुष्टात येईल. कलशट्टी प्रचंड अस्वस्थ झाला होता. शाळेच्या आवारात गुटखा विकला पाहिजे. शाळेत जाणाऱ्या मुलांना जुगाराची आवड लावली पाहिजे. त्यांचा लैंगिक छळ केला पाहिजे. ज्ञान ही प्रचंड शक्ती आहे. तिला सुरुंग लावला पाहिजे. कलशट्टी दृढ संकल्प करत होता.

लोक एकत्र येऊ नयेत म्हणून जातीपातीच्या भिंती निर्माण केल्या पाहिजेत. ह्या भिंती पोलादी बनविण्यासाठी उरुस, उत्सव साजरे केले पाहिजेत. शोषणाविरुद्धची लढाई अथवा धर्माच्या पलीकडे जाणारे मन ह्यामध्ये धर्मनिरपेक्ष शक्ती दडलेली असते. धर्मनिरपेक्षतेला आपल्या संस्कृतीवरील कीड संबोधले पाहिजे. विविध व्रत-वैकल्ये, सण, जत्रा, उत्सव, पूजापाठ, यज्ञ, हरिनाम सप्ताह, संत-पुरुषांचे सत्संग ह्याद्वारे लोकांना धर्मांध बनवले पाहिजे. कलशट्टीच्या मनात श्रृती-स्मृतींचा भू:भू:कार ऐकू येत होता.

☐ ☐ ☐

आगलावेनी कबुतरखाना साफ केला होता. बंटीने कबुतरांचे पाणी बदलले होते. कलशट्टी कबुतरांना दाणे टाकत होता.

□ □ □

नागनाथ बलशेटवारला एका खटल्यात तीन महिन्यांची जेल झाली होती. झहिरा एकटीच राहत होती. तिला प्रत्येक दिवस पहाडासारखा वाटत होता. तिचं सगळं आयुष्य रात्रीनेच व्यापलं होतं. ती अंधाराच्या ओटीत मुसमुसली होती. ती काळोखाच्या ओंजळीत दरवळली होती. तिला अंधार शृंगारासारखा वाटत होता, पण आज तिला रात्रीची भीती वाटत होती. तिनं आपल्या उशाला सत्तूर ठेवलं होतं. मिरची पूड ठेवली होती. तिला काळोखात मानवी सांगाडे हसताना दिसत होते. बाहेर विजांचा कडकडाट होत होता. धुंवाधार पावसाच्या सरी कोसळत होत्या. वारा रोंरोंवत वाहत होता. हवेत गारठा पसरला होता. ती अंथरुणात एकटीच होती. तिच्या शरीरातला प्रणय हद्दपार झाला होता आणि पाशवी भय तिच्या तना-मनात हुडहुडत होतं. काळोखाच्या कराल जबड्यात तिच्या भूतकाळाच्या भयाण स्मृती काजव्यासारख्या मिणमिणत होत्या. ती हरवलेल्या अबोल मुलीसारखी आपल्या आयुष्याच्या ओसरीवर उभी होती. तिला तिचं आयुष्य

नो मॅन लँडसारखं वाटतं होतं.

ती बांग्लादेशमधून भारतात आली तेव्हा चौदा वर्षांची होती. दलालाच्या ट्रकमध्ये बसलेल्या मुली आपल्या घरी कधीच परतत नसत. त्यातली ती एक होती. ढाक्यामधून लोकल ट्रान्सपोर्टने ती बॉर्डरवरील पेट्रापोल इथं आली होती. पहिली रात्र तिने टाउटबरोबर घालवली होती. दुसऱ्या दिवशी तिने पेट्रापोलवरून भारतातल्या सीमावर्ती भागातल्या बेनापोलमध्ये प्रवेश केला होता. बांग्लादेशची बाऊंडरी ओलांडताना तिला बांग्लादेश राईफल्सची भीती वाटली होती. नो मॅन लँड ओलांडून भारताच्या बाऊंडरीत प्रवेश करताना तिला बॉर्डर सिक्युरिटी फोर्सची भीती वाटली होती. तिने रिक्शाने बणगाव स्टेशन गाठले होते. बणगावमध्ये कचोरी सब्जी विकत घेताना तिचे बांग्लादेशी उच्चार ऐकून कँटीनवाल्याच्या कपाळ्यावर आठ्या पडल्या होत्या. ''बांग्लादेश से आयी है यहाँ भीड जमाने.'' कोलकाता आणि ढाक्यामधील भाषा जरी एक असली, तरी उच्चार वेगळे होते. उच्चारावरून घुसखोर ओळखता येत होते. त्यामुळं ती मोजकंच बोलत होती. बणगाव रेल्वे स्टेशनवरून लोकल ट्रेनने ती सेल्धा इथं पोहोचली होती. तिला आता आपण भारतात विलीन झालो आहोत असं वाटू लागलं होतं. सेल्धा ते हावरा हा प्रवास तिने सिटी बसने केला होता. हावरा ब्रीज ओलांडताना तिच्या डोळ्यांत गंगेचं पाणी तरळलं होतं. दुपारी दीड वाजता ती गीतांजलीमध्ये बसली होती आणि दुसऱ्या दिवशी रात्री नऊ वाजता बॉम्बे सेंट्रलला उतरली होती. तिचं खरं नाव फारू अबूल हुसेन होतं. तिनं अनेक वेळा आपली नावं बदलली होती.

आजची रात्र तिला काळरात्र वाटली होती. निसर्गाच्या रौद्र रूपानं ती भयभीत झाली होती. तिच्या पाठीवर कोणीतरी ओळखीच्याने थाप मारावी तशी थाप तिच्या दारावर पडली होती. कडाडणाऱ्या विजेपेक्षाही दारावरील थाप जीवाचा थरकाप उडवणारी होती. इतक्या रात्री इतक्या पावसात तिचं दार ठोठावलं होतं.

ती हातात सत्तूर घेऊन उभी राहिली होती. बाहेरून कोणी तरी दार रेटत होतं. ती जोरात किंचाळली ''कौन है?'' पलीकडून कामुक हसणं ऐकू आलं होते. झहिराने पुन्हा एकदा आक्रमक आवाजात विचारलं होतं, ''मैं पूँछ रही हूँ, कौन है? क्या चाहिए?'' झहिराचा आवाज भेदरला होता.

''मैं बंटी हूँ मामी.'' अत्यंत लाडिक आवाजात बंटी बोलला होता.

झहिराच्या तळपायाची आग मस्तकाला पोहोचली होती. झहिरा हातात सत्तूर घेऊन उभी होती.

सरी कोसळत होत्या. सोसाट्याचा वारा वाहत होता. बंटी सर्व शक्ती पणाला लावून दार काढण्याचा प्रयत्न करत होता. बंटीला दार उघडत नव्हतं. तो हतबल झाला. ओशाळला होता.

झहिराने दाराच्या फटीतून बाहेर पाहिले. बंटी अंगणात अगतिक होऊन उभा होता. तो भिजत होता, पण जागचा हलत नव्हता.

दुरून कोणीतरी छत्री घेऊन येत होतं. ती व्यक्ती बंटीकडेच येत होती. झहिराने चौकसपणे पाहिलं. ती सुरेखा माने होती. ती बंटीला शोधत आली होती. तिने बंटीला ओढून नेलं.

झहिराला खूप वेळ झोप आली नव्हती. पावसाचा जोर कमी झाला होता. रिक्शा आल्याचा आवाज आला. वैशाली आली होती. इतक्या रात्री वैशालीला भीती वाटत नसेल का? मग आपण का भितो? काय आहे असे अमूल्य आपल्याजवळ? जे जीवापेक्षाही अधिक जपतोय. कोणाचा तरी विश्वास, इतकंच. आणखी काय?

गिरणा नदीला पूर आला होता. पुराच्या आवाजानं अंधाराला वेढा दिला होता. पाणी शिंदीच्या बनापर्यंत आलं असेल. बाभळीच्या बनात पाणी शिरलं असेल. नदीकाठची ओसाड विहीर पाण्यात बुडाली असेल. नदीपल्याड असलेल्या महारोग्याच्या झोपडीत पाणी घुसलं असेल. पाऊस वाढला तर पाणी गणेश मंदिराच्या पायऱ्यांपर्यन्त येईल. पूर ओसरायला दोन दिवस लागतील. नदीपल्याडची मुलं शाळेला कशी येतील? सगळी डबकी भरतील. बेडूक ओरडू लागतील.

तिला उशाजवळ काहीतरी सरपटल्यासारखं वाटलं. ती चटकन उठून बसली. उशीजवळ बेडूक बसले होते. तिला बेडकाची प्रचंड भीती वाटायची. तिला बंटीपेक्षा बेडूक भयावह वाटला होता.

ती उठून उभी राहिली. तिच्या अंगावर शहारे आले. तिने झाडू घेतला आणि बेडकाला दाराकडे लोटले. बेडूक उलथापालथा होऊन दाराजवळ पडला. झहिरा पुढं होईपर्यंत तो उड्या मारत अंथरुणाकडं आला. झहिरा प्रचंड भ्याली. हा बेडूक बैलाएवढा मोठा झाला तर!

तिने पुन्हा ताकद लावली आणि बेडकाला सर्व शक्तीनिशी ढकलले. जणू तिचं बेडकाबरोबर युद्धच सुरू झालं. बेडूक दूर जाऊन पडला. तो धपापत होता. बेडकाने मुतले होते. तिला वाटलं, बेडकाला सत्तूरने ठार मारावे, पण तिचं धाडस होत नव्हतं.

झहिराने दार उघडलं. थंड हवेचा झोत आत आला. पावसाचे थेंब आत आले. कडाडणाऱ्या विजेचा प्रकाश आत आला. रस्ते पाण्याने भरले होते. तिने पुन्हा एकदा बेडकाला झाडूने उचलले. बेडूक हवेत उडून दाराबाहेर पडला. तिला संकटातून सुटल्यासारखे वाटले.

तिनं अंथरूण झटकून घेतलं. बेडकाचा दुसरा जोडीदार घरात आहे का ह्याचा शोध घेतला. दार लावून घेतलं. बाहेरून बेडूक पुन्हा घरात येऊ नये म्हणून

दाराच्या सांधीत किलथान कोंबले.

तिला वाटलं, स्वप्नात बेडूक येईल. छातीवर बसेल. ती ओरडत उठेल. पण असं काही घडलं नाही.

तिला शांत झोप आली.

□ □ □

पिंकी आज दवाखान्यात जाऊन आली होती. तिनं सोबत सोना आणि मोनाला नेलं होतं. सोनाचा गर्भपात केला होता, तर मोनावर गुप्त रोगाचा इलाज. त्या दोघींनी अनेक वेळा सांगूनही निरोध वापरण्यात कसूर केली होती. त्यामुळेच सोना गरोदर राहिली होती, तर मोना गुप्तरोगाने पछाडली होती.

पिंकी मुलींना पुन: पुन्हा समजावून सांगत होती, ''एक नाही, दोन निरोध वापरा. एकावर एक चढवा. नाही तर झोपू नका. मध्येच गिऱ्हाईकाला उठवा. निरोध फाटलाय का बघा. तुम्हाला तुमची काळजी घेता येत नाही?''

पिंकीच्या आवाजात राग होता आणि प्रेमही.

वारा खालून वर वाहत होता. अधूनमधून कातड्याच्या दुर्गंधीची झुळूक येत होती. केरबा आणि सोनबाच्या कातड्याचा व्यवसाय वाढला होता.

कलशट्टीची कबुतरे वस्तीवर उडत होती.

□ □ □

बलशेटवार जेलमधून सुटून आला होता. खरं तर, झहिरानेच आपल्या घरात नजर कैदेची शिक्षा भोगली होती.

बलशेटवार घरी आल्यानंतर उत्सवच सुरू झाला. बंटीने घाईघाईने घराची रोषणाई केली. पिंट्याने फटाके उडवले. सावळ्याने गुलाबाच्या फुलांचा हार आणला. वस्तीतले अनेकजण येऊन बलशेटवारला भेटत होते. झहिराचा चेहरा फुलला होता. बलशेटवारही सगळ्यांना उत्साहाने भेटत होता.

बलशेटवार येऊन तास दोन तास झाले नसतील तोच पोलीस येऊन पोहोचले होते. पोलिसांनी जीपमधून उड्या टाकल्या होत्या. ते बलशेटवारच्या घरात घुसले होते आणि बलशेटवारला अक्षरश: ढकलत जीपमध्ये कोंबलं होतं. बलशेटवारने प्रतिकार केला तेव्हा हवालदार शरद काळेनं त्याला दंडुक्याने मारले होते आणि दंडुका तुटला होता. झहिरा गोंधळली होती.

"अभी छूटकर आया है, उसे क्यों ले जा रहे हो?" झहिरा व्याकूळ होऊन विचारणा करत होती. पोलिसांनी हडेलहप्पी करून बलशेटवारला पकडून नेलं होतं.

झोपडपट्टीतल्या गुन्हेगारांच्या टोळ्या हादरल्या होत्या. म्हातारे रोजच्या प्रमाणे पाईप लाईनजवळ जमले होते. बलशेटवारची फेरअटक हा त्यांच्या चर्चेचा विषय झाला होता.

"आपल्या देशाचे कायदे फार कडक आहेत. कायद्याचे हात लांब असतात. कायद्यापासून दूर कोणीच पळू शकत नाही." असा सूर सर्वांनीच आळवला होता.

"समाजातल्या कुख्यात गुंडांना गोळ्या घातल्या पाहिजेत. अशा गुंडांचा समाजाला काय उपयोग?" अब्बू म्हणाला होता, "म्हाताऱ्यांचा तरी काय उपयोग?" दाद्याने मिस्कीलपणे अब्बूला प्रतिप्रश्न केला होता.

सर्व म्हातारे हसले होते. त्यांच्या हसण्यात मिस्कीलपणापेक्षा उदासीनताच अधिक होती.

पाईप लाईनच्या आडोशाने प्रीती शिंदीच्या बनाकडे जात होती. ती आबाच्या नजरेतून सुटली नव्हती. आबा तिच्या पाठमोऱ्या आकृतीकडे काळजीने पाहत होता. "प्रीतीचे लक्षण ठीक दिसत नाही. ही पोरगी काक्याच्या तोंडाला काळं फासेल." नाना आबाच्या बोलण्याकडं दुर्लक्ष करत बोलत होता.

"आहे ना तिचा बाप तिची काळजी करायला. तू कशाला तिची चिंता करतोस?" आबानेही नानाचा सल्ला मानला होता.

"तुझंही बरोबर आहे." आबाची टर उडवित दाद्या बोलला होता. "अरे, ती तरुण आहे. पण त्या सुरेखा मानेचं काय? आपल्या मुलाच्या वयाच्या बंटीबरोबर फिरतेय. तिला म्हातारचळ लागलाय." दाद्याचा टोमणा ऐकून नानाही हसला होता.

□ □ □

गरिबी हटाओ झोपडपट्टीतल्या गणेश मंदिराचं माहात्म्य वाढवणं आवश्यक होतं. हे देवस्थान जागृत आहे हे लोकांच्या मनावर बिंबवणं आवश्यक होतं. मंदिराकडं लोकाचं लक्ष वेधावं म्हणून कलशट्टी प्रयत्न करत होता. त्याने स्वामी राघवेंद्र ह्यांची भेट घेतली होती. स्वामी राघवेंद्रांचा मोठा दबादबा होता. ऋषितुल्य व्यक्ती म्हणून त्यांना ओळखलं जात होतं.

कलशट्टी त्यांना साकडं घालत होता. "आमच्या वस्तीत दलितांनी शाळा उघडली आहे. त्यांनी लोकांमध्ये आंबेडकर पसरविण्याचं काम सुरू केलंय. आपले लोक त्यांच्या नादी लागले आहेत. अशाने हिंदू धर्म धोक्यात येईल. वस्तीत

मुस्लिमांचाही प्रभाव वाढला आहे. आपण आमच्या वस्तीत महाआरतीला आलात तर फरक पडू शकतो. वस्तीतल्या लोकांची तशी इच्छा आहे.''

कलशट्टीच्या बोलण्यातून हिंदू धर्मावरील प्रेम ओसंडून वाहत होतं. ह्या प्रेमामागे त्याची वस्तीतली अनभिषक्त दादागिरी लपली होती.

स्वामी राघवेंद्रांनी कलशट्टीला होकार दिला होता. ''धर्माला भक्तीची गरज नाही. शक्तीची गरज आहे.'' स्वामी राघवेंद्रांनी ठामपणे आपला मनोदय व्यक्त केला.

कलशट्टीचा आनंद होमासारखा धगधगू लागला.

कलशट्टी गेल्यानंतर स्वामी राघवेंद्रांनी हेमा पंडित आणि सदानंद कांबळेंना भेटीसाठी बोलावून घेतलं होतं. स्वामी राघवेंद्रांच्या डाव्या बाजूला हेमा पंडित पार्वतीसारखी बसली होती, तर पुढे नंदीसारखे सदानंद कांबळे. स्वामी राघवेंद्रांनी आपला चेहरा गहन आणि गूढ ठेवला होता. त्यांच्या आवाजात गांभीर्य होते. ''गरिबी हटाओ झोपडपट्टीत रमा बाबरने शाळा काढली आहे. रमा बाबरला रोहिदास नागदिवे ह्यांची मदत आहे. ह्या वस्तीतल्या लोकांना मतदानाचा अधिकार मिळणार आहे. त्यांची नोंदणी झाली आहे. ह्या झोपडपट्टीत सातशे मतं आहेत. ती रोहिदासच्या पारड्यात जाऊ शकतात. आपण ह्या वस्तीत लक्ष घातलं पाहिजे. इथले तीन सदस्य सरपंच निवडून देताना निर्णायक भूमिका बजावू शकतात. त्यांना आपल्याकडं वळवलं पाहिजे. तिथल्या लोकांनी मला महाआरतीच्या कार्यक्रमाला बोलावलं आहे. ही वस्ती आपल्या ग्रामपंचायतीच्या हद्दीत आहे. महाआरतीच्या कार्यक्रमाचं निमित्त साधून ह्या वस्तीत काही सुधारणा करता आल्या तर पाहा.'' स्वामी राघवेंद्रांनी भावनावश होऊन सूचना केली होती.

''हेमाताई काय करता येईल?'' सदानंद कांबळेंनी आस्थेनं विचारलं होतं.

''फंड आहे. रस्ते करता येतील. सूत गिरणी आणि साखर कारखान्याला पाणी दिले आहे. तिथून पाईप लाईन टाकून सार्वजनिक नळाची सोय करता येईल.'' हेमा पंडित मुत्सद्द्यासारखे बोलत होती.

''हे ह्या पूर्वीच व्हायला हवं होतं.'' सदानंद कांबळेंच्या आवाजात नाराजी प्रकट झाली होती.

''गावाचा पैसा झोपडपट्टीवर कसा उडवायचा? सदस्य ओरडतात.'' हेमा पंडितने आपली अडचण पुढे केली होती.

''मी बोलतो सर्वांना. तुम्ही लोकांची कामं करा.'' स्वामी राघवेंद्रांच्या आवाजात अधिकारवाणी होती.

स्वामी राघवेंद्र वस्तीतल्या गणेश मंदिराला भेट देणार असल्याची बातमी

वाऱ्यासारखी पसरली होती. लोक खडबडून जागे झाले होते. लोकांमध्ये धार्मिक ज्वर फैलावला होता. कलशट्टीच्या घरापुढे गर्दी जमा होत होती. लोक स्वखुषीने कार्यक्रमासाठी देणग्या देत होते. जुने भगवे झेंडे काढून नवे भगवे झेंडे लावण्याची मोहीम सुरू झाली होती.

मंदिरात सकाळ-संध्याकाळ होणाऱ्या महापूजेला भाविकांची गर्दी वाढत होती. वस्तीत हिंदूंची धामधूम सुरू झाल्याने मुस्लिमांच्या मनात अस्वस्थता पसरली होती. त्यांच्याही मस्जिदीत बैठका बसत होत्या.

म्हातारे मात्र पाईप लाईनजवळ नित्यनेमाने जमत होते. अचलपूर-धरणगाव रोडच्या रुंदीकरणाचे काम सुरू झाले होते. गरिबी हटाओ झोपडपट्टीजवळ रस्त्याचे खोदकाम होत होते. जेसीबीच्या धक्क्याने पाईप लाईन फुटली होती. त्यामुळे सर्वत्र पाणीच पाणी झाले होते. बघ्यांची झुंबड उडाली होती. वस्तीतली मुलं वाहणाऱ्या पाण्यात मस्ती करत होती.

पाईप लाईनच्या दुरुस्तीचे काम चालू होते. दूरध्वनीचे केबल तुटल्याने अनेकांचे दूरध्वनी बंद पडले होते. पाईप लाईनजवळ चिखल झाल्यामुळे म्हाताऱ्यांची अडचण झाली होती.

सुरेखा माने आणि बंटी प्रेमी युगुलासारखे रोडवरून फिरत होते.

'गाय-वासरू' म्हणून लोक त्यांच्याकडे चेष्टेने पाहत होते.

□ □ □

सावित्रीबाई फुले न्यू इंग्लिश स्कूलमुळे वस्तीतली मुलं शिकू लागली होती. शाळेत येणाऱ्या मुलांना दूध, केळी, चॉकलेट, खिचडी, पोहे, लापशी वाटप होत होते. मुलांचं एक वेळचं जेवण शाळेत होत होतं. त्यामुळे पालकांची चिंता मिटली होती. रमा बाबरची लोकप्रियता वाढत होती. मुलं स्वतःहून शाळेत येत होती. आपली मुलं शाळेत सुरक्षित राहतील, शिकली तर पुढं जातील म्हणून कामावर जाणाऱ्या पालकांना निश्चिंत वाटत होतं. रमा बाबरचं वस्तीतलं वाढतं महत्त्व पाहून कलशट्टी विचलित होत होता.

"अजूनही वस्तीतली सर्व मुलं शाळेत येत नाहीत. पालकांना शिक्षणाचे महत्त्व कळत नाही. ते आपल्या मुलांना शाळेच्या रांगेत उभे करण्याऐवजी मंदिराच्या रांगेत उभे करत आहेत."

"ईश्वराच्या नावाने अनेक पिढ्या गारद झाल्या आहेत. जुन्या पिढीने नव्या पिढीला बरबाद करू नये. त्यांनी आपल्या मुलांना जाती धर्माचे महत्त्व पटवून देण्या-

ऐवजी ज्ञानाचे महत्त्व पटवून दिले पाहिजे.''

''मंदिर ही भटांची जहागीर आहे. ते आपल्याला मलिदा मिळावा म्हणून सगळ्या समाजालाच अंधश्रद्ध बनवत आहेत.''

''मंदिर हे समाज शिक्षणाचं केंद्र बनलं पाहिजे; पण असं होताना दिसत नाही. मंदिरातून दैववाद आणि अंधश्रद्धेचा प्रचार केला जातो.''

''मंदिरे आमच्या ताब्यात मिळाली पाहिजेत. देवळांमध्ये जे करोडो रुपये पडले आहेत ते बाहेर काढले पाहिजे आणि गोरगरिबांसाठी खर्च केले पाहिजे.''

रमा बाबर, काशिनाथ पोळके, सिद्धार्थ पगारे, विश्वनाथ कुलकर्णी आणि सय्यद प्रशालेच्या कार्यालयात बसून चर्चा करत होते. स्वामी राघवेंद्रांच्या हस्ते महाआरतीचा कार्यक्रम होणार असल्यामुळे तेही विचलित झाले होते. विद्यार्थ्यांना लापशी दिली जात होती. मुलं रांगेत बसून लापशी खात होते. कलशट्टी अर्वाच्य शिवीगाळ करत शाळेच्या आवारात घुसला होता. स्वामी राघवेंद्रांच्या वरदहस्तामुळे त्याची हिंमत वाढली होती. कलशट्टीचा रुद्रावतार पाहून मुलं घाबरली होती. शाळेतील शिक्षक हवालदिल झाले होते. कलशट्टी बेफाटपणे बोलत होता.

''तुम्ही आमच्या मुलांना सरस्वतीची पूजा करायला शिकवत नाही. सरस्वती ही विद्येची देवी आहे. तुम्ही नास्तिक आहात. मुलांना नास्तिक करत आहात.'' कलशट्टी.

''ज्यांना ईश्वराची उपासना करायची आहे, ते मंदिरात जाऊन करतील. इथं मुलांना धर्मनिरपेक्ष मूल्येच शिकवली जातील.'' रमा बाबर.

''तुम्ही मुलांना मराठीतून शिकवा.'' कलशट्टी.

''ही इंग्रजी माध्यमाची शाळा आहे.'' रमा बाबर.

''आमच्या मुलांना माय मराठीतून शिक्षण देत नाही. हिंदू देवदेवतांची पूजा करायला शिकवत नाही. हे आम्ही खपवून घेणार नाही. आम्ही शाळेला कुलूप लावू.'' कलशट्टी.

कलशट्टी संतापाने अनावर झाला होता. काशिनाथ पोळके आणि सिद्धार्थ पगारे त्याला समजावण्याचा प्रयत्न करत होते; पण तो प्रक्षुब्ध झाला होता. त्याच्या हातात हंटर होता. कलशट्टीचा थयथयाट पाहून मुलं रडू लागली होती. कलशट्टीने मुलांपुढे वाढलेली लापशी लाथेने उडवून दिली होती. तो अन्नावर नाचला होता. सारे अन्न मातीत मिसळले होते. त्याला आवरणं मुश्कील झालं होतं. स्वयंपाक करणाऱ्या भीवरा मावशीने कीचनचे दार बंद करून घेतले होते. कलशट्टी बेमुर्वतखोरपणे बोलत होता. ''महारा-मांगांच्या बायकांनी शिजवलेलं अन्न आमच्या मुलांना खाऊ घालताय! आमची मुलं बाटवताय. बंद करा हे सगळं. शाळेतले फुले-आंबेडकरांचे

फोटो काढा. आमच्या मुलांवर तुमचा आंबेडकर बिंबवू नका. हात जोडतो.'' कलशट्टीने अत्यंत नाटकीपणाने हात जोडले होते. कलशट्टीचे बेताल वागणे पाहून सर्वजण अवाक् झाले होते.

कलशट्टीने शाळेत जाऊन गोंधळ घातला खरा. नंतर मात्र त्याला भीती वाटत होती. रमा बाबर आपल्याविरुद्ध अॅस्ट्रोसिटी अॅक्टखाली गुन्हा नोंदवेल म्हणून तो हादरला होता. स्वत: गुन्हा करण्याऐवजी इतरांकडून गुन्हा करून घेतला पाहिजे. कलशट्टीला उशिरा शहाणपण सुचलं होतं. त्याला लोकांचा पाठिंबा मिळवायचा होता. तो अधिक आक्रमक झाला होता. ''जोपर्यंत सरस्वतीची पूजा होणार नाही, तो-पर्यंत शाळा चालू देणार नाही.'' अशी त्याने भूमिका घेतली होती. कलशट्टी जेव्हा प्रक्षुब्ध होऊन रस्त्यावर येई, तेव्हा वस्तीतले लोक घरात दडून बसत. आज मात्र निराळं चित्र दिसत होतं. कलशट्टीने लोकांच्या धार्मिक भावनेला हात घातल्याने लोकही कलशट्टीबरोबर रस्त्यावर उतरले होते. लोक प्रक्षुब्ध झाले होते.

जमावाने शाळेवर दगडफेक केली होती. शाळेचा बोर्ड तोडला होता. रमा बाबरचा पुतळा जाळला होता. कलशट्टी हीरो झाला होता. सरस्वतीचे नाव घेऊन रमा बाबरला उद्ध्वस्त करण्याचा डाव तो खेळत होता.

□ □ □

अनंत चतुर्दशीच्या दिवशी गरिबी हटाओ झोपडपट्टीला यात्रेचे स्वरूप आले होते. स्वामी राघवेंद्रांच्या स्वागतासाठी ठिकठिकाणी स्वागत कमानी उभ्या राहिल्या होत्या. स्वागत कमानीवर गुंडांच्या नावांना मानाचे स्थान दिले होते. पोलिसांच्या छाप्यात जुगार अड्ड्यावर सापडलेल्या अनेकांची नावे मार्गदर्शक म्हणून पंधरा फूट उंचीच्या फलकावर रंगवली होती. गुंडगिरी आणि काळ्या धंद्यातून मिळालेल्या पैशाचा वापर सोहळ्याच्या भव्यतेसाठी केला होता. कारखान्याने भाविकांच्या पिण्याच्या पाण्याची पाणपोई सुरू केली होती. प्रत्येक झोपडीपुढे रांगोळी काढली होती. पताका लावल्या होत्या. मंदिरावर विद्युत रोषणाई केली होती. मंदिरापुढे भव्य मंडप टाकला होता. अचलपूर-धरणगाव रोडवर दुतर्फा असंख्य भगवे ध्वज फडकत होते. कलशट्टीने भगवा फेटा बांधला होता. स्वामी राघवेंद्रांच्या हस्ते महाआरती झाल्यानंतर उपस्थितांना महाप्रसाद वाटण्यात येणार असल्याची सूचना ध्वनिक्षेपकावरून पुन: पुन्हा दिली जात होती. स्वामी राघवेंद्रांच्या दर्शनासाठी सारी वस्ती आतुर झाली होती.

स्वामी राघवेंद्रांचे ऐरावतावर बसून आगमन झालं होतं. अंबारीतून हात उंचावून ते भक्तांना आशीर्वाद देत होते. त्यांना पाहून लोक भक्तिभावाने हात जोडत होते.

त्यांच्यावर पुष्पवृष्टी करीत होते. सुवासिनी स्त्रिया त्यांना ओवाळत होत्या. त्यांच्या आगमनाच्या प्रीत्यर्थ फटाक्यांची आतषबाजी चालू होती.

स्वामी राघवेंद्रांच्या पाठीमागून असंख्य स्त्रिया पंचारती घेऊन श्रीगणेशाची आरती गात निघाल्या होत्या. स्वामी राघवेंद्रांची सवाद्य मिरवणूक निघाली होती. सर्वांत पुढे बँडपथक होते. त्यानंतर धरणगाव इथून आणलेले लेझीमपथक होते. लेझीमच्या नृत्यामुळे मिरवणूक आकर्षक वाटत होती. त्यानंतर एकशे एक सुवासिनी स्त्रिया रस्त्याच्या दुतर्फा रांगेने डोक्यावर दुधाच्या घागरी घेऊन चालत होत्या. रस्त्यावर उभे असलेले भक्तगण स्वामी राघवेंद्रांचा जयघोष करत होते. लोक आपल्या हातातील पुष्पहार हत्तीच्या सोंडेत देत होते. माहूत हत्तीच्या सोंडेतील पुष्पहार घेऊन स्वामी राघवेंद्रांच्या चरणी अर्पण करत होता. मिरवणूक हळूहळू मंदिराकडे जात होती.

स्वामी राघवेंद्र आपल्याला मिळालेला फुलांचा हार भाविकांच्या गर्दीवर फेकत होते. हार झेलण्यासाठी भाविकांची झुंबड उडाली होती.

श्रीगणेशाच्या मूर्तीवर एकशे एक घागरी गोरस ओतून अभिषेक होणार होता. स्वामी राघवेंद्र विघ्नहर्त्याची महापूजा करणार होते. महाआरतीच्या कार्यक्रमाला हिंदूंची गर्दी उसळली होती. मुस्लिम मात्र तणावाखाली होते.

उसळलेल्या जनसागरापुढे स्वामी राघवेंद्र हात उंचावून उभे होते. फोटोग्राफर आणि कॅमेरामन त्यांची दैवी पोज टिपण्यासाठी स्पर्धा करत होते. स्वामी राघवेंद्रांचा धीरगंभीर आवाज प्रकटला होता.

''समुद्र मंथनातून निघालेले विष शंकरांनी प्राशन केले. विषप्राशन केल्यामुळे शंकराच्या शरीराची आग होऊ लागली. त्यामुळे त्यांनी शेषाला आपल्या गळ्याभोवती धारण केले. शेषामुळे महादेवाच्या शरीराची आग शांत झाली. हे पाहून नागाला गर्व झाला. नागाला गर्व झाल्याचे महादेवाला कळले. महादेवानी आपल्या गळ्याभोवती धारण केलेल्या सर्पाला जमिनीवर फेकून दिले. शेष पद्मालय क्षेत्री येऊन पडले. नागाला अतिशय दुःख झाले. नाग दुःखाने फुत्कारू लागला. नागाचे प्रचंड दुःख पाहून नारदाला दया आली. नारद नागाजवळ गेले. त्यांनी नागाला पंचाक्षरी मंत्र दिला. नागाच्या तपोबळाला प्रवाळयुक्त गजाननाने दर्शन दिले. धरतीचा भार पेलण्याची शक्ती दिली. महादेवाला पुन्हा आपल्या गळ्यात नागाला धारण करण्याची विनंती केली. श्रीगणेश हा भक्ताला पावणारा देव आहे. नागाला दुःख मुक्त करणारा एकदंत आपल्या वस्तीत प्रकटला आहे. तुमच्या दुःखाचे निवारण झाल्याशिवाय राहणार नाही.''

'ॐ गं गणपतये नमः'

गाभाऱ्याच्या गोमुखातून दूध मोरीवाटे बाहेर पडले होते. रस्त्यावर दुधाचा चिखल झाला होता. दुधाने खड्डे भरले होते.

मंदिरातल्या मोरीवाटे बाहेर पडणारे दूध भरण्यासाठी वस्तीतील दरिद्री माणसं धावून आली होती. त्यांच्यात दूध घेण्यासाठी भांडणं होत होती. ध्वनिक्षेपकावरून 'ओम गं गणपतये नमः' हा मंत्र अविरतपणे ऐकू येत होता. स्वामी राघवेंद्रांच्या दर्शनासाठी मोठी रांग लागली होती.

बलशेटवारला पोलिसांनी सोडून दिलं होतं. बलशेटवार पराभुतासारखा वस्तीत आला होता. पोलिसांनी त्याला नामोहरम केलं होतं. बंटी मात्र बलशेटवारला भेटायला गेला नव्हता. तो आता कलशट्टीच्या गँगमध्ये काम करू लागला होता. सगळी वस्ती झाडून मंदिरापुढे जमा झाली होती. त्यामुळे बलशेटवार सुटून आल्याचं कोणालाच कळलं नव्हतं.

बलशेटवार घाईघाईनं तयार झाला होता. त्याला मंदिरात जाऊन दर्शन घ्यायचे होते. झहिराने त्याला हटकलं होते, "मैं भी आऊ क्या?" बलशेटवारने तिला होकार दिला होता. झहिराने घाईने साडी बदलली होती. तिची ब्रा ब्लाऊजच्या बाहेर आली होती. बलशेटवारने ती आत कोंबली होती. झहिरा प्रथमच हिंदूंच्या मंदिरात जात असल्याने तिच्या मनात भय होते.

बलशेटवार मंदिराच्या दिशेने निघाला होता. झहिरा त्याच्याबरोबर चालत होती. मंदिराच्या प्रांगणात युनुसची बायको इमरानाही दिसत होती.

बलशेटवारने मंदिराच्या पहिल्या पायरीचे दर्शन घेतले. झहिरानेही तसेच केले. त्यानं उंबऱ्याचं दर्शन घेतलं. तिनेही तसेच केले. त्यानी मंदिरातली घंटा वाजवली. तिनेही तसेच केले. बलशेटवारने हात जोडून मनोभावे दर्शन घेतले. तिनेही तसेच गेले. झहिरा बलशेटवारचं अनुकरण करत होती. 'आपल्याला मुस्लिम म्हणून कोणी तरी बाहेर हाकलेल' अशा धास्तीने ती ग्रासली होती. तिने श्रींच्या मूर्तीकडे पाहिले. तिला ईश्वराच्या हातातील त्रिशूळ दिसला. बजरंग दलाने असे हजारो त्रिशूळ हिंदूंना वाटले होते. हजारो हिंदूंनी हातातील त्रिशूळ उंचावून 'हर हर महादेवऽ' च्या घोषणा दिल्या होत्या. झहिरा भ्याली होती. बलशेटवार प्रदक्षिणा घालत होता. तिनंही तसेच केले.

मंदिराबाहेर पडताना बलशेटवारने झहिराकडे पाहिले होते. तिने आपल्या कपाळावर गुलाल लावला होता. तिचा चेहरा हिंदूमय झाला होता.

"स्वामी राघवेंद्रांचं दर्शन घ्यायचंय?"

"घेऊ या."

"रांगेत उभं राहावं लागेल."

"मग नको."

"का?"

"ईश्वराचं दर्शन झालं आहे. आता पुजाऱ्याच्या दर्शनासाठी रांग कशाला

लावायची?''

झहिराच्या साध्या प्रश्नाने बलशेटवारची भंबेरी उडाली होती. तो तिच्याकडे पाहतच राहिला होता. परमेश्वरापेक्षा पुजाऱ्याचे प्रस्थ वाढले आहे. भाविकही ईश्वराऐवजी त्याच्या दलालाभोवती गर्दी करत आहेत. बलशेटवार घराकडे परतत होता. कोणीही त्याची विचारपूस केली नव्हती. बंटीने बलशेटवारला पाहून तोंड चोरले होते.

शिवशक्तीच्या कार्यकर्त्यांनी केरबा आणि सोनबाचा टेम्पो अडवला होता. जोपर्यंत स्वामी राघवेंद्र वस्तीत आहेत, तोपर्यंत वस्तीत टेम्पो न्यायचा नाही, अशी आक्रमक भूमिका कार्यकर्त्यांनी घेतली होती. टेम्पो रोडच्या कडेला उभा केला होता. जनावरांच्या कातड्यांची दुर्गंधी चौफेर पसरली होती.

□ □ □

रमा बाबरने कलशट्टीवर ॲस्ट्रोसिटीचा गुन्हा दाखल केला होता. सावित्रीबाई फुले न्यू इंग्लिश स्कूलमध्ये जाऊन कलशट्टीने घातलेल्या हैदोसाची बातमी सर्वच वर्तमानपत्रांमध्ये छापून आली होती. कलशट्टीची बोबडी वळली होती. तो आपल्या बचावासाठी स्वामी राघवेंद्रांकडे गेला होता.

स्वामी राघवेंद्रांनी त्याला वेद अध्ययन केंद्रात बोलवून घेतलं होतं. वेद अध्ययन केंद्रात तीन वर्षांचा पौरोहित्याचा अभ्यासक्रम शिकवला जात होता. संस्कृतचे जतन व संस्कृतचे पायाभूत शिक्षण इथे दिले जात होते. शास्त्रशुद्ध शिक्षण, शुद्ध व स्पष्ट उच्चार ह्यावर भर दिला जात होता. ध्यान, श्लोकापासून प्रशिक्षणाला सुरुवात होत असे. त्यानंतर अथर्वशीर्ष, विष्णुसहस्त्रनाम, महिम्न, पुरुषसुक्त, गंगालहरी, रुद्र, पांडुरंगाष्टक, रामरक्षा, मारुतीस्तोत्र ह्यातला अर्थ विशद केला जाई.

कलशट्टी प्रथमच वेद अध्ययन केंद्रात आला होता. त्याला गेटवर सुरक्षा रक्षकांनी अडवलं होतं. स्वामी राघवेंद्रांचा निरोप मिळाल्यानंतर त्याला आत प्रवेश मिळाला होता. इथं असंख्य बटू हिंदू धर्मशास्त्राचा अभ्यास करत होते. वेद अध्ययन केंद्रातले बटू जेव्हा सामुदायिक स्वरांत मंत्रपठण करत, तेव्हा सगळ्या परिसराला पौराणिक रूप प्राप्त होई. बटूंच्या चेहऱ्यावरील तपाचं बळ, त्यांच्या गळ्यातले जानवे, त्यांच्या शेंड्या, त्यांचं सोवळं, त्यांचा अर्धनग्न तुंदील देह, त्यांच्या मुखातली देववाणी ह्यामुळे त्यांच्या व्यक्तिमत्त्वाला दैवी वलय लाभलं होतं. वेद अध्ययन केंद्रात होम सुरू झाला होता. होमामध्ये समिधा अर्पण केल्यानंतर उफाळलेल्या ज्वाळांच्या जाज्वल्य प्रकाशात बटूंच्या चेहऱ्यावरील चैतन्य दिसत होतं.

वेद अध्ययन केंद्रातल्या तलावात निळे, गुलाबी आणि पांढरे कमळ पसरले

होते. काही कुमुदिनी होते, तर काही कमलिनी होते. कमळाच्या शंखाकृती कळ्या दर्शनासाठी जोडलेल्या हाताप्रमाणे भासत होत्या. बदकांचा काफिला जलाशयात तरंगत होता.

कलशट्टी स्वामी राघवेंद्रांबरोबर त्यांच्या आश्रमाजवळ आला होता. निसर्गाच्या नीरव शांततेत पाखरांचा चिवचिवाट आणि गुराख्यांच्या हाका ऐकू येत होत्या.

स्वामी राघवेंद्र महाकाय शिळेवर बसले होते. त्यांच्या पाठीमागे विस्तृत पैस होता. स्वामी राघवेंद्र ध्यान्यस्थ बसावे तसे बसले होते. कलशट्टी त्यांच्यापुढे बसला होता. शिष्यासारखा. स्वामी राघवेंद्र धीर गंभीर आवाजात बोलत होते, "हे बघ, मी जे सांगतोय ते नीट लक्षात घे. लोक धर्माच्या नावावर एकत्र येतात. धर्म ही अलौकिक शक्ती आहे. लोकांच्या धार्मिक भावना सदैव प्रखर असल्या पाहिजेत. लोकांना संघटित ठेवण्यासाठी हिंदुत्व महत्त्वाचं. आपलं हिंदुत्व तळपलं पाहिजे. आपल्या हिंदुत्वाकडे वाकड्या नजरेने पाहण्याची कोणी हिंमत करू नये." स्वामी राघवेंद्रांचा उपदेश कलशट्टीच्या काळजावर शिलालेखासारखा कोरला जात होता. "तुमच्या वस्तीतील एक गठ्ठा मते ही तुमची खरी ताकद आहे." स्वामी राघवेंद्रांच्या आवाजात प्रचंड स्पष्टता आणि प्रखरता प्रकट झाली होती.

कलशट्टीला जणू साक्षात्कारच झाला होता. तो आपल्या वस्तीला मतपेटीच्या स्वरूपात पाहू लागला होता. कलशट्टीने स्वामी राघवेंद्रांकडे आज्ञाधारकपणे पाहिले होते. "हिंदूंच्या हाती सर्व प्रकारची सत्ता असावी आणि हिंदूंनी इतरांवर राज्य करावं ही आपली नीती असली पाहिजे. आपली सत्ता टिकवण्यासाठी देव, धर्म आणि दंगलींचा शस्त्रांसारखा वापर केला पाहिजे." स्वामी राघवेंद्र जपमाळ ओढत बोलत होते.

स्वामी राघवेंद्रांनी कलशट्टीवर दाखल झालेल्या अॅट्रोसिटी गुन्ह्याच्या विषयाला बगल दिली होती.

बटू तपश्चर्येला बसावे तसे बसले होते. एका रांगेत बसलेले बटू पुरातन लेण्यासारखे वाटत होते. हवेत ऊद-कापराचा गंध दरवळला होता. कलशट्टी वेद अध्ययन केंद्राच्या गेटमधून बाहेर पडला होता. कलशट्टी वेद अध्ययन केंद्राच्या जागेवर लहानपणी विटी-दांडू खेळला होता. स्वामी राघवेंद्रांनी ओसाड जागेचा कायापालट केला होता. माळरानावर त्यांनी नंदनवन फुलवलं होतं. स्वामी राघवेंद्रांमुळे अचलपूरचं धार्मिक महत्त्व वाढलं होतं.

स्वामी राघवेंद्र ह्या गावात शिक्षक म्हणून आले होते. राघवेंद्र गोडबोले हे त्यांचं मूळ नाव होतं. ते महादेव मंदिरात संस्कृतचे वर्ग घेत होते. त्यांचं संस्कृतवर दांडगं प्रभुत्व होतं. त्यांच्या आवाजात खर्ज होता. त्यांच्या उच्चारांमध्ये नादमाधुर्य होतं. सदानंद कांबळे मंत्री झाल्यानंतर त्यांनी महादेवाला अभिषेक केला होता. ह्या

अभिषेकाची पूजा राघवेंद्र गोडबोले सरांनीच केली होती. तिथून गोडबोले सर मंदिरातल्या धार्मिक कार्यात रस घेऊ लागले होते. सरांची पूजा असो वा प्रवचन, त्याला लोकांचा उत्तम प्रतिसाद मिळत होता. सरांची लोकप्रियता वाढत होती. सरांनी मंदिरात धार्मिक उपक्रम सुरू केले होते. एक दिवस राघवेंद्र गोडबोले ह्यांचं नामकरण स्वामी राघवेंद्र असं झालं होतं. स्वामी राघवेंद्रांमुळे मंदिराला वैभव प्राप्त झालं होतं. त्यांची कीर्ती वाढली होती. त्यांचा अनुयायी वर्ग वाढला होता.

स्वामी राघवेंद्रांची वाढती लोकप्रियता पाहून दामोदर पोतदार आणि महादेव माळी अस्वस्थ झाले होते. त्यांच्या हातातील देवस्थानचे अधिकार कमी झाले होते. स्वामी राघवेंद्रांनी दामोदरला वित्त अधिकारी म्हणून घोषित केले होते. देवस्थानच्या देखभालीचं काम महादेव माळी पाहत होता. कलशट्टीला वाटेत महादेव माळी भेटला होता; पण तो कलशट्टीला बोलला नव्हता. कलशट्टी मंदिराला वळसा घालून गावाबाहेरच्या रस्त्याने निघाला होता. पुढून मोठी वावटळ गरगरत येताना त्याला दिसली होती.

कलशट्टीला आपलं बालपण आठवलं. वावटळ आली की तो लपायचा. वावटळीत भूत असतं हे त्याच्या आईनं त्याच्या मनावर बिंबवलं होतं. माणूस वावटळीत सापडला की भूत त्याची मान मोडतं. बलशेटवारचे वडील वावटळीत सापडले होते. भुतानं त्यांची मान मोडली होती. कलशट्टीची आई नेहमीच बलशेटवारच्या वडिलाचं उदाहरण देत असे. बलशेटवारच्या वडिलांना लकवा मारला होता.

कलशट्टीला ह्या वयातही वावटळीची भीती वाटली होती. वावटळीत तात्या कांबळेचे भूत असेल. ते आपली मान मोडेल. कलशट्टी वावटळीकडे पाहून भेदरला होता. त्याने वावटळीला हात जोडले होते. वावटळ गरगरत दुसरीकडे निघून गेली होती. वावटळीत धुळीचे लोट गरगरत होते. कलशट्टीला तात्या कांबळेची आठवण झाली होती. वेद अध्ययन केंद्राची जागा ही महाराची हाडकी हडवळा होती. तात्या कांबळेनं ही जमीन ताब्यात घेण्यासाठी गावाबरोबर अनेक वेळा संघर्ष केला होता. आज तात्या कांबळे जिवंत असता तर वेद अध्ययन केंद्राला प्राणपणाने विरोध केला असता. "प्रत्येक स्वाभिमानी दलिताचा जन्म हा विरोधासाठीच झालेला असतो." तात्या कांबळेच्या जळजळीत विधानाची कलशट्टीला आठवण झाली होती.

□ □ □

बलशेटवार काडीने दात कोरीत होता. झहिरा आपल्या केसांना मेंदी लावत होती. केबलवर हिंदी गाणी चालू होती. "येऊ का?" म्हणत सुरेखा माने बलशेटवारच्या घरात आली होती. झहिराचा चेहरा चौकस झाला होता. तिला वाटलं सुरेखा माने

बंटीचा विषय काढेल. सुरेखा माने फतकल मारून झहिराच्या पुढे बसली होती. बलशेटवार तिच्याकडे प्रश्नार्थक नजरेने पाहत होता.

“मामा! तू हे घरातले मुसलमानांचे फोटो काढून टाक. काल मंदिरात ह्याची वाईट चर्चा होत होती. आपल्या लोकांच्या भावना कशाला दुखवायच्या?” सुरेखा माने.

“मानेबाई, आज तू मुसलमानाचा फोटो काढ म्हणतेस. मी काढतो. माझी तक्रार नाही. उद्या तू मुसलमानाची बाई घरातून काढ म्हणशील. मी हिला घरातून बाहेर काढू?” बलशेटवार.

“असं कसं म्हणणार? तो तुमचा खुशीचा मामला आहे.” सुरेखा माने

“हे माझं घर आहे. ह्या घरात काय असावं, काय नसावं, हे मी ठरवणार. मी दुसऱ्याच्या घरात तोंड खुपसत नाही. आपले अनेक लोक मुसलमानाच्या पिरांना जातात की नाही? मग माझ्या घरातल्या फोटोमुळे कोणाचे काय नुकसान होत आहे? हे कळू दे तर.” बलशेटवार.

सुरेखा माने निरुत्तर झाली होती. बलशेटवारने तिला साफ धुडकावून लावले होते. ती हताश होऊन निघून गेली होती. तिने बलशेटवारच्या घराचं पाणीदेखील पिलं नव्हतं. झहिराची अवस्था जखमी वाघिणीसारखी झाली होती. बलशेटवारही चिडला होता. “हे कोणाला भीती दाखवत आहेत? धर्म काय खाण्या, पिण्या, झोपण्यात असतो? लोक धर्माचा ढालीसारखा वापर करून इतरांवर वार करत आहेत.” बलशेटवार भडभडून बोलत होता. झहिरा शांतपणे आपल्या केसांना मेंदी लावत होती. तिचं मौन वादळासारखं वाटत होतं.

माणसाला समाज धमकावतो. धर्म धमकावतो. कायदा धमकावतो. गुंड धमकावतो. माणूस धमकीच्या दगडाखाली जगणाऱ्या बेडकासारखा आहे. सुरेखा माने त्याच्या घरात येऊन त्याला सल्ला देण्याचं धाडस करतेय हे पाहून तो उखडला होता. सुरेखा मानेच्या मागे कलशट्टीची ताकद आहे. कलशट्टीने अत्यंत सुमार दर्जाच्या माणसांना डोक्यावर चढवून ठेवलं आहे. बलशेटवार वैतागला होता.

कलशट्टीला रमा बाबरच्या तक्रारीनुसार अटक झाली होती. पोलिसांना कलशट्टीला पकडून नेलं होतं. पोलिसांनी कलशट्टीवर ॲट्रोसिटी ॲक्टखाली गुन्हा न नोंदवता साध्या गुन्ह्याखाली अटक दाखवली होती आणि त्याला टेबल जामीनवर सोडून दिलं होतं.

□ □ □

सावित्रीबाई फुले न्यू इंग्लिश स्कूल नियमितपणे सुरू झाले होते. विद्यार्थ्यांच्या प्रार्थनेचे स्वर लोकांच्या कानावर पडत होते. मुलांना दूध, केळी वाटप केले जात होते. मुलं दूध पीत होती. केळी खात होती. शाळेतला शिपाई केळीच्या साली गोळा करत होता. रमा बाबर शिक्षकांशी चर्चा करत होत्या. रमा बाबरने मध्येच चर्चा थांबवली. ''सय्यद, तुम्ही तुमच्या वर्गातील अत्यंत हुशार अशा विद्यार्थ्याला घेऊन या.'' रमा बाबरचा आदेश ऐकून सय्यद विद्यार्थ्यांमध्ये गेला होता.

''कुलकर्णी सर, सय्यद जो विद्यार्थी आणेल त्याला तुम्ही देशाचं नाव विचारा.'' रमा बाबर शिक्षकाची परीक्षाच घेत होत्या. विश्वनाथ कुलकर्णी गंभीर झाले होते. ''आज आपण आपलीच परीक्षा घेऊ.'' रमा बाबरने हसत-खेळत आपला मनसुबा व्यक्त केला होता. सय्यदने एका चुणचुणीत मुलाला आणले होते. तो मुलगा हाताची घडी तोंडावर बोट ठेवून उभा होता. विश्वनाथ कुलकर्णींनी त्या मुलाला अत्यंत प्रेमाने जवळ घेतले होते. त्याला मायेने प्रश्न विचारला होता. ''आपल्या देशाचं नाव काय आहे बाळ?'' कुलकर्णींचा प्रश्न ऐकून तो मुलगा खुदकन हसला होता. कुलकर्णींनी पुन्हा एकदा आपला प्रश्न विचारला होता. मुलगा खुदकन हसला होता. सय्यदनेही तोच प्रश्न मुलाला विचारला होता. मुलगा हसत राहिला होता. रमा बाबरने त्या मुलाला वर्गात जायला सांगितले होते. ''तुम्ही दुसरा मुलगा आणा.'' रमा बाबरने सय्यदला पुन्हा तेच काम सांगितले होते.'' ''सय्यद, मुलाला उत्तर सांगायचं नाही.'' रमा बाबरने त्याला निक्षून सांगितले होते. ''जी मॅडम'' म्हणून सय्यदने होकार दर्शवला होता.

सय्यदने दुसरा विद्यार्थी आणला होता. विश्वनाथ कुलकर्णींनी त्या मुलाला प्रेमाने जवळ घेतले होते. मुलगा घाबरला होता. कुलकर्णींनी मुलाच्या पाठीवरून हात फिरवला होता. मुलाला इतक्या आत्मीय प्रेमाची सवय नव्हती. कुलकर्णींनी त्या विद्यार्थ्याला प्रश्न विचारला होता. ''आपल्या देशाचे नाव काय आहे?'' मुलगा प्रश्न ऐकून रडू लागला होता. रमा बाबरने त्याला प्रेमाने समजावण्याचा प्रयत्न केला होता. त्या विद्यार्थ्याने आकांत मांडला होता. सय्यदने त्या मुलाला बाहेर नेले होते. रडणाऱ्या मुलाला पाहून वर्गातील इतर मुलंही घाबरली होती. सय्यदने वर्गातल्या आणखी एका मुलाला बोलावले होते. मुलगा वर्गातून बाहेर पडला होता आणि पळून गेला होता.

स्वत: रमा बाबर वर्गामध्ये गेल्या होत्या. वर्गातल्या वयाने मोठ्या दिसणाऱ्या मुलाला त्यांनी बोलावून आणले होते. सय्यदने त्याला दूध प्यायला दिलं होतं. त्याने एका दमात एक ग्लास दूध संपवले होते. त्याच्या ओठावर दुधाच्या मिशा आल्या होत्या. त्याने जिभेने ओठ चाटले होते. मुलगा हाताची घडी तोंडावर बोट ठेवून बसला होता.

“आपल्या देशाचे काय नाव आहे माहीत आहे तुला?” रमा बाबरने त्याला आपुलकीने विचारले होते. “नाही.” असे ताडकन उत्तर त्या मुलाने दिले होते. मुलगा बोलतोय ह्याचं सर्वांना कौतुक वाटलं होतं. “बाळ आपल्या देशाचं नाव भारत आहे. हे तुला माहीत आहे का?” विश्वनाथ कुलकर्णींनी त्या मुलाला दुसरा प्रश्न विचारला होता. मुलाने डोके खाजविले होते. “भारत आमच्या गल्लीत राहतो. त्याची आई सूत गिरणीत कामाला जाते.” मुलाने चुकीचे का होईना उत्तर दिले होते. सर्व शिक्षक मात्र गंभीर झाले होते. रमा बाबरने त्याला दुसरा प्रश्न विचारला होता. “बांधव म्हणजे काय?” विद्यार्थ्याने ह्याही प्रश्नाचे उत्तर दिले होते. “चाकू.” मुलाचं उत्तर ऐकून सर्वजण हसले होते. मुलगा बाहेर पळून गेला होता.

रमा बाबर वैतागल्या होत्या. “मुलांना काही येत नसेल तर त्याला शिक्षक जबाबदार आहेत. ही झोपडपट्टीतील मुलं आहेत. त्यांना मातृभाषेत उत्तरं देता येत नाहीत. त्यांचा इंग्रजीत कसा निभाव लागेल? आपल्याला अधिक कष्ट घ्यावे लागतील.” रमा बाबर दुःखी-कष्टी होऊन बोलत होत्या. सर्व शिक्षकांनी मौन पाळलं होतं. “विकास आघाडीच्या कामाकडे लक्ष दिलं पाहिजे. त्याहीपेक्षा अधिक शाळेच्या कामाकडे लक्ष दिलं पाहिजे.” रमा बाबर उद्वेग व्यक्त करत होत्या. सिद्धार्थ पगारे आणि काशिनाथ पोळके विकास आघाडीच्या कामाच्या नावाखाली शाळेतल्या कामाकडे दुर्लक्ष करत असल्याची तक्रार रमा बाबरकडे आली होती. त्यामुळे ते खजील झाले होते.

“जगात कोठेही नसलेली जाती व्यवस्था भारतात आहे. जात हे इथलं वास्तव आहे. एका अत्यंत छोट्या वर्गाकडे ज्ञानाची, संपत्तीची, प्रतिष्ठेची व सत्तेची सूत्रे दीर्घकाळ राहिली आहेत. ज्या वर्गाला शिक्षण, मालमत्ता, प्रतिष्ठा व राजकीय पदे नव्हती, त्यांना ती मिळविण्यासाठी आरक्षणाची गरज आहे. ‘समतेसाठी आरक्षण’ अशी ही कल्पना आहे. दुर्बलांना दिलेले आरक्षण हे न्यायपूर्ण समाजनिर्मितीसाठी असते.” रमा बाबरने चाणाक्षपणे विषय बदलण्याचा प्रयत्न केला होता.

विकास आघाडीच्या कार्यकर्त्यांना लोकांच्या प्रश्नांची उत्तम जाण होती. लोकांना एकत्रित ठेवण्यासाठी त्यांच्या जिव्हाळ्याचा प्रश्नांना हात घालावे लागते. मोर्चा, सत्याग्रह, आंदोलने, उपोषण, घेराव, बंद अशा मार्गाने लोकांना संघटित करण्याचे काम विकास आघाडीचे कार्यकर्ते करत होते, तर झोपडपट्टी दादा लोकांना आपल्या मुठीत ठेवण्यासाठी अपहरण, खून, धमक्या, खंडणी अशा गैरमार्गाचा अवलंब करत होते. कार्यकर्त्यांनी कधी कधी झोपडपट्टी दादांचा मार्ग अवलंबिला होता, तर गुंडांनी कधी कधी कार्यकर्ते होण्याचा प्रयत्न केला होता. ह्यातून एक नवं रसायन निर्माण होत होतं. गुंडांना प्रतिष्ठा मिळून ते कार्यकर्ते होत होते. कार्यकर्ते आपले स्थान आणि पद अबाधित ठेवण्यासाठी गुन्हेगारी मार्गाचा स्वीकार करत होते.

अडचणीच्या कार्यकर्त्यांना खोट्या गुन्ह्यात गोवलं जात होतं, तर सोयीच्या गुन्हेगाराला कार्यकर्त्याचा दर्जा मिळत होता. गरिबी हटाओ झोपडपट्टीत प्रचंड उलाढाल चालू होती.

□ □ □

अचलपूरच्या शिवालयाचे चार भाग होते. गर्भगृह आणि सभामंडप. गर्भगृह आणि सभामंडप मिळून एक सलग भाग होता. त्यामागे तळघरात ध्यानगृह होते. मुख्य शिखराला धरून एकूण तेहतीस घुमटवजा शिखरे होती. काळ्या दगडांचा महिरपी असलेला सभामंडप होता. या सभामंडपाच्या छताच्या बाजूने चहुबाजूने भिंतीच्या वरच्या भागांत दशावताराची रंगीत नाजूक रेषांनी काढलेली सुंदर भित्तिचित्रे होती. या दगडी सभामंडपाच्या पुढे दगडी चौथऱ्यावर गरुडाची रेखीव मूर्ती होती. देवळाच्या सभोवती सुंदर पुष्पवाटिका व बाग केली होती. शिवमंदिराच्या पुढे महाकाय संगमरवरी नंदी असून, नंदीची नजर शंकराच्या पावलांवर खिळली होती. नंदीचा उजवा पाय गुडघ्या-पासून उभा, डावा पाय मागे मुडपलेला, तलवारीच्या पात्यासारखा पोळ, कोरीव वशिंड, नंदीच्या कपाळावर कमळगोंडा, गळ्याभोवता घुंगरमाळा, मानेवर फणा काढलेल्या नागांचा जोडी, साखळी, घंटामाळ, पाठीच्या दोन्ही बाजूला पिंपळाचे झाड रेखाटलेले, गाभाऱ्यात पींड, बाण व शंकराचा पितळी मुखवटा होता. गर्भगृहाला लागून गुळगुळीत काळ्या दगडाचे खांब असून, ते एकमेकांना नक्षीदार तीन महिरपींना जोडले होते. सभामंडपाच्या वर गच्ची होती. मंदिराचे शिखर परंपरागत मराठा शैलीतले होते. मंदिराच्या आवारात दत्त व हनुमानाची नंतर बांधलेली मंदिरे होती. सभामंडपाच्या डाव्या बाजूस मोर ठेवण्यासाठी जागा होती.

मंदिराच्या प्रांगणात उंच दीपमाळ होती. लोखंडी पोलवर भगवा ध्वज फडकत होता. त्याला लागून होमकुंड होते. मंदिराच्या भिंतीत पिंपळाची फांदी उगवली होती. मंदिरावर जंगली कबुतरे उडत होती. मंदिराबाहेर अनेक गायी रवंथ करत होत्या. मंदिरात येणारे भक्त गवत खरेदी करून गायींना चारा घालत होते. गवत विकणाऱ्या स्त्रिया 'गायीला गवत घ्या' म्हणून ओरडत होत्या. पूजेचे साहित्य विक्रेते 'देवाला हार, नारळ घ्या.' म्हणून ओरडत होते. स्टॉलवर पिंड, रुद्राक्ष माळा, चिरमुरे, लाह्या, बत्ताशे, रेवड्या, पेढे आणि फुटाणे विकत मिळत होते. भक्तिगीतांच्या कॅसेट आणि सी.डी. विकत मिळत होत्या. प्रत्येक स्टॉलवर धार्मिक पुस्तके ठेवलेली होती. मंदिराबाहेर दर्शनासाठी रांग उभी होती. पादत्राणांसाठी स्टॉल होता.

शंकरास रोज एक नवा पोशाख, रोज गवयाचे गाणे, दर एकादशीस हरी

कीर्तन, नियमित नैवेद्य, कार्तिक मासात तांब्याचे दिवे लावले जात होते. त्यांच्या वाती एकसारख्या जाडीच्या होत्या. मुख्य मंदिराचा दींडी दरवाजा पूर्वेकडे होता. उत्तरेकडील द्वाराने भक्तांना गाभाऱ्यातून बाहेर काढले जात होते. मंदिराच्या भिंतीवर असंख्य मंत्र कोरले होते. देणगीदारांची नावे लिहिली होती. रोज पुराण वाचन होत होते. वैदिक पद्धतीने मंत्र जागर होत होता. शंकराचे पोशाख वाराप्रमाणे बदलले जायचे. सर्वांत मोठा कार्यक्रम म्हणजे वैकुंठ चतुर्थीच्या दिवशी पहाटे चार वाजता विष्णू व शिवाच्या भेटीचा 'हरिहर सोहळा' उत्साहात साजरा केला जाई. त्यावेळी तुळशीचे सुवर्णपत्र वाहिले जाई.

स्वामी राघवेंद्र हेमा पंडितबरोबर गोपनीय बोलत होते. त्यामुळे कलशट्टी मंदिराच्या आवारात भटकत होता. लहान मुलं त्याच्याकडे बघत होती आणि आपापसांत कुजबुजत होती. 'हाच तो खुनी.'

मंदिराच्या गाभाऱ्यात जॉबर आणि जॉबरची पत्नी कल्पना पाटावर बसले होते. दामोदर पोतदारच्या सूचनेनुसार पूजा चालू होती. जॉबरने डोक्यावर टोपी घातली होती. कल्पनाने डोक्यावरून पदर घेतला होता. दूध, तूप, दही, साखर आणि जलमिश्रित पंचामृत तयार केले जात होते. तीर्थासाठी कळशीभर पाणी घेतले होते. तांब्याचा लोटा, कुंकू, गुलाल, हळद, अष्टगंध, गोपीचंदन, अक्षता इत्यादी वेगवेगळे पूजेच्या ताटात मांडून ठेवले होते. बेलाची पाने, नागवेलीची पाने, दोन कापूरवड्या, अगरबत्ती, पूजेसाठी हाताला बांधायला लाल नाडा हे साहित्यही ठेवलेले दिसत होते. दामोदर पोतदारने मंत्र पुटपुटत जॉबरच्या हातात नाडा बांधला होता.

आसनावर बसलेल्या जॉबरने डोळ्याला पाणी लावले. संध्यापात्रात गणपतीची मूर्ती ठेवली होती. जॉबरने संध्यापात्रात पळीने तीन वेळा पाणी टाकले. उजवा हात मस्तकाभोवती फिरवला. कानाला, नाकाला, कंठाला, गुडघ्याला स्पर्श करून नमस्कार केला. कुलदेवतेचे नाव घेतले. दामोदर पोतदाराने त्याला संकल्प दिला. जॉबरने हातातले पाणी सोडले. पाण्यात कुंकू, साखर टाकून अभिषेक केला. कळसाला टिळा लावला. कळस नारळासह तीन वेळा मस्तकाला लावला. जॉबर आपल्या मुलाला प्रशांतला पोस्टखात्यात मेसेंजरची नोकरी लागली म्हणून महादेवाला अभिषेक करत होता.

कलशट्टीने जॉबरला दुरूनच पाहिले होते. कलशट्टीने दुरूनच देवाचे दर्शन घेतले होते. कलशट्टी गच्चीवर गेला होता. महादेव माळी गच्चीवर झोपला होता. त्याच्या गळ्यातले शिवलिंग फरशीवर लोळत होते. कलशट्टी हेमा पंडितच्या जाण्याची वाट पाहत होता. तो वैतागला होता. अखेर हेमा पंडित मंदिराबाहेर पडताना दिसली होती.

स्वामी राघवेंद्रांना भेटायला अन्य कोणी येऊ नये म्हणून कलशट्टी लगबगीने

स्वामी निवासमध्ये गेला होता. स्वामी राघवेंद्रांचा चेहरा गंभीर आणि अवघडलेला होता. त्यांना आपल्या डोळ्यांतील पाणी लपवता आले नव्हते. कलशट्टीही गोंधळला होता.

"का आलास?"

"मला आपला फोटो हवाय."

"कशाला?"

"मला आपले कॅलेंडर छापून घरोघरी वाटायचे आहेत."

"कॅलेंडरची छपाई चालू आहे. तू खर्च करू नको. छापल्यानंतर तुला काही कॅलेंडर मिळतील. तू ते घरोघरी वाट."

"कोण छापतेय?"

"शिवाई सहकारी साखर कारखान्याच्या पहिल्या गळित हंगामाचे उद्‌घाटन होणार आहे. त्याप्रसंगी कॅलेंडरचे प्रकाशन होणार आहे. गेल्या आठवड्यात फोटो सेशन झालेय."

"मला जास्त कॅलेंडर हवे आहेत."

"कॅँलेडर तर येऊ देत."

कलशट्टी स्वामी राघवेंद्रांच्या काळजात शिरण्याचा प्रयत्न करत होता. स्वामी राघवेंद्रही कलशट्टीला जवळ करत होते. कलशट्टी जाण्यासाठी उठला होता. स्वामी राघवेंद्रांनी त्याला थांबवलं होतं. त्याला श्रीफळ व बेलाची पाने दिली होती. "मोकळ्या हाताने जाऊ नकोस. हे घे." कलशट्टीने स्वामी राघवेंद्रांच्या पायावर डोकं ठेवलं होतं. स्वामी राघवेंद्रांनी नेहमीच्या शैलीत आशीर्वाद देण्यासाठी हात उंचावला होता.

मंदिराचे उत्पन्न वाढले होते. भाविकांची गर्दी वाढली होती. मंदिरे धार्मिक स्थळांऐवजी पर्यटन स्थळे झाली होती. लोकनेते धर्मगुरूंच्या आशीर्वादासाठी रांगा लावत होते. राजसत्तेने लोकानुनयासाठी धर्माची प्राचीन चिलखते अंगावर घातली होती. मंदिरे श्रीमंत झाली होती.

□ □ □

बंटी अपमानाने पेटला होता. त्याला झहिराचा सूड घ्यायचा होता. तो झहिराविषयी विषारी प्रचार करत होता. बंटीने बलशेटवारची साथ सोडली होती. तो कलशट्टीच्या गँगमध्ये सामील झाला होता. उस्मानबरोबर त्याची खूप जमली होती.बंटी ढाब्यावर पडून असायचा. तो उस्मानला झेलत होता. त्याच्या मनात विष कालवत होता.

"बलशेटवारची रखेल तुमच्या समाजावरील कलंक आहे. तो तुमची बाई

घेऊन झोपतो. तिच्याबरोबर चौऱ्याऐंशी आसनं करतो. तुम्ही हे कसे सहन करता?'' बंटी दारू पिला की उस्मानला भडकवायचा. उस्मान चिडायचा. ''तिला मी एक दिवस अंगाखाली घेईन. छिनाल औरत.'' बंटी त्याला पीन करायचा. ''बहोत सेक्सी है.'' एकीकडे बंटी उस्मानला भडकावत होता, तर दुसरीकडे पिंकी. पिंकीही झहिराविषयी खोटंनाटं सांगत होती. बलशेटवारने पिंकीला वाममार्गाला लावले होते. ही खुन्नस तिच्या मनामध्ये होती. पिंकीही उस्मानच्या मनात झहिराविषयी अढी निर्माण करत होती.

पिंकी आणि बंटीच्या लावालावीमुळे उस्मान पूर्णपणे झहिराच्या विरुद्ध गेला होता. तो बलशेटवारचा द्वेष करू लागला होता. त्याच्या मनात झहिराविषयी तीव्र आसक्ती निर्माण झाली होती. तो सूडाने पेटला होता.

स्त्रीवर सूड उगवणे म्हणजे तिचा रानटीपणाने उपभोग घेणे आणि तिच्या स्त्रीत्वाची घोर विटंबना करणे, अशी उस्मानची धारणा होती. त्याच्या मनात आसुरी भोगलालसा निर्माण झाली होती. त्याच्या मनात झहिराने घर केले होते. त्याला तिच्यावर आपला अधिकार गाजवायचा होता. तिला आपली बटीक बनवायचे होते.

उस्मान बंटीला घेऊन झहिराच्या घरी गेला होता. ते दोघे पिले होते. त्यांना बलशेटवारबरोबर हुज्जत घालायची होती. बलशेटवार घरी नव्हता. बंटी बलशेटवारच्या घरात घुसला होता. त्याच्यापाठोपाठ उस्मानही. झहिरा त्या दोघांना पाहून हबकली होती. त्यांचे चेहरे बीभत्स वाटत होते. उस्मान बंटीला मागे ढकलून स्वत: पुढे गेला होता. झहिरा आक्रमक झाली होती.

''बाहर निकलो.'' झहिरा.

''छिनाल औरत.'' उस्मान.

''उस्मान अब घर जा.'' झहिरा.

''तू हमारी नाक कटवायी है.'' उस्मान.

''तू शराब पिया है, कल आ. मैं तुझे बोलती.'' झहिरा.

''तुझे उठाकर लेके जाऊँगा. तुझे रखेल बनाऊँगा.'' उस्मान .

''उस दिन देखूँगी. अब चले जा.'' झहिरा.

झहिरा अत्यंत शांतपणे त्या दोघांना समजावत होती. बंटी काहीच बोलत नव्हता. तो स्तब्ध उभा होता. उस्मान मात्र चवताळला होता. तो तिच्या अंगचटशी येत होता. तिने त्याला ढकलून बाहेर काढले होते. उस्मानला नीट उभे राहता येत नव्हते. इतकी त्याला नशा झाली होती. झहिराने त्यांना बाहेर काढून दरवाजा बंद केला होता. ती हादरली होती.

झहिराला आपला भूतकाळ आठवला. तिच्याकडे आलेल्या गिऱ्हाईकांमध्ये चुरस

निर्माण झाली होती. दोघेही पिलेले होते. दोघांनाही ती हवी होती. ते दोघे चवताळले होते. त्यांनी एकमेकांवर हल्ला चढवला होता. झहिराच्या अंगावर रक्ताच्या चिळकांड्या उडाल्या होत्या. ती आक्रोश करत खोलीबाहेर पळाली होती. आजही तिला आक्रोश करावा वाटत होता, पण तिला रडू फुटत नव्हते. ती गुदमरली होती. मस्जिदीतून नमाजाची अजान ऐकू आली होती. झहिरा असाहाय्य होऊन खाली बसली होती.

उस्मान आणि बंटी गळ्यात गळा घालून निघाले होते. ते झहिराला शिव्यांची लाखोली वाहत होते.

□ □ □

शिवाई सहकारी साखर कारखान्याच्या पहिल्या गळीत हंगामाच्या उद्घाटनाच्या फुलपेज जाहिराती जिल्ह्यातल्या सर्वच वर्तमानपत्रांमधून झळकल्या होत्या. जाहिरातीमध्ये ना. रोहिदास नागदिवे, स्वामी राघवेंद्र, माणिकचंद, गोपीचंद आणि सदानंद कांबळे ह्यांचे फोटो छापले होते. अचलपूर-धरणगाव रोडवर स्वागत कमानी उभारल्या होत्या. ना. रोहिदास नागदिवे ह्यांचा दहा फुटी कटआऊट उभा केला होता. साखर कारखान्यावर विद्युत रोषणाई केली होती. गळीत हंगामाचे उद्घाटन होणार असल्याने शेतकऱ्यांनी गर्दी केली होती. ट्रक, ट्रॅक्टर आणि बैलगाडीतून ऊस येत होता. लष्कराच्या गाड्यांचा ताफा यावा तशा उसाच्या गाड्या येत होत्या. गरिबी हटाओ झोपडपट्टीतील मुले ऊस पळवण्यासाठी उसाच्या गाड्यांमागून धावत होती.

ना. रोहिदास नागदिवे कार्यक्रमाला येणार म्हणून रिपाईच्या कार्यकर्त्यांनी गर्दी केली होती. गेटच्या बाजूला निळे झेंडे लावलेल्या गाड्या पार्क केल्या होत्या. पोलिसांचा ताफा इकडून तिकडे भटकत होता. कार्यक्रमासाठी भव्य शामियाना उभारला होता. स्वामी राघवेंद्र आणि सदानंद कांबळे येऊन पोहोचले होते. सर्वजण ना. रोहिदास नागदिवेंची प्रतीक्षा करत होते. माणिकचंद त्यांना फोन करून त्यांचे लोकेशन घेत होते.

ना. रोहिदास नागदिवेंच्या गाड्यांचा ताफा साखर कारखान्याच्या गेटवर पोहोचला आणि शोभेच्या दारूची आतषबाजी सुरू झाली. रस्त्यावर भटकणारी गर्दी मंडपात जाऊन बसली. फोटोग्राफर आणि कॅमेरामनची धावपळ उडाली होती. ना. रोहिदास नागदिवेंनी उसाच्या मोळीची पूजा केली. गव्हाणीची पूजा केली. उसाची मोळी गव्हाणीत टाकली. भोंगा वाजला आणि चिमण्यामधून धूर ओसंडू लागला. ट्रकमधला ऊस फेडर टेबलवर ठेवला जात होता आणि तिथून गव्हाणीत पडत होता. शिवाई सहकारी साखर कारखान्याच्या पहिल्या गळीत हंगामाला सुरुवात झाली होती. एक

लाख पोती साखर निर्मितीचा संकल्प जाहीर झाला होता. सगळ्या उसाचं गाळप केले जाईल, असंही जाहीर करण्यात आले होते. उसाला पंधराशे रुपये भाव देण्यात आला होता. त्यामुळे शेतकरी समाधानी झाले होते. स्वागत गीताने कार्यक्रमाला सुरुवात झाली होती. शैला सातपुते कार्यक्रमाचे सूत्रसंचालन करत होती. सदानंद कांबळेच्या हस्ते स्वामी राघवेंद्र ह्यांच्या कॅलेंडरचे प्रकाशन झाले होते. "दलितांच्या हस्ते माझ्या कॅलेंडरचे प्रकाशन करू नका." असे स्वामी राघवेंद्रांनी आग्रहपूर्वक सुचवले होते. त्यांच्या सूचनेकडे पूर्णपणे दुर्लक्ष केल्यामुळं ते नाराज झाले होते. स्वामी राघवेंद्रांना सदानंद कांबळेच्या शेजारी बसवले होते हेही त्यांना खटकले होते. "हेमा पंडितजवळ माझी खुर्ची असू द्या." अशी त्यांनी विनंती केली होती. तीही धुडकावून लावली होती. त्यामुळे स्वामी राघवेंद्रांचा चेहरा पडला होता.

सदानंद कांबळेचा चेहरा त्यांच्या जातीचा शिक्काच होता. सदानंद कांबळे हे शिवशक्ती संघटनेचे अध्यक्ष झाल्यानंतर अनेकांनी पहिली तक्रार केली होती. "आपल्या अध्यक्षाबरोबर फोटो काढून घ्यायला नको वाटतं. त्याचे फोटो अल्बममध्येही ठेवायला नको वाटतात. आपला अध्यक्ष दिसायला स्मार्ट असला पाहिजे. अध्यक्षाचा चेहरा म्हणजे पक्षाचा चेहरा असतो. पक्षाने ह्याची काळजी घेतली पाहिजे."

सदानंद कांबळेला मनापासून कोणीच स्वीकारत नव्हतं. तो लादलेला अध्यक्ष आहे अशीच सर्वांची भावना होती. गळीत हंगामाच्या उद्‌घाटनाचा कार्यक्रम रंगत चालला होता.

प्रत्येक वक्ता माणिकचंद आणि गोपीचंदचे कौतुक करत होता. ना. रोहिदास नागदिवेनीही ह्या जोडगोळीचं कौतुक केलं होतं. "कारखान्यात दलितांना नोकऱ्या द्या" असं विधान ना. रोहिदास नागदिवे ह्यांनी करताच श्रोत्यांमधल्या दलितांनी जोरदार टाळ्यांनी त्याचं स्वागत केलं होतं. स्वामी राघवेंद्रांनी नोकऱ्यांसाठी काही निवेदने आणली होती. सदानंद कांबळेंनीही काही निवेदनांवर शिफारशी करून सह्या केल्या होत्या. माणिकचंदने ह्या सगळ्या निवेदनांची भेंडोळी गोपीचंदांकडे सोपवली होती. माणिकचंद अध्यक्ष होता, तर गोपीचंद उपाध्यक्ष होता. शेतकरी सभासदांनी त्यांची बिनविरोध निवड केली होती.

गरिबी हटाओ झोपडपट्टीत अनेक कोयते राहायला आले होते. ऊसतोड मजुरांच्या टोळ्यांनी वस्ती गजबजली होती. रिंकीच्या भावाने ऊस वाहतूक करण्यासाठी ट्रॅक्टर खरेदी केला होता. वस्तीतल्या आठ-दहा जणांना चीटबॉय म्हणून कामावर घेतलं होतं. कलशट्टीच्या गँगमधला रघू सुरक्षा रक्षक म्हणून कारखान्यात कामावर लागला होता. वस्तीतले अनेक स्त्री-पुरुष रोजंदारीने कारखान्यात कामावर जात होते. कारखान्यामुळे वस्तीला काम मिळालं होतं.

कारखान्याच्या मळीच्या दुर्गंधीविषयी कोणीच तक्रार करत नव्हते. लोकांना ह्या दुर्गंधीची सवय झाली होती. परंतु सोनबा आणि केरबाच्या कातड्याच्या व्यवसायाविषयी लोकांच्या मनात घृणा होती. कातड्याच्या दुर्गंधीमुळे लोकांनी पोलिसांकडे तक्रारी केल्या होत्या.

□ □ □

कलशट्टीने घरोघरी जाऊन स्वामी राघवेंद्रांचे कॅलेंडर वाटले होते. दलितांनी मात्र स्वामी राघवेंद्रांचे कॅलेंडर घरात लावायला नकार दिला होता. कारखाना परिसरातल्या हॉटेलमध्ये, टपरीमध्ये, किराणा दुकानामध्ये स्वामी राघवेंद्रांचे कॅलेंडर टांगलेले दिसत होते. स्वामी राघवेंद्रांचा ऋषितुल्य चेहरा सर्वत्र झळकत होता. घरोघरी त्यांची पूजा होत होती. कारखान्याने स्वामी राघवेंद्रांच्या साधूपणाची भरपूर जाहिरात केली होती. कॅलेंडरमुळे स्वामी राघवेंद्रांचा चेहरा चिरपरिचयाचा झाला होता. स्वामी राघवेंद्रांचा उदो उदो होताना पाहून दामोदर पोतदार चिडला होता. 'हा स्पॉन्सर केलेला साधू आहे. ओरिजनल नाही.' दामोदर पोतदारांनी स्वामी राघवेंद्रांवर टीकेची झोड उठवली होती. स्वामी राघवेंद्र आणि दामोदर पोतदार ह्यांच्यातला वाद विकोपाला गेला होता. त्यांच्यात साध्या-साध्या कारणांवरून स्फोटक भांडणं होत होती. ते एकमेकांना अत्यंत बीभत्स आणि अर्वाच्य भाषेत शिवीगाळ करत होते. एकमेकांच्या अंगावर धावून जात होते. दामोदर पोतदार चिडला की स्वामी राघवेंद्रांना 'गोडबोल्या' म्हणत असे. 'तू कसला रे संन्यासी? आलिशान राहतोस? महागड्या वस्तू वापरतोस? नावालाच अविवाहित आहेस. रात्री कसल्या सी.डी. पाहतोस?'

दामोदर पोतदार नेहमीच स्वामी राघवेंद्रांचा पाणउतारा करत होता. अद्वातद्वा बोलत होता. स्वामी राघवेंद्रांना दामोदर पोतदाराची अरेरावी मुकाट्याने सहन करावी लागत होती. त्यांच्यासाठी दामोदर पोतदार हे अवघड जागेचं दुखणं बनलं होतं.

"तू नरकात जाशील." स्वामी राघवेंद्र.

"नरक कोठे आहे सांग मी जाऊन येतो. बसने जायचे की आगगाडीने? माणूस मेल्यानंतर मातीत सडतो किंवा चितेत जळून खाक होतो. बाकी सगळी लुच्चेगिरी आहे." दामोदर पोतदार.

"मी तुला शाप देईन." स्वामी राघवेंद्र.

"शापाची कोणाला भीती दाखवतोस? दे शाप आणि कर माझी शिळा. शाप-उःशापाच्या भाकड कथा मला नका सांगू. पुराणातली वांगी पुराणात. प्रवचनाच्या वेळी अशा गोष्टी अडाण्या लोकांना सांग. त्यांचा टाईमपास होईल." दामोदर पोतदार.

"तू पुढच्या जन्मी डुक्कर होशील." स्वामी राघवेंद्र.

"पुढचा जन्म दिसण्याची दुर्बीण शोधली आहे वाटतं! अरे गोडबोल्या, तुला पोथी वाचायला चष्मा लागतो आणि तुला माझा पुढचा जन्म कसा काय दिसतो रे?" दामोदर पोतदार.

"अरे पाखंडी, जरूर तुझ्या आईला महार लागला असेल!" स्वामी राघवेंद्र.

दामोदर पोतदार चिडला होता. त्याने कोपऱ्यात पडलेले श्रीफळ स्वामी राघवेंद्रांवर फेकून मारले होते. दोघांमध्ये धुमःश्चक्री चालली होती. कलशट्टीने त्यांचे भांडण सोडवले होते. त्याने दामोदर पोतदारला डाफरले होते.त्याला स्वामी निवासातून गच्ची पकडून हाकलून लावले होते. दामोदर पोतदार तणतणत निघून गेला होता.

"तू कसा काय आलास?" स्वामी राघवेंद्र.

"मला आणखी कॅलेंडर हवेत. लोकांची भरपूर मागणी आहे." कलशट्टी.

"कळवून येयाचं ना!" स्वामी राघवेंद्र.

"चुकलं माझं. मी पुन्हा येतो." कलशट्टी.

"अचानक कसा आलास?" स्वामी राघवेंद्र.

"दुसरं काम होतं म्हणून आलो होतो. एका कामात दोन कामं करता येतील म्हणून इकडं आलो होतो." कलशट्टी.

"कॅलेंडर संपले आहेत. पुन्हा छापल्यावर बघू." स्वामी राघवेंद्र.

"ठीक आहे. मी येतो." कलशट्टी.

"आला आहेस तर बैस." स्वामी राघवेंद्र.

स्वामी राघवेंद्र व्यथित झाले होते. कलशट्टी हताश होऊन बसला होता.

"मी दामोदर पोतदारला मोठं केलं. त्यानं माझा विश्वासघात केला."

स्वामी राघवेंद्र तळतळून बोलत होते. कलशट्टी त्यांना धीर देत होता.

"तुम्ही काही काळजी करू नका. मी त्याला सरळ करतो." स्वामी राघवेंद्रांचा बोलण्याचा बांध फुटला होता. "महादेवाचा तिसरा डोळा उघडेल आणि तो जळून खाक होईल!" कलशट्टी स्वामी राघवेंद्रांना धीर देत होता. ते विचलित झाले होते.

"तुम्ही काळजी करू नका. मी त्याचा बंदोबस्त करतो."

"हे मी कोणाला सांगणार? तो मंदिराचं पावित्र्य नष्ट करू पाहतोय. माझ्यावर भलते-सलते आरोप करतोय. मी कुठं बोलू?"

"मी आहे ना. मला सांगा. मी तुमचा अनुयायी आहे."

"त्याचं तोंड बंद कर. ऋषी-मुनींच्या तपश्चर्येत विघ्न आणणाऱ्या राक्षसासारखा आहे हा. मी ध्यान केलं पाहिजे. धर्माचा अभ्यास केला पाहिजे. मी धर्म चिंतन

करू की ह्या नालायक माणसाबरोबर भांडत बसू? मी वेद अध्ययन केंद्र सुरू केलं आहे. मला संस्कृतचा प्रचार करायचा आहे. माझ्यामुळं मंदिराचा लौकिक वाढला. गावाची कीर्ती झाली. हे दामोदर पोतदारला कळत नाही.''

''मी त्याला सांगतो.''

''माझ्या वाटेतला हा काटा काढ.''

स्वामी राघवेंद्र तडफेने उठले होते. आतल्या खोलीत जाऊन नोटांचे पुडके आणले होते. प्रसाद द्यावा तसे कलशट्टीच्या हातावर नोटांचे पुडके ठेवले होते. कलशट्टी नोटा घ्यायला हयगय करत होता. स्वामी राघवेंद्रांनी जबरदस्तीने त्याच्या हातात नोटा कोंबल्या होत्या. ''कोणी तरी पाहील. घे लवकर.'' कलशट्टीला कॅलेंडरचे बंडल हवे होते. त्याला नोटांचे बंडल मिळाले होते. कलशट्टीला आनंद झाला होता. कलशट्टीच्या मनात वादळ उठले होते. त्याने अनेकांकडून खंडणी वसूल केली होती. पण स्वामी राघवेंद्रांकडून नोटा स्वीकारताना तो चरकला होता. त्याला ईश्वराची भीती वाटली होती.

कलशट्टी स्वामी निवास बाहेर आला होता. दामोदर पोतदारचा क्रोधाग्नी अजून शांत झाला नव्हता. दामोदर पोतदार अजूनही भडकत होता.

दामोदर पोतदारने कलशट्टीला बेलाच्या पलीकडे नेले. कलशट्टी गोंधळला होता. दामोदर पोतदारचा आवाज चढला होता. डूख धरलेल्या नागाने फुत्कारावे तसा तो कलशट्टीवर फुत्कारत होता.

''सुपारी दिली का तुला?'' दामोदर पोतदार.

''कसली?'' कलशट्टी.

''तात्या कांबळेचा तू खून केला आहेस. आता माझा खून कर. तो तुला निर्दोष सोडवेल.'' दामोदर पोतदार.

''तुझा गैरसमज झाला आहे.'' कलशट्टी.

''नोटा दिल्या असतील. दाखव नाही तर पोलिसांत चल.'' दामोदर पोतदार.

''अरे सोडऽऽ, असं वेड्यासारखं काय करतोस?'' कलशट्टी.

''लोकहो ऽ लवकर या. इथं खुनी आला आहे. धावाऽ धावाऽऽ'' दामोदर पोतदार.

दामोदर पोतदार जोरजोरात ओरडत होता. कलशट्टीने त्याचे तोंड दाबले होते. त्याला मंदिराच्या पाठीमागे नेले होते. कलशट्टी प्रक्षुब्ध झाला होता. ''दामोदर, तू मला भीती दाखवू नकोस. माझ्या वाटेला आलास तर तुझा मुडदा पाडेन. लक्षात ठेव. तू माझा बालपणाचा मित्र आहेस हे विसरू नकोस.''

दामोदर पोतदार घाबरला होता. रडवेला झाला होता. तोही कलशट्टीला आपली व्यथा सांगत होता. ''तू मित्र म्हणवतोस आणि माझ्या वैऱ्याला मदत करतोस.''

दामोदर पोतदार हळवा झाला होता. ''स्वामी राघवेंद्र बनेल आहे. त्याची अंडीपिल्ली मला माहीत आहेत. मी त्याचा बुरखा फाडेन.'' दामोदर पोतदाराच्या आवाजात निर्वाणीचा निग्रह होता.

कलशट्टी गंभीर झाला होता. कलशट्टीच्या मनाने उचल खाल्ली होती. त्याने दामोदर पोतदाराविषयी सहानुभूती दर्शवली होती. दामोदर पोतदारही कलशट्टीपुढं आपलं मन मोकळं करत होता.

''अरे, ह्या गोडबोल्यानेच तुला आणि बलशेटवारला गावाबाहेर काढलं आहे. ह्यानेच लोकांची डोकी भडकवली होती. आता तुला माझ्याविरुद्ध भडकवेल.'' दामोदर पोतदार.

''दामोदर, मी तुझ्याविरुद्ध जाणार नाही. उलट तुला माझा पाठिंबा असेल. तू स्वामी राघवेंद्राला त्रास दे. नाही तर तो तुला भारी पडेल. त्याचं तुझ्याविषयी चांगलं मत नाही. तो तुझ्या मागे लागला आहे. मी तुला सावध करतो; पण माझं नाव त्याला सांगू नकोस.'' कलशट्टी.

''नाही सांगणार; पण तू मला गोडबोल्याची माहिती दे. मी त्याला एक दिवस उघडा करणार आहे.'' दामोदर पोतदार.

''मी तुझ्याबरोबर आहे.'' कलशट्टी.

कलशट्टीने दामोदर पोतदाराच्या हातावर हात दिला होता. दामोदर पोतदाराला जिंकल्याचा आनंद झाला होता. कलशट्टीने शिताफीने आपली सुटका करून घेतली होती. त्याने पुन्हा एकदा नोटांचे पुडके चाचपून पाहिले होते. 'आपण जिथे हात घालतो, तिथे मालामाल होतो. आपल्याला महादेव प्रसन्न आहे.' कलशट्टी स्वत:वरच खुष झाला होता. 'आता आपल्याला डब्बल गेम खेळावा लागेल! दामोदर पोतदाराला भडकवावं लागेल! दामोदर पोतदार जितका स्वामी राघवेंद्रांचा छळ करेल, तितक्या नोटा आपल्याला मिळतील. दामोदर पोतदार आपल्या हातात आहे. ही सोन्याची अंडी देणारी कोंबडी आहे.' कलशट्टी स्वत:वर खुष झाला होता. त्याला अलीबाबाची गुहाच सापडली होती.

''दामोदर पोतदारला एक चांगला सुरा आणून दिला पाहिजे!''

कलशट्टीला नोटा मिळाल्या होत्या. स्वामी राघवेंद्रांचा वीक पॉईंट कळला होता. दामोदर पोतदारसारखं प्रभावी अस्त्र हाताशी लागलं होतं. कलशट्टी हवेत तरंगत होता. तो वस्तीत पोहोचला होता आणि हादरून गेला होता.

रस्त्यावर पोलीस व्हॅन उभी होती. सर्वत्र शुकशुकाट होता. पोलिसांनी रिंकीचा भाऊ गोविंदावर लाठी चालवली होती. कलशट्टीने वाट वाकडी केली होती. तो शिंदीच्या बनाच्या बाजूने घराकडे आला होता.

वस्तीत हलकल्लोळ माजला होता. मुलं मुसलमान मोहल्ल्यावर तुफान दगडफेक करत होती. तिकडूनही दगड पडत होते. पोलीस दिसेल त्याला बदडून काढत होते. कलशट्टीला पाहून वस्तीतले तरुण त्याच्याभोवती जमा झाले होते. वस्तीतल्या अनेक गुंडांची पोलिसांनी धरपकड केली होती.

वस्तीतल्या स्त्रिया आक्रोश करत होत्या. शिव्या देत होत्या. सर्वत्र गोंधळ सुरू झाला होता. आगीपेक्षाही लोकांचं भडकणं विध्वंसक वाटत होतं. वस्तीत जातीय दंगल सुरू झाली होती.

"काय झालंय?" कलशट्टी.

"काक्याची प्रीती अशरफच्या मुलाबरोबर पळून गेली आहे." प्रशांत.

"रफीकबरोबरच ना? त्या दोघांचं खूप दिवसांपासून लफडं होतं." कलशट्टी.

"मुसलमानांनी हिंदू मुलगी पळवून नेली म्हणून दंगा सुरू झाला आहे."

सुरेखा माने.

कलशट्टीचं डोकं काम करत नव्हतं. जॉबरचा मुलगा प्रशांत जमावाचं नेतृत्व करत होता. पिंकीचा भाऊ तुषारही आघाडीवर होता. "मुसलमानांनी आपली मुलगी पळवली आहे. तिला मुसलमान केलं आहे. हे कसं काय खपवून घ्यायचं? आपण गायीला माता म्हणतो. ते गायीला कापतात. असल्या लोकांबरोबर आपले संबंध कसे असू शकतात?" प्रशांत जमावाला भडकावत होता.

"खाटकाने गाय नेली तर रक्तपात होतो. इथं तर मुलगी नेली आहे. आपण शांत कसं बसायचं?" गोविंदा भावनावश होऊन बोलत होता. जमाव चेकाळला होता.

"लांड्यांना धडा शिकवला पाहिजे." पिंकीचा भाऊ तुषार प्रक्षुब्ध होऊन बडबडत होता.

कलशट्टीने जमावाला शांत केलं होतं. "प्रीती वीस वर्षांची आहे. ती कायद्याने सज्ञान आहे. स्वखुषीने गेली आहे. तिने लग्न केले आहे." जॉबर कलशट्टीला वस्तुस्थिती समजावून सांगत होता.

कलशट्टी जॉबरवर खवळला होता. "आज एकटी प्रीती गेली आहे. उद्या दुसरी कोणी जाईल. म्हणून काय आपण शांत बसायचं? मुसलमानांबरोबर आपले नातेसंबंध होऊ शकत नाहीत." कलशट्टीने जमावाची बाजू घेतली होती. त्यामुळे जमावाला प्रोत्साहन मिळालं होतं. "आपल्या जातीत का पोरं नाहीत मुसलमानाचा हात धरायला? पुन्हा ती गरोदर आहे." तुषार दात-ओठ खात बोलत होता. कलशट्टीने तरुणांना चिथावणी दिली होती.

कलशट्टी सर्व तरुणांना घेऊन आपल्या अड्ड्यावर आला होता. जिथं कलशट्टीचे गुंड बसत, तिथं हे नव्या दमाचे तरुण बसले होते. कलशट्टीला नवीन हात मिळाले

होते. कलशट्टी आपल्या आसनावर बसून जमावाचे कान भरत होता. त्याने जाणीवपूर्वक स्वामी राघवेंद्रांच्या आवाजाची नक्कल केली होती. ''आपलं उपद्रव मूल्य वाढलं पाहिजे. हीच संधी आहे. ह्या संधीचा फायदा घ्या. उत्सवाच्या वेळी आणि दंग्याच्या वेळी आपले शक्तिप्रदर्शन करायचे असते. हिंदूंमध्येही अतिरेकी निर्माण झाले पाहिजेत.'' आपलं नेतृत्व स्वीकारणारी दुसरी फळी तयार झाली आहे ह्याचा कलशट्टीला मनापासून आनंद झाला होता.

कलशट्टीने प्रशांतच्या खांद्यावर हात ठेवला होता. भाईने आपल्या खांद्यावर हात ठेवला आहे हे पाहून त्यांच्या अंगावर मूठभर मांस चढले होते. सर्व जमाव कलशट्टीच्या आदेशाची वाट पाहत होता. इतक्यात मैना धावत आली होती. ''पोलीस आले आहेत. ते आपल्याच लोकांना पकडत आहेत.'' कलशट्टीने मैनाला शांत केलं होतं.

''पोलीस हिंदू आहेत. आपलेच भाऊबंद आहेत. त्यांना भिण्याचं कारण नाही. त्यांना त्यांचं काम करू द्या. आपण आपलं काम करा. आजपर्यन्त झालेल्या दंग्यामध्ये कोणाला फाशी झाली नाही. मुळात दंग्यातले आरोप सिद्ध होत नसतात. समाजाची ही उत्स्फूर्त प्रतिक्रिया असते.''

कलशट्टीने तरुणांची माथी भडकावली होती. जमाव क्रूर झाला होता. पोलिसांनी अनेकांची धरपकड केली होती. त्यात मुस्लिमांची संख्या अधिक होती. पोलिसांनी मुस्लिमांच्या झोपड्यांत घुसून अवैध शस्त्रे ताब्यात घेतली होती. मुस्लिम वस्तीत प्रचंड शस्त्रसाठा सापडला होता. बलशेटवारच्या गँगमधील पिंट्या आणि सावळ्या, कलशट्टीच्या गँगमधील आगलावे आणि भावड्या ह्यांना पोलिसांनी ताब्यात घेतले होते. बंटी फरार झाला होता. पोलिसांनी हिंसेच्या वेळी बघ्याची भूमिका घेतली होती. रफीक आणि प्रीती मुंबईला पळून गेले होते.

गरिबी हटाओ झोपडपट्टीत सतत तीन दिवस तणाव होता. चौथ्या दिवशी वस्तीतलं जनजीवन सुरळित झालं. पोलीस माघारी गेले.

प्रीती पळून गेल्यामुळे काक्या दुखावला होता. तो प्रचंड ताणाखाली होता. जातीय दंग्यामुळे तर त्याची जखम आणखी चिघळली होती. काक्याच्या मुलीच्या प्रकरणाला सर्वत्र प्रसिद्धी मिळाली होती. ''पोरगी मुसलमानाबरोबर पळून गेली आहे. माझं नाक कापलं. आता बाकीच्या चार पोरी कशा उजवतील? मी लोकांना तोंड कसं दाखवू?'' काक्या आक्रोश करत होता. काक्याच्या मुली हवालदिल झाल्या होत्या. काक्याच्या घरावर शोककळा पसरली होती.

वस्तीतली परिस्थिती पूर्वपदावर आली असली तरी हिंदू आणि मुस्लिमांच्या मनात अविश्वासाची भावना निर्माण झाली होती. त्यांच्या नजरेत दंगलीच्या रक्तबंबाळ जखमा स्पष्ट दिसत होत्या. दंगलीतील आग तीन दिवसांत विझून गेली होती, पण

त्यातील निखारे भविष्यातील अनेक वर्षांना ठिणग्या पुरवणार होते. वस्तीतल्या एकशे पंधरा जणांना अटक झाली होती.

दंगलखोर कोर्टातून सुटून आले होते. पुन्हा एकदा वस्तीतलं वातावरण ढवळलं होतं. कलशट्टीच्या गँगमध्ये तरुणांची संख्या वाढली होती. त्याचा वस्तीत वरचष्मा झाला होता. दंगली दरम्यान पिंट्याने काक्याचे हॉटेल लुटले होते. हॉटेलमधला सगळा माल पिंट्याने आपल्या घरात आणून ठेवला होता. बंटीने इस्माईलच्या घरातील तलवार चोरून आणली होती.

मुस्लिम जमावाने सूरजितचे घर फुकले होते. सावळ्याने रोडवरील वाहने अडवून दहा हजारांची लूट मिळवली होती.

दंगलीमुळे हमीद आणि हमीदची बायको रुबिना आपल्या घरी आले नव्हते. बलशेटवारने हा डाव साधला होता आणि त्याचे घर साफ केले होते.

आगलावेनी सय्यदच्या आईचा विनयभंग केला होता. हिंदूंनी युनूसचे घर पेटवले होते.

संध्याकाळ झाली होती. दंगलीची अफवा पसरावी तशी काक्याच्या आत्महत्येची बातमी सर्व वस्तीत पसरली होती. काक्याने विषारी औषध पिऊन आत्महत्या केली होती. हिंदू काक्याच्या घराकडे धावले होते.

मुस्लिमांचे धाबे दणाणले होते. सगळीकडे हळहळ पसरली होती. पुन्हा एकदा दंगल पेटणार की काय, अशी स्फोटक परिस्थिती निर्माण झाली होती. वातावरणात दुःख आणि दहशतीचे सावट पसरले होते. लोकांनी दंगा करून काक्याच्या दुःखाचा फुगा फुगवला होता आणि तो फुटला होता. काक्याच्या घराजवळ हजारो हिंदू जमा झाले होते. सावधगिरीचा उपाय म्हणून पोलिसांनी गरिबी हटाओ झोपडपट्टीत जमाव बंदीचा आदेश लागू केला होता.

राम नाम सत्य है
गर्वसे कहो हम हिंदू है

काक्याची प्रेतयात्रा निघाली होती. प्रेतयात्रेत हजारो हिंदू सामील झाले होते. शहिदाची प्रेतयात्रा निघावी तशी काक्याची अंत्ययात्रा निघाली होती. प्रेतयात्रेला मोर्च्याचे स्वरूप प्राप्त झाले होते. प्रेतयात्रा स्मशानात पोहोचेपर्यंत विराट जनसागर लोटला होता.

काक्याच्या प्रेताला अग्नी दिल्यानंतर शोकसभा झाली होती. त्यामध्ये काक्यावर कोणीच बोलले नव्हते. सर्व वक्त्यांच्या भाषणाचा एकच सूर होता, तो म्हणजे मुस्लिम विरोध. ''आपल्या देशातील मुसलमानांची संख्या वाढते आहे. आपल्या देशाची पुन्हा एकदा फाळणी होईल. आता हिंदूंनी सावध झालं पाहिजे. आपला देश पुन्हा एकदा मध्ययुगात जात आहे. हिंदू स्त्रियांचे अपहरण होत आहे. त्यांचे

सक्तीने धर्मान्तर होत आहे.'' काक्याची चिता जळत होती. काक्याच्या मुली निर्वासितासारख्या स्मशानात बसल्या होत्या. त्या व्याकूळ होऊन शोकसभेकडे पाहत होत्या. कोणीच त्यांच्या दु:खाविषयी बोलत नव्हते.

❑ ❑ ❑

पोलीस जीप आली होती.

उस्मानने बेल दाबली. ''अरे गाडी आयी है. लडकियों को अंदर बैठने को बोल.'' उस्मानाची आरोळी ऐकून किचनमधल्या मुली पळून गेल्या होत्या.

जीपमधून पोलीस उतरले होते. उस्मानने त्यांना सलाम केला होता. ''पाँच स्पेशल लस्सी. साहब आये है.'' उस्मान पोलिसांना खूष करत होता. पोलीस ढाब्याकडे निरखून पाहत होते. उस्मानने हवालदार शरद काळेच्या हातात बंद पॉकेट ठेवले होते. वेटरने पोलिसांना लस्सी दिली. पोलिसांनी पाणी मागितले. वेटरने पाण्याचा जग नेऊन दिला. हवालदार शरद काळे वेटरवर चिडला होता. 'बिसलरी बॉटल.' हवालदार शरद काळेचा चिडलेला आवाज ऐकून उस्मानने बेल दाबली होती. ''बाहर दो-तीन बिसलरी बॉटल पानी दो. जल्दी करो.'' उस्मानचा आवाज ऐकून ज्योती बिसलरी पाण्याच्या बाटल्या घेऊन धावत बाहेर आली होती. ''यह लडकी कौन है?'' हवालदार शरद काळेने उस्मानला खडसावून विचारले होते. उस्मान गार झाला होता. ज्योती आत निघून गेली होती.

''साहेब ही काक्याची मुलगी आहे. काक्याने आत्महत्या केल्यानंतर भाईने त्यांच्या मुलींना कामावर घेतले आहे. भाई त्यांना सांभाळत आहे.'' उस्मान माणुसकीचा कळवळा आणून खुलासा करत होता. पोलिसांनी लस्सी संपवली होती. त्यांची जीप सुरू झाली होती. ड्रायव्हर गियर बदलत होता.

''कलशट्टी काक्याच्या मुलींना नासवल्याशिवाय राहणार नाही.'' ड्रायव्हरच्या मताची पुष्टी करत हवालदार शरद काळे पुढं बोलत होता,

''अरे पाणी द्यायला आलेली पोरगी वापरलेली वाटत होती. तिचा पुट्टा किती सैल होता. ब्लाऊजमधून स्तनं लोंबताना दिसत होती.''

भरधाव वेगाने जाणाऱ्या पोलीस जीपकडे पाईप लाईनवर जमलेल्या म्हाताऱ्यांनी मान वळवून पाहिलं होतं. जणू कोणी तरी त्यांना 'पिछे मूड' असा आदेश दिला असावा. नंतर म्हाताऱ्यांच्या माना विश्राम झाल्या होत्या.

❑ ❑ ❑

गरिबी हटाओ झोपडपट्टीत प्रथमच गणेश उत्सव साजरा करण्याचे ठरले होते. ह्यासाठी वस्तीतल्या लोकांची बैठक बोलावली होती. ह्या बैठकीचे आयोजन भाई आणि मामा गँगने संयुक्तरीत्या केले होते. वस्तीत प्रथमच अशी बैठक होत होती. लोकांनी बैठकीला गर्दी केली होती. सावळ्या, पिंट्या, बंटी, भावड्या आणि उस्मानने घरोघरी जाऊन लोकांना बाहेर काढले होते. ड्युटी संपल्यामुळे रघूही बैठकीला आला होता.

कलशट्टीने बैठकीचे प्रास्ताविक केले होते.

लोक माईकवर बोलण्याची हौस पुरवून घेत होते. बलशेटवार बैठकीचे सूत्रसंचालन करत होता. प्रत्येकजण पुढे येत होता. आपलं नाव सांगत होता आणि आपलं मत मांडत होता. ह्या बैठकीमुळे वस्तीतल्या लोकांचे वक्तृत्व, ज्ञान आणि सभा धीटपणा ह्याचा परिचय होत होता. लोक वक्त्याच्या भाषणाला हसत होते. दाद देत होते. टाळ्या वाजवत होते. प्रत्येक वक्ता वस्तीविषयी आपलं मत मांडत होता. वस्तीमधल्या रहिवाश्यांमध्ये असलेल्या सहजीवनाचा अभाव, वस्तीत वाढलेली गुंडगिरी, सूत गिरणी आणि साखर कारखान्यामुळे वस्तीची होणारी भरमसाठ वाढ, वाढते प्रदूषण, व्यसन, कुपोषण ह्याविषयी लोकं आपली मते मांडत होती. काहीजण एक-दोन वाक्येच बोलायचा. काहीजण भावनाप्रधान होऊन बोलायचे. काहीजण शेरोशायरी करत बोलायचे, तर काहीजण हातवारे करण्यात आपलं भाषण विसरून जायचे. केबलवर नवा सिनेमा दाखवला पाहिजे. महिलांची छेड काढणे थांबले पाहिजे, मंदिर-मस्जिदीमुळे होणारे ध्वनिप्रदूषण थांबले पाहिजे, वस्तीत दारूबंदी झाली पाहिजे, अशा अनेक सूचना वक्त्यांनी आपल्या भाषणातून मांडल्या होत्या. “उद्या लोकांना कामावर जायचं आहे. आटोपतं घ्या.” म्हणून बलशेटवारने सूचना केली होती. “पहिली बैठक आहे. लोकांना बोलू द्या.” जॉबरनं उभं राहून आपलं मत मांडलं होतं. लोकांनी ओरडून जॉबरच्या सूचनेला पाठिंबा दर्शवला होता. लोकांना प्रथमच बोलण्याची संधी मिळाली होती. सय्यदने भाईचारा ह्या विषयी अत्यंत समर्पक भाषण केले होते. झहिरा त्याला ओरडून प्रोत्साहन देत होती. “और बोल, और बोल” म्हणून ओरडत होती.

गणेशोत्सवासाठी प्रत्येक घरासाठी दहा रुपये वर्गणी ठरवण्यात आली होती. सूत गिरणी आणि साखर कारखान्याकडून देणगी घ्यावी असे ठरले होते. महाआरतीसाठी स्वामी राघवेंद्रांना निमंत्रित करण्याचा लोकांनी आग्रह केला होता. काहींनी वैशालीचा ऑर्केस्ट्रा आणण्याची जोरदार फर्माईश केली होती. रात्री उशिरापर्यन्त चाललेली बैठक बलशेटवारनी गुंडाळली होती.

□ □ □

कलशट्टी आणि बलशेटवार गँगने वस्तीत गणेश उत्सव साजरा केला होता, तर विकास आघाडीने छ. शिवाजीमहाराज आणि बाबासाहेब आंबेडकर ह्यांच्या जयंतीचा संयुक्त कार्यक्रम साजरा करण्याचे जाहीर केले होते.

◻ ◻ ◻

अचलपूर-धरणगाव रोडवर मोठा मंडप टाकला होता. मंडपात छ. शिवाजी-महाराज आणि बाबासाहेब आंबेडकर ह्यांच्या भव्य प्रतिमा ठेवल्या होत्या. शिवाजी-महाराज आणि बाबासाहेब आंबेडकर ह्यांचे पोवाडे आलटून-पालटून वाजवले जात होते. जयंतीच्या निमित्ताने 'आमचा इतिहास: शिवराय ते भीमराय' ह्या विषयावर व्याख्यान ठेवले होते. प्रा. राहुल बनसोडे आणि याकूब शेख ह्या कार्यक्रमाला पाहुणे म्हणून येणार होते. त्यामुळे विकास आघाडीच्या कार्यकर्त्यांमध्ये उत्साह संचारला होता. कार्यकर्ते एकत्र जमून चर्चा करत होते. त्यांच्यात वाद-विवाद होत होता. विकास आघाडीच्या बैठकीत ब्राह्मणांवर कडाडून टीका होत होती. विश्वनाथ कुलकर्णी अशा चर्चा ऐकून अस्वस्थ होत होते. बहुजन समाजात ब्राह्मणाविषयी किती कडवटपणा आहे ह्याची त्यांना जाणीव होत होती.

"कृष्णाजी भास्कर कुलकर्णी ह्याने शिवाजीमहाराजांवर तलवारीने हल्ला केला आणि महाराजांच्या डोक्याला जखम झाली. शिवाजीमहाराजांचा पराजय व्हावा म्हणून पुण्याच्या ब्राह्मणांनी शतचंडी यज्ञ केला." सिद्धार्थ पगारे.

"शिवाजीमहाराज जर हिंदू धर्माचे रक्षक होते, तर त्यांचा राज्याभिषेक करण्यास भटांनी विरोध का केला? शिवाजीमहाराजांनी विपुल संपत्ती दान केल्यावर गागाभटांनी शिवाजीमहाराजांचा राज्याभिषेक केला; पण काही ब्राह्मणांनी त्यात उणिवा दाखवून महाराजांना दुसरा राज्याभिषेक करायला लावला आणि देणग्या लुटल्या. शिवाजीमहाराजांना चव्वेचाळिसाव्या वर्षी मुंज करायला लावली आणि एकदा झालेला विवाह त्यांना दुसऱ्यांदा लावायला सांगितला. शिवाजीमहाराजांनी नवा राज्याभिषेक शक सुरू केला. पेशव्यांनी तो शक बंद करून मोगल बादशहाचा फसली शक सुरू केला. औरंगजेबानी शिवाजीमहाराजांना 'राजा' हा किताब दिला, तर भटांनी त्यांना शूद्र ठरवलं." काशिनाथ पोळके.

"त्यांच्या सुरात सूर मिसळणे, ते ज्यांना पूज्य म्हणतील ते आमचे शत्रू असले तरी त्यांना पूज्य मानणे, ते ज्यांचा तिरस्कार करतात ते आमचे हितचिंतक असले तरी आम्ही त्यांचा तिरस्कार करणे, हा एकच मार्ग आमच्यापुढे असतो. आम्ही हा मार्ग स्वीकारला नाही, स्वत:चे डोके वापरून अगदी नम्रपणे प्रश्न विचारले, आपली

बुद्धी वापरून काही शंका विचारल्या, तर आम्ही धर्मद्रोही आणि राष्ट्रद्रोही ठरतो.'' सिद्धार्थ पगारे.

''हिंदू धर्म आम्ही निर्माण केला नाही. तो स्वत:हून आम्ही स्वीकारला नाही. हा धर्म आमच्यावर लादलेला आहे. ह्या धर्मात आमच्या कल्याणाचा विचार नाही. ह्या धर्मात बदल करण्याचा आम्हाला अधिकार नाही. आम्हाला संस्कृत शिकण्याचा, वेद वाचण्याचा अधिकार नाही. धर्माची चिकित्सा करण्याचा अधिकार नाही. हिंदू धर्म आमची विटंबना करतो. आम्हाला अस्पृश्य मानतो. आमच्यावर अन्याय करतो. हा धर्म आम्हाला सन्मानतेने वागवत नाही. तरीही आम्ही ह्या धर्मात का राहावे?'' रंजना कदम.

''पेशव्यांनी संत तुकारामांच्या अभंग गायनावर बंदी आणली होती. धर्म मार्तंडानी तुकारामांची गाथा इंद्रायणीत बुडवली होती.'' राजा शितोळे.

विश्वनाथ कुलकर्णी ही चर्चा ऐकून अस्वस्थ झाले होते. त्यांना त्या बैठकीत बसणंदेखील अपराध्यासारखं वाटलं होतं. ते ब्राह्मणेतरांमध्ये मिळून-मिसळून राहण्याचा प्रयत्न करत होते. विश्वनाथ कुलकर्णींचं मौन आवेगाने चर्चा करणाऱ्यांच्या लक्षात आलं होतं आणि त्यांनी आपला सूर बदलला होता.

''ही व्यवस्था म्हणजे एक फ्रॉड आहे. प्रत्येकजण आपल्यासाठी जगतो आहे. त्याला दुसऱ्याची पर्वा नाही. केवळ कमावणं हा जगण्याचा उद्देश आहे. दुसऱ्याच्या माना मोडून स्वत:ची पोळी भाजून घेणे इथला धर्म आहे. जंगलाचा कायदा सुरू झाला आहे. मोठ्यानं लहानांना गिळायचं.'' राजा शितोळे.

''खालून वरपर्यन्त शोषणाची यंत्रणा आहे. आपणही ह्या साखळीत गोवलो गेलो आहोत. आपण दुसऱ्याचं शोषण करायचं आणि त्यातला हिस्सा वरच्याला द्यायचं. तो आणखी वरच्याला देईल. जगाची ही रीतच झाली आहे.'' सय्यद.

''शहरातला झगमगाट म्हणजे खेड्याचं शोषण.'' राजा शितोळे.

''कुत्र्याला हाडूक राखायला सांगावे तसे सवर्णांना दलितांबरोबर सहानुभूतीने वागण्यास सांगण्यासारखे आहे.'' विश्वनाथ कुलकर्णी.

''लोकसंख्या वाढली आहे. बेकारी वाढली आहे. लोक शहाणे झाले आहेत. पुढच्या काळात ते आक्रमक होतील. हिंसक होतील. शोषण करणाऱ्यांचे मुडदे पाडतील.'' राजा शितोळे.

माईकवरून जोरजोरात सूचना दिल्या जात होत्या. ''लवकरच पाहुण्यांचे आगमन होणार आहे. तरी वस्तीतल्या सर्वांनी कार्यक्रमाला यावे.'' अशी सूचना उत्साही कार्यकर्ते पुन:पुन्हा देत होते. वस्तीतले म्हातारे मंडपात एका कोपऱ्यात येऊन बसले होते. त्यांच्यात बिड्या ओढण्याची जणू स्पर्धाच सुरू झाली होती. विश्वनाथ कुलकर्णी उपस्थित

श्रोत्यांवर नजर टाकत होते. त्यांना सभेचं प्रास्ताविक करायचं होतं. ते मनातल्या मनात आपल्या भाषणाची जुळवाजुळव करत होते. त्यांना बाबासाहेब आंबेडकरांच्या विचारांनी आपल्या भाषणाची सुरुवात करायची होती. ते बाबासाहेब आंबेडकरांची विधानं पाठ करत होते. "हिंदू समाज एक मनोरा आहे आणि एकेक जात म्हणजे ह्या मनोऱ्याचा एकेक मजला आहे. लक्षात ठेवण्यासारखी गोष्ट म्हणजे ह्या मनोऱ्यास शिडी नाही. एका मजल्यावरून दुसऱ्या मजल्यात जाण्यासाठी कसलाच मार्ग नाही. खालच्या मजल्यातील माणूस कितीही लायक असो, त्याला वरच्या मजल्यात प्रवेश नाही. वरच्या मजल्यातला माणूस कितीही नालायक असो त्याला खालच्या मजल्यात लोटून देण्याची सोय नाही. स्पष्टच सांगायचे झाले तर जातीजातीत असलेल्या या उच्च-नीच भावना गुणावगुणाच्या पायावर झाल्या नाहीत. उच्च जातीत जन्मलेला मग तो नालायक असो, तो उच्चच ठरतो आणि नीच जातीत जन्मलेला कितीही गुणी असो तो नीचच ठरतो." विश्वनाथ कुलकर्णींना खूप प्रयत्न करूनही जातीव्यवस्थेविरुद्ध बोलणे सुचत नव्हते. त्यांचे विचार खंडित होत होते.

प्रमुख पाहुण्यांचे आगमन झाले होते. सर्वजण व्यासपीठाकडे धावले होते.

□ □ □

कलशट्टी कबुतरांना दाणे टाकत होता. कबुतरं गुटूरगूँ करत दाणे खात होती. कलशट्टीनं काळ्या नराला हातात घेतलं होतं. त्याच्या पंखावरून हात फिरवलं होतं. आगलावे नवीन पकडलेल्या कबुतराची कैची करत होता. आगलावेच्या हातातलं कबुतर उडून जाण्यासाठी धडपडत होतं. त्याने कबुतराचा एकेक पंख छाटला होता. पांढऱ्या कबुतरांची जोडी पाणी पित होती. आगलावेनं कैची केलेलं कबुतर खोक्यात बंद केलं होतं.

कलशट्टीने काळ्या नराची मूठ मारली होती. आगलावेनी दुसरी दोन कबुतरं सोडली होती. कलशट्टीने आणखी दोन कबुतरं उडवली होती. आगलावेनी चरणाऱ्या कबुतरांना उडण्यासाठी हुसकावलं होतं. आणखी चार कबुतरं उडाली होती. कबुतरांचा थवा वस्तीवर उडू लागला होता. कलशट्टी उडणाऱ्या कबुतरांकडे डोळे भरून पाहत होता.

अशरफनेही कबुतरे उडवली होती.

"भाई मी म्हणतोय ते आता पटलं का? आपण कबुतरं उडवल्या-उडवल्या अशरफने कबुतरं उडवली."

"कबुतरं उडवू दे; पण तो इतक्या जवळ येऊन कबुतरं का उडवतोय?"

"त्याने त्याच्या घराजवळून कबुतरे उडवावीत. तो आपल्या गल्लीत येऊन कबुतरं सोडतोय."

"त्याचं कबुतरं पकडून आपण कैची केलंय. त्याला आपलं कबुतर पकडायचं असेल; पण आपली कबुतरं दुसऱ्याच्या खोक्यावर उतरणार नाहीत. ती दुसऱ्या कबुतरांना आपल्याकडं घेऊन येतील."

"काल पांढरी मादी त्यांच्या थव्यात गेली होती."

"तिची कैची कर."

"ही बघाऽ अशरफने आणखी कबुतरं सोडली."

"कोण उडवतोय बघ. पकडून आण."

कलशट्टी आपल्या कबुतरांच्या थव्याकडं पाहत होता. आता अशरफचीही कबुतरं गिरक्या घेऊ लागली होती. आभाळात कलशट्टीची कबुतरं आणि अशरफची कबुतरं विहार करत होती. कलशट्टीची कबुतरे संख्येने अधिक होती. कबुतरे उलटी-पालटी होत होती. गिरक्या घेत होती. कलशट्टी कबुतरांच्या कसरती पाहत उभा होता. आगलावेनं हैदरला पकडून आणलं होतं. अनीस पळून गेला होता.

"ह्याला पकडून आणलंय. आपल्या गल्लीत येऊन ह्याने कबुतरे उडवली." आगलावे.

"इकडं घेऊन ये." कलशट्टी.

"मैंने कुछ नही किया." हैदर.

कलशट्टी क्षणाचाही विचार न करता हैदरवर तुटून पडला होता. हैदर पंचविशीतला तरुण होता. कलशट्टी त्याला खाली पाडून बडवत होता. हैदर ओरडत होता. आक्रोश करत होता. कलशट्टीने रस्त्यावर पडलेला दगड घेतला होता आणि हैदरच्या डोक्यावर मारला होता. हैदरचे डोके फुटले होते. कलशट्टीच्या अंगावर रक्त उडाले होते. हैदर कलशट्टीच्या हातातून निसटून पळून गेला होता.

"कबुतरांना बोलव." कलशट्टी.

आगलावे कबुतरांना बोलवत होता. "आऽ आऽ" म्हणून ओरडत होता. कलशट्टी एकेक कबुतरांना पकडून खोक्यात कोंडवत होता. आगलावेचा आवाज ऐकून चार कबुतरे खाली आली होती. आणखी काही कबुतरे आगलावेच्या हाकांना न जुमानता आभाळात उडत होती. कलशट्टीही कबुतरांना हाका मारत होता. शिट्या मारत होता. अशरफची कबुतरं आणि कलशट्टीची कबुतरं एकमेकांत मिसळली होती. कलशट्टीचं एक कबुतर अशरफच्या थव्यात गेलं होतं, तर अशरफची दोन कबुतरं कलशट्टीच्या थव्यात घुसली होती.

"दोन कबुतरे आली आपल्याकडे."

"आपलं एक कबुतर त्यांच्यात गेलं आहे."

"कबुतरांना उतरव. आऽ आऽऽ"

"भाई आपला नर गेलाय त्यांच्यात."

"नाही जाणार. तो मादीला घेऊन येईल. तू कबुतरांना उतरव."

कलशट्टी आणि आगलावे कबुतरांना उतरण्यासाठी ओरडत होते. बंटी आला होता. तो ही कबुतरांना उतरवण्यासाठी शिड्या मारत होता. अशरफची दोन कबुतरे कलशट्टीच्या कबुतरांबरोबर उतरली होती. कलशट्टीला प्रचंड आनंद झाला होता. आगलावे आणि बंटीने नवीन कबुतरांना शिताफीने पकडलं होतं. कलशट्टीने नवीन कबुतरांच्या पंखावरून हात फिरवला होता. 'नर मादीचा जोडा आहे.' कलशट्टीही आनंदाने हुरहुळला होता. "आपला नर तिकडं उतरेल. पळाऽ बोलवाऽ." कलशट्टीही आरडाओरड करू लागला होता. बंटी जॉबरच्या घराकडं पळाला होता. तिथून तो कुबतरांना ओरडू लागला होता. कबुतरे आणखी उंच उंच उडत होती.

"भाई, पांढऱ्या मादीला उडवू का?"

"नको रेऽ".

"खाली आले. आऽ आऽ आऽ"

"हाँ, उतरेल बघ. ऽ आऽ आऽऽ"

कलशट्टी बेधुंद झाला होता. त्याचा नर एका मादीला घेऊन खाली आला होता. कलशट्टीने नराला अलगद उचलले होते. तो आनंदाने वेडा होऊन थयथया नाचत होता. त्याने कबुतराचे पटापट मुके घेतले होते. आगलावेनी नव्या मादीला पकडले होते. सर्वांचे चेहरे आनंदाने फुलले होते. कलशट्टीला आपल्या कबुतराविषयी गर्व वाटत होता.

अशरफ आणि अशरफचा भाऊ अनिस आपली कबुतरे मागायला आले होते. त्यांचे चेहरे दीनवाणे झाले होते. ते आर्जवी स्वरात आपली कबुतरं मागत होते. कलशट्टी उद्धटपणे त्यांना नकार देत होता. अशरफ तिथून हलायला तयार नव्हता. कलशट्टीने त्याला ढकलून दिले होते. "आम्ही तुमची कबुतरं पकडली आहेत. ती मिळणार नाहीत." आगलावेनी समजूतदारपणे अशरफला सांगितलं होतं. "तुमची कबुतरं आमच्याकडे उतरली. संपलं. आता ती आमची झाली आहेत." बंटी अशरफवर ओरडत होता.

अशरफ नम्रपणे बोलत होता. "आमची कबुतरं नवीन आहेत. आता आणली आहेत. आमचे पैसे गेले आहेत. आम्हाला आमची कबुतरं द्या. आम्ही पुन्हा कबुतरं उडवणार नाही."

अशरफचा आवाज पडला होता. चेहरा पडला होता. 'चल जावऽ' कलशट्टी

मग्रुरपणे त्यांना हाकलून काढत होता.

आगलावेनी अशरफच्या डोळ्यांसमोर त्याच्या मादीचे पंख काढून हवेत फेकले होते. अशरफच्या डोळ्यांत पाणी आलं होतं. आगलावेनी नवीन कबुतरांची कैची केली होती. अशरफ आणि अनिस पराभुतासारखे परत फिरले होते.

कलशट्टीच्या मनात हजारो कबुतरं उडत होती. कलशट्टी आनंदाने बेहोष झाला होता.

□ □ □

उस्मान बलशेटवारच्या घरात आला होता. त्याने बलशेटवारबरोबर दोस्ती वाढवली होती. बलशेटवारही 'भाई का ढाबा' मध्ये जाऊन बसत होता. उस्मान बलशेटवारच्या आयुष्यात सुसरीसारखा सरपटत होता.

''मामा, आमच्या घरात केबल नीट दिसत नाही. मी पिंट्याला अनेकवेळा सांगितलं. तो काहीच करत नाही.'' उस्मान.

''तिकडली केबल खराब झाली आहे. ती बदलायची आहे.'' बलशेटवार.

''पण किती दिवस? पंधरा दिवस झाले. नीट दिसत नाही.'' उस्मान.

''ह्या आठवड्यात होईल.'' बलशेटवार.

''बहेनजी, पानी दो.'' उस्मान.

उस्मान केबलचं निमित्त करून बलशेटवारच्या घरी आला होता. त्याला झहिराला जवळून पाहायचं होतं. झहिरामुळं तो झपाटला होता. बंटीने तिच्या नाना तऱ्हा तिखटमीठ लावून सांगितल्या होत्या. पिंकीनेही झहिराची मुंबईतील तिची ख्याती खुलवून सांगितली होती. तिने पैज लावून एका रात्री पन्नास गिऱ्हाईक घेतले होते. वगैरे. उस्मान झहिराची माहिती ऐकून गाळात रुतावा तसा तिच्यात रुतला होता.

झहिरानं त्याला पाणी दिलं होतं. तिच्या हातातील प्याला घेताना तिच्या हाताला त्याने मुद्दाम स्पर्श केला होता. तिच्या स्पर्शानं तो रोमांचित झाला होता. तिच्या स्पर्शाने त्याच्या शरीरातील संपूर्ण तारा छेडल्या होत्या. तो पुलकित झाला होता.

''बहेनजी ग्लास ले लो.'' उस्मान

''रख दो.'' झहिरा

उस्मानच्या मनातले काळबेरं झहिराच्या लक्षात आलं होतं. तिने त्याचे अश्लील मनसुबे उधळले होते. तो व्यथित झाला होता. त्याच्या नजरेत त्याचं दुखावलंपण स्पष्ट दिसत होतं. त्याचा चेहरा भग्न झाला होता. तो केविलवाणा होऊन विषय बदलत होता.

''पिंकी चांगला रिस्पॉन्स देते.'' उस्मान.

"ही चर्चा आपण ढाब्यावर करू." बलशेटवार.

"वैशाली डान्सर झाली म्हणे." उस्मान.

"मी ढाब्यावर येतो. आपण तिथं बोलू." बलशेटवार.

"ढाब्यावर कधी येणार?" उस्मान.

"आलो. तू चल." बलशेटवार.

उस्मान भकास नजरेनं झहिराकडं पाहत घराबाहेर पडला होता. बलशेटवारलाही त्याच्या नजरेतला विचित्रपणा जाणवला होता. बलशेटवारही अस्वस्थ झाला होता. त्याच्यावर प्रचंड ताण आला होता. उस्मान गेल्यानंतर झहिरानं तोफेसारखं तोंड उघडलं होतं.

"ह्याची नजर चांगली नाही. त्याला पुन्हा घरी आणू नको. तू ढाब्यावर कशाला जातो? तिथं जाणारच असशील तर माझ्यासाठीही एक-दोन गिऱ्हाईक पाठवत जा."

"तुझे डोके बिघडले आहे का?"

"ढाबा चालवताय की कुंटणखाना?"

"ते कलशट्टीचं काम आहे."

"तू तिथं कशाला जातोस? त्यामुळेच हा दरिद्री माणूस घरी आला. मला बहेनजी म्हणतोय. तो माझ्याकडे कसा बघत होता!"

"चूक झाली माझी."

"असली माणसं पुन्हा घरी आणू नकोस."

झहिरा खवळली होती. तिचा राग अनावर झाला होता. बलशेटवारला अपराध्यागत वाटू लागलं होतं. झहिराचा चेहरा निष्पर्ण वृक्षासारखा दिसत होता. उस्मानने तिला 'छिनाल औरत' म्हटलेलं आठवलं होतं. प्रचंड वादळात झाडाझुडपांची जशी अवस्था व्हावी तशी बलशेटवारच्या मनाची अवस्था झाली होती. दोघेही आतून धुमसत होते.

वस्तीत कडक लक्ष्मी आली होती. तिच्या ढोलकीचा बुर्र बुर्र आवाज ऐकू येत होता. तिच्यावर कुत्री भुंकत होती. कडक लक्ष्मीसोबत पोतराज वस्तीत आला होता. तो अंगावर आसूड ओढून घेत होता. आरडाओरड करत होता. कडक लक्ष्मीच्या ढोलकीच्या आवाजानं लहान मुलं गोळा झाली होती. कडक लक्ष्मीच्या डोक्यावर देऊळ होतं. काखेत मूल बांधलेलं होतं. गळ्यात ढोलकी अडकवलेली होती. कडक लक्ष्मी डोक्यावरलं देऊळ आणि काखेतलं मूल सांभाळत ढोलकी वाजवत होती आणि तोंडाने लोकांना आवाहन करत होती. तिच्या पुढे आभरान नेसलेला पोतराज दंडावर सुया टोचून घेत होता. उघड्या अंगावर आसूड ओढून घेत होता.

वादळी पाऊस यावा तशी कडक लक्ष्मी आली होती. बलशेटवारच्या दारापुढं उभं राहून पोतराजाने आपल्या अंगवार आसूड ओढून घेतले होते. बलशेटवार उद्विग्न झाला होता. कडक लक्ष्मीने आपल्या डोक्यावरील देऊळ जमिनीवर उतरून ठेवले होते. ती देवळाजवळ उभी राहून ढोलकी वाजवत होती. बुर्र बुर्र आवाज घराघरांत पोहोचला होता. सुपात दाणे घेऊन झोपडी-झोपडीतून स्त्रिया बाहेर पडत होत्या आणि आपले सूप देवळापुढं नेऊन ठेवत होत्या. कडक लक्ष्मीच्या ढोलकीनं वस्तीची शांतता भंग पावली होती.

कडक लक्ष्मीने सुपातले दाणे आपल्या झोळीत टाकले होते आणि सुपात कडूनिंबाचा हिरवागार पाला प्रसाद म्हणून टाकला होता. देऊळ उचलण्यासाठी पोतराजाने हात लावले होते. तिने देऊळ डोक्यावर घेतले होते. तिची ढोलकी बुर्र बुर्र वाजत होती. ती पुढे निघाली होती. कुत्री त्यांच्यावर भुंकत होती. लहान मुलांचा घोळका त्यांच्यामागे लागला होता.

कडक लक्ष्मी पुढल्या गल्लीत गेली होती. तिच्या ढोलकीचा आवाज वाढला होता. तिने पोतराजाचा रक्तबंबाळ दंड तोंडात धरला होता. ते दोघे घरोघरी जाऊन भीक मागत होते.

कडक लक्ष्मीला पाहून झहिरा सुन्न झाली होती.

□ □ □

पिंकी आजारी होती. उस्मान तिला दवाखान्यात घेऊन गेला होता.

□ □ □

अचलपूर-धरणगाव रोडवर असंख्य पोलीस आले होते. इतका पोलीस फोर्स पाहून गरिबी हटाओ झोपडपट्टीतील रहिवासी गोंधळून गेले होते. अचलपूर आणि धरणगावहून असंख्य दलित तरुण घोषणा देत आले होते. गरिबी हटाओ झोपडपट्टीतील विकास आघाडीचे कार्यकर्तेही मोठ्या संख्येने रस्त्यावर आले होते. त्यांच्या हातात निळे झेंडे होते. जमाव आक्रमक होऊन घोषणा देत होता. कारखान्याच्या गेटवर प्रचंड पोलीस बंदोबस्त होता. कारखान्यातील सिक्युरिटी गार्डही हातात दंडुके घेऊन सावधान स्थितीत उभे होते. रस्त्यावरील प्रचंड गर्दीमुळे वाहतूक विस्कळीत झाली होती. जमाव घोषणांनी फुलला होता. 'भाई का ढाबा' मध्ये बसून कलशट्टी, उस्मान, बंटी आणि आगलावे दलितांचे 'हमला बोल' आंदोलन पाहत होते. दलितांचा आवेश उधाणला होता.

"डॉ. बाबासाहेब आंबेडकरांचा विजय असो."

"खासगी क्षेत्रात राखीव जागा असल्याच पाहिजेत."

दलितांची उसळलेली गर्दी पाहून कलशट्टी हबकला होता. स्त्रिया आणि लहान मुलंही आंदोलनात उतरली होती. कोणत्याही प्रसंगाला तोंड देण्यासाठी पोलीस यंत्रणा सज्ज झाली होती. वातावरणात तणाव पसरला होता. सामान्य माणूस आणि सत्याग्रही ह्यांच्यामध्ये तुरुंगाचे गज आड असतात हे चित्र स्पष्ट झाले होते. दलित कार्यकर्त्यांचे शिष्टमंडळ कारखान्यात गेले होते. बाहेर जमावाचे घोषणा युद्ध सुरूच होते.

"आरक्षणामुळे आपल्यावर घोर अन्याय होतोय असं सर्वसामान्यांना वाटेल. त्यांच्या मनात खदखदणाऱ्या असंतोषात भर पडेल."

"जाती व्यवस्थेमुळे दलितांवर घोर अन्याय होत नाही का? त्यांच्या मनात असंतोष खदखदत नाही का?"

"मताकडे डोळा ठेवून आरक्षणाचे धोरण राबवणारे राज्य सरकार गुणवत्तेशी तडजोड करत आहे. त्याचा प्रशासकीय कार्यक्षमतेवर विपरीत परिणाम होईल. बुद्धिमान वर्गाचे खच्चीकरण केलं जाईल. उत्पादनाची गुणवत्ता टिकवण्यासाठी औद्योगिक क्षेत्रात गुणवत्तेच्या आधारावरच नोकऱ्या दिल्या पाहिजेत."

"फूटपट्टी घेऊन बहुजनांची गुणवत्ता मोजण्याचा अधिकार पुंजीपतीना कोणी बहाल केला आहे? गुणवत्ता ही एका विशिष्ट जाती किंवा वर्गाची मक्तेदारी असू शकत नाही. वरिष्ठ जातीतील माणसं गुणवान आणि कनिष्ठ जातीतील माणसं अकार्यक्षम हा बागुलबोवा आहे. हा खोडसाळ प्रचार आहे. गुणवत्ता कोणी ठरावयाची? आमची गुणवत्ता तुम्ही ठरवणार आणि तुमची गुणवत्ताही तुम्हीच ठरवणार."

"औषधाच्या उत्पादनात राखीव जागा भरल्या, तर लोकांच्या जीवितास धोका आहे. राज्याच्या प्रशासनाच्या कार्यक्षमतेवर, आर्थिक उन्नतीवर व सामाजिक एकतेवर परिणाम होईल. आरक्षणामुळे दुफळी वाढेल. अराजक वाढेल."

"खासगी क्षेत्रात भाई-भतिजावाद, वशिलेबाजीने नेमणुका होतात. गुणवत्तेनुसार नियुक्ती केली जाते का? गुणवत्तेनुसार नियुक्त्या झाल्या असल्या तर देशातील २.५ लाख लहान-मोठे उद्योगधंदे बंद पडले नसते. कोट्यवधींची गुंतवणूक केलेले उद्योग आज आजारी म्हणून घोषित करण्याची वेळ आली नसती."

"खासगी क्षेत्रात आरक्षण दिले तर महाराष्ट्रातील कारखाने राज्याबाहेर जातील."

"कल्याणकारी राज्यात उपेक्षित घटकांना न्याय देण्याची जबाबदारी केवळ सरकारी क्षेत्राची आहे? खासगी क्षेत्राची त्यात काहीच जबाबदारी नाही?"

"आरक्षण हा पांगुळगाडा आहे."

"संपूर्ण देशच एक पांगुळगाडा बनला आहे. मनुवादी व्यवस्थेत समाजातील

मूठभर व्यक्तीचाच विचार करायला शिकवलं आहे, तर उर्वरित समाजाला श्रमजीवी बनवलं आहे. त्यांना बुद्धिजीवींपासून परावृत्त केलं आहे. म्हणूनच देशाच्या जनतेचा मेंदू ज्यांच्या हातात आहे तेच खरे राज्य करू शकतात, हा विचार बहुजनांना उमगला नाही. उच्चवर्णीयांनी नियम करायचे आणि बहुजनांनी पालन करायचे हा प्रकार थांबला पाहिजे.''

''खासगी उद्योगातील आरक्षण रद्द झाले पाहिजे, अशी सर्व उद्योग संघटनांनी एकमुखी मागणी केली आहे. खासगी क्षेत्रात आरक्षण ठेवलं, तर उद्योगावरच नाही तर एकूणच जीवनावर त्याचा वाईट परिणाम होईल. खासगी क्षेत्रात ऐच्छिक सेवा निवृत्तीची योजना आणून बऱ्याच जागा रद्द केल्या आहेत. राखीव जागा भरण्यासाठी रिकाम्या जागाच शिल्लक नाहीत.''

''बहुजन समाजाने आतापर्यंत ग्राहकाचीच भूमिका बजावली आहे. भांडवलदार केवळ श्रमिकांचे शोषण करतात असे नाही, तर बहुजन समाजाचेही शोषण करतात. तुम्ही मालाचे उत्पादन करायचे आणि आम्ही तो माल मुकाट्याने विकत घ्यायचा हा रिवाज थांबला पाहिजे. आम्ही तुमच्या मालाची होळी करू. स्वदेशी उद्योजकांना आम्ही नोकऱ्यात चालणार नसू, तर आम्हालाही स्वदेशी उत्पादकांचे उत्पादन नको आहे. आम्ही विदेशी माल खरेदी करू. स्वदेशी मालावर बहिष्कार घालू. पंच्याऐंशी टक्के बहुजन समाजाने देशी उद्योगांविरुद्ध बहिष्काराचे हत्यार उगारले, तर त्यांची काय अवस्था होईल?''

''उद्योजक शासनाकडून सवलती घेतात. आर्थिक सोयी, सुविधा, जागा पाणी हे त्यांना सवलतीत हवे असते. सरकारने स्वदेशी उद्योजकांची काळजी घेतली पाहिजे हा त्यांचा आग्रह असतो. सरकारी सवलती घ्यायच्या आणि सरकारचेच आदेश धुडकावयाचे हा दुटप्पीपणा आहे.''

शिष्टमंडळातील प्रतिनिधींनी कारखान्याचे अध्यक्ष माणिकचंद, उपाध्यक्ष गोपीचंद आणि एम. डी. बरोबर बौद्धिक खडाजंगी केली होती. अध्यक्षांनी शिष्टमंडळाचे निवेदन स्वीकारले होते आणि संचालक मंडळाच्या बैठकीत ठेवून त्यावर निर्णय घेऊ, असे आश्वासन दिले होते. शिष्टमंडळातील नेत्यांना रस पाजला होता. सौहार्दपूर्ण वातावरणात अतिशय चांगली चर्चा झाल्याची बातमी बाहेर आली होती. शिष्टमंडळ बाहेर आल्यानंतर घोषणांचा मुसळधार पाऊस पडला होता.

संपूर्ण राज्यात खासगी उद्योगधंद्यांपुढे दलितांनी उग्र निदर्शने केली होती. दलित संघटनांनी महात्मा गांधीजींच्या पुतळ्यापुढे स्वदेशी मालाची होळी केली होती. ''दलितांना ह्यापुढे नाकारणे शक्य होणार नाही. त्यांना त्यांचा न्याय्य हिस्सा दिलाच पाहिजे, नाही तर ते अराजक माजवतील. सुखाने जगू देणार नाहीत.'' अशा प्रकारची प्रतिक्रिया सुखवस्तू जगताकडून व्यक्त झाली होती. ''ते उघड्यावर

राहतात. त्यांच्या झोपड्या जळाल्या तर त्यांचे असे किती नुकसान होणार आहे? आपल्या बंगले, गाड्या आणि उद्योगांची सुरक्षितता महत्त्वाची. त्यांना समजावून घेणेच शहाणपणाचे होईल.'' असे तथाकथित बुद्धिजीवी दबकत-दबकत आपली मतं मांडत होते. सामाजिक ध्रुवीकरणाचे वादळ घोंघावू लागले होते. ह्या वादळामुळे हजारो वर्षांच्या इतिहासाची पाने उलटी-पालटी झाली होती.

स्वामी राघवेंद्रांनी कलशट्टीला बोलावून घेतलं होतं आणि कलशट्टी त्यांना दलितांनी केलेल्या ''हमला बोल'' आंदोलनाविषयी आँखो देखा हाल सांगत होता. निदर्शने करण्यासाठी दलितांची किती गर्दी उसळली होती, घोषणांच्या विजा कशा कडाडत होत्या, पोलीस बंदोबस्त कसा होता, कोण दलित पुढारी आले होते, शिष्टमंडळात कोणाचा समावेश होता, वातावरणात तणाव कसा होता, लोक काय चर्चा करत होते ह्याचा बारीक-सारीक तपशील स्वामी राघवेंद्र कलशट्टीकडून जाणून घेत होते. कलशट्टीला स्वामी राघवेंद्रांच्या उत्सुकतेचं आश्चर्य वाटलं होतं.

स्वामी राघवेंद्र केवळ संन्यासी नाहीत, तर एक धूर्त राजकारणीही आहेत ह्याची कलशट्टीला प्रचिती येत होती. त्यांचा जप राजकीय वाटत होता. त्यांचा ईश्वर आणि मंदिरही राजकीय वाटत होते. राजकारण हा धर्माचा दुसरा चेहरा बनला होता. धर्म म्हणजे वंशवाद. महाआरती म्हणजे निवडणूक प्रचार. कलशट्टीला भोवळ येत होती. त्याला धार्मिक प्रार्थना म्हणजे भयानक हत्याकांडच वाटले होते. ''मी तात्या कांबळेचा खून केला नाही. तात्या कांबळे माझा शत्रू नव्हता. तो व्यवस्थेचा शत्रू होता. व्यवस्थेनेच आमच्या हाती शस्त्र दिले. ही व्यवस्था खुनी आहे. स्वामी राघवेंद्र हे त्या व्यवस्थेचे प्रतिनिधी आहेत. ही व्यवस्था पुन्हा एकदा माझ्या हाती शस्त्र देईल. धर्मरक्षणासाठी शस्त्र उचलण्याचा आदेश देईल आणि माझ्या हातून दामोदर पोतदाराची हत्या होईल. आत्ताच सावध झाले पाहिजे.'' कलशट्टीच्या मेंदूत धोक्याची घंटा वाजू लागली होती. कलशट्टीने रघूचा हवाला देत दलितांमध्ये होणाऱ्या चर्चेतील महत्त्वाचे मुद्दे सांगितले होते.

- ☐ शासकीय आणि निमशासकीय सेवेत राखीव प्रवर्गातील भरती कटाक्षाने निमयांनुसार होते की नाही ती पाहिली पाहिजे.
- ☐ फक्त वर्ग -१ च्या पदापर्यन्तच आरक्षण लागू आहे. वर्ग-१ च्या वरील पदे गुणवत्ता व सेवा ज्येष्ठतेने भरली जातात. आता ह्या पदांनाही आरक्षण लागू केले पाहिजे.
- ☐ सर्व स्तरांतल्या बढत्यांना आरक्षण लागू झाले पाहिजे.
- ☐ आरक्षित पदांवर विनाआरक्षित वर्गातील कर्मचाऱ्यांची भरती करण्यास कायद्याने

मज्जाव केला पाहिजे.

कलशट्टीने दिलेली माहिती ऐकून स्वामी राघवेंद्रांचा पारा चढला होता. आरक्षणाच्या जोरावर मागासवर्गीय कर्मचाऱ्यास सर्वोच्च पदापर्यंत पोहचणे शक्य होईल. म्हणजेच एखादा अधिकारी मागासवर्गीय आहे, एवढ्याच निकषावर तो राज्याचा मुख्य सचिव किंवा पोलीस महासंचालक अशा पदांवर हक्क सांगू शकेल. एवढेच नव्हे तर बढतीच्या स्पर्धेत तो अमागासवर्गाहून अधिक यशस्वी होईल. आरक्षणाचे फायदे त्याच्या मुलाबाळांनाही चालू राहतील म्हणजे ब्राह्मणांना मेलेली जनावरे ओढावी लागतील. स्वामी राघवेंद्रांनी आरक्षणाविरुद्ध तीव्र संताप व्यक्त केला होता.

"केवळ मागासवर्गीय आहे म्हणून तो सर्वोच्च पदांवर कसा पोहोचेल? त्याची पात्रता असणार. अनुभव असणार. उच्चवर्णीयांच्या हजारो पिढ्यांनी सर्व अधिकार उपभोगले आहेत. आता दलितांच्या मुला-बाळांनाही आरक्षणाचे फायदे मिळणार म्हणून पोट का दुखावे?" हा सिद्धार्थ पगारेचा जाहीर सवाल कलशट्टीला तीव्रतेने आठवला होता.

"परीट धोबी समाजानेही आपल्या जातीला अनुसूचित जातीत समाविष्ट करावे म्हणून मागणी केली आहे. परवा सर्वोच्च न्यायालयाने एक निकाल दिला आहे. वर्तमानपत्रातून तो मी वाचला. आदिवासींनी धर्मांतर केले तर अनुसूचित जमाती म्हणून मिळणारे सर्व फायदे किंवा सवलती बंद होणार नाहीत. त्यांनी जर धर्मान्तर करून आपल्या परंपरागत रूढी व रीतीचे पालन न करता केवळ नव्या धर्माचे पालन केल्यास त्यांच्या सवलती बंद होतील. हिंदू धर्मातून बौद्ध धर्मात प्रवेश केलेल्या दलितांनी आपला समावेश अनुसूचित जातीत करावा म्हणून मागणी केली आहे. बौद्ध धर्म स्वीकारलेल्या दलितांना सवलती मिळत असतील, तर मुस्लिम आणि ख्रिश्चन धर्म स्वीकारलेल्या दलितांनाही सवलती दिल्या पाहिजेत. अशी मागणी मुस्लिम दलितांनी आणि ख्रिश्चन दलितांनी केली आहे." कलशट्टी आपल्याला ज्ञात असलेली माहिती सांगत होता आणि स्वामी राघवेंद्र हतबल होऊन ऐकत होते. "ह्या मागे मताचे राजकारण आहे. अशाने हिंदू धर्माचा नाश होईल. हिंदुस्थानात हिंदू शिल्लक राहणार नाही." स्वामी राघवेंद्र हताश होऊन बोलत होते.

कुंभाभिषेक करण्याची वेळ झाली होती. महादेव माळी स्वामी राघवेंद्रांना बोलावण्यासाठी आला होता. स्वामी राघवेंद्र मंदिराकडे निघाले होते. "कलशट्टी अभिषेक झाल्यावर प्रसाद घेऊन जा." स्वामी राघवेंद्र मंदिराकडे जाता-जाता कलशट्टीला बजावत होते. एक खुनी स्वामी राघवेंद्रांच्या काळजात शिरतोय हे पाहून महादेव माळी दचकला होता.

कलशट्टीने मनोभावे महादेवाचे दर्शन घेतले होते. गाभाऱ्यातून त्याने नंदीकडे

पाहिले होते. महाकाय नंदी जणू उठून उभा राहतोय आणि आपल्या अंगावर येतोय असाच त्याला भास झाला. तो नखशिखान्त शहारला होता. त्याला भयाने कापरे भरले होते. मंदिरातल्या वानरांनी धुमाकूळ घातला होता. लोकांनी बेलाच्या झाडाजवळ गर्दी केली होती. महादेव माळीने त्यांना हुसकावले होते. वानरांच्या झुंडींनी थैमान घातले होते.

□ □ □

'भाई का ढाबा' अचलपूर-धरणगाव रोडवर चर्चित ठरत होता. एक तर कलशट्टीचा ढाबा म्हणून, दुसरे तिथे मुली पुरवल्या जातात म्हणून. ह्या ढाब्याचा कारभार उस्मान पाहत होता. उस्मानबरोबर पिंकीही ढाब्याच्या कामात लक्ष घालत होती. पिंकी मुंबईत राहून आली होती. त्यामुळे ती उस्मानला अनेक गोष्टी सांगे. शिकवी. तिचा उस्मानवर प्रभाव जाणवत होता. तिच्या अनुभवी प्रतिसादामुळे उस्मान तिचा आशिक बनला होता. पुरुषाला काय आणि कसं हवं असतं हे पिंकीला चांगलं ठाऊक होतं. बलशेटवार-झहिरा, बंटी-सुरेखा माने, कलशट्टी-वैशाली आणि उस्मान-पिंकी अशा जोड्यांची म्हाताऱ्यांमध्येही चर्चा होत होती.

अधूनमधून अशरफ ढाब्यावर जायचा. ढाब्यावर बसून उर्दू वर्तमानपत्र वाचायचा. उस्मानबरोबर बोलायचा. ''हिंदूंचा अनुनय करण्यापेक्षा गुन्हेगारी परवडली. ते आमचा द्वेषच करणार असतील आणि संशयच घेणार असतील, तर आपणही गद्दारीच केली पाहिजे. भाईचाऱ्याच्या नावाखाली त्यांचे वर्चस्व स्वीकारण्यात काही अर्थ नाही. त्यांच्या वर्चस्वाखाली राहणं म्हणजे हिंदू-मुसलमान होणं. मला निखळ मुसलमान म्हणून जगायचं आहे. मला मुसलमान म्हणून निर्भयपणे जगता येत नसेल, तर माझ्यावर लादलेल्या हिंदुत्वाच्या ओझ्याचा नाश केला पाहिजे.'' अशरफ उस्मानबरोबर आपल्या मनातील खदखदणारे विचार बोलून दाखवायचा.

कलशट्टीच्या गँगमधील उस्मानचे प्रस्थ दिवसेंदिवस वाढतच होते. उस्मानला गॉड फादर आणि पिंकीला गॉड मदर म्हणून टोपण नावं मिळाली होती. उस्मान आणि पिंकीची चर्चा उस्मानची बायको वहिदाच्या कानावर गेली होती. त्यामुळे तीही पोखरली होती. तिला उस्मानच्या खिशात निरोध सापडले होते. त्यामुळे तिच्या मनातील भीती खरी ठरली होती. अंगावर रॉकेल टाकून पेटवून घ्यावे असा विचार तिने अनेक वेळा केला होता. उस्मानच्या घरात भांडणाने हैदास घातला होता. वहिदाचे मानसिक संतुलन बिघडले होते. उस्मानला मात्र त्याचे काहीच देणे- घेणे नव्हते. तो ढाबा आणि ढाब्यावरील मुली ह्यात रममाण झाला होता.

उस्मानचे महाविद्यालयीन शिक्षण घरच्या परिस्थितीमुळे पूर्ण झाले नव्हते.

तो रद्दी विकण्याचा व्यवसाय करत होता. एके दिवशी कलशट्टीची आणि त्याची ओळख झाली होती. कलशट्टीने त्याला गरिबी हटाओ झोपडपट्टीत जागा दिली होती. वस्तीत मुसलमानांची वाढलेली संख्या पाहून कलशट्टीने उस्मानला जवळ केले होते आणि उस्मानभाईच्या गँगमधला सराईत गुंड झाला होता. वहिदाला ह्याची सुरुवातीला झळ बसली नव्हती. नंतर मात्र तिचे संपूर्ण भावविश्व जातीय दंग्यामध्ये जळालेल्या झोपडीसारखे जळून खाक झाले होते. पिंकीने तिची जागा घेतली होती आणि तिच्या संसारात विष कालवले होते.

□ □ □

वेद अध्ययन केंद्राची कीर्ती सर्वदूर पसरली होती. सामुदायिक स्वरातल्या मंत्रोच्चाराने अचलपूर परिसर संस्कृतमय झाला होता. देववाणीचे पावित्र्य आणि पौराणिक रूप ह्यामुळे अचलपूर परिसर धार्मिक बनला होता. पौराणिक मालिकांचे चित्रीकरण करण्यासाठी निर्मात्यांनी वेद अध्ययन केंद्राची निवड केली होती. चित्रीकरणामुळे वेद अध्ययन केंद्राचे महत्त्व वाढले होते. बघ्यांचे थवे वेद अध्ययन केंद्राच्या भोवती भटकताना दिसत होते. वेद अध्ययन केंद्रात परवानगीशिवाय कोणालाच प्रवेश मिळत नसे. पौराणिक मालिकेत वैशालीला नर्तकीची भूमिका मिळाली होती. त्यामुळे तिच्याभोवतीही वलय निर्माण झाले होते.

स्वामी राघवेंद्रांचा आलिशान आश्रम, गुंफा, पौराणिक शिल्पं, रमणीय परिसर, निळा-सावळा जलाशय, होमहवन आणि मंत्रपठण ह्यामुळे ह्या परिसराला दैवी रूप प्राप्त झालं होतं. इतरांपासून सोवळेपणाने अलिप्त राहून आपला श्रेष्ठपणा मिरवणाऱ्या ब्राह्मणांचा कडवटपणा सर्वत्र प्रकर्षाने जाणवत असे. जळी, स्थळी, काष्ठीपाषाणी, चराचरात ईश्वर भरून असल्याचे दैवी संकेत इथं मिळत होते.

स्वामी राघवेंद्र आपल्या आश्रमात झोपाळ्यावर बसले होते. त्यांच्या पुढे ब्राह्मण स्वयंपाकी रामेश्वर उभा होता. स्वामी राघवेंद्र त्याला उपवासाचे पदार्थ करण्याची सूचना देत होते. रामेश्वरने आपला मुलगा वेदांतला सोबत आणले होते. त्याला नोकरी नव्हती. साखर कारखान्यात नोकरी मिळावी म्हणून त्यांना शिफारस हवी होती.

वेदांत आपली कथा नम्रपणे सांगत होता. "अकरा रविवार उपवास केला. तोही विना मिठाचा. गीतेचा आठवा अध्याय वाचतो. नवनाथ कथासाराचा चाळिसावा अध्याय वाचतो. गुरुचरित्राचा चौदावा अध्याय वाचतो. त्रिपिंडी, कालसर्पाची पूजा करतो. रविवारचा जप चालू असतो. सहा हजार वेळा जप केला. गुरुवार, शुक्रवार, रविवार आणि चतुर्थीलाही उपवास करतो. सगळे कर्म करतो. यश आल नाही. पत्रिका

दाखवली. ऑक्टोबरनंतर फरक पडेल असं सांगितलय. नोकरी मिळत नाही. आणखी काय करू?''

वेदांत त्रस्त होऊन आपली व्यथा कथन करत होता. ''आरक्षणामुळे नोकऱ्या मिळत नाहीत.''

स्वामी राघवेंद्रांनी अत्यंत गंभीरपणे उत्तर दिलं होतं. ''राखीव जागा बंद झाल्या पाहिजेत. प्रत्येक दलिताच्या घरात टी. व्ही., सी. डी. प्लेअर, टेप, म्युझिक सिस्टिम आहे. त्यांच्याकडे गाड्या आहेत. आज रविवार आहे. प्रत्येकाच्या घरात दारू आणि मटण असेल. हे लोक गरीब नाहीत. आंबेडकर आज अवतार घेऊन प्रकट झाले तरी हे लोक त्यांचं ऐकणार नाहीत. आंबेडकरांना अजून वीस वर्षांनी जन्मावं लागेल.'' स्वामी राघवेंद्रांचा आवाज कणखर बनला होता.

□ □ □

सावित्रीबाई फुले न्यू इंग्लिश स्कूलने स्नेहसंमेलनाचा कार्यक्रम आयोजित केला होता. त्यासाठी मंडप टाकले होते. विद्यार्थ्यांनी गेला महिनाभर कार्यक्रमांची तयारी केली होती. आपल्या मुलांचा कार्यक्रम पाहण्यासाठी पालक आतुर झाले होते. ह्या कार्यक्रमाचे आणखी एक आकर्षण होते.

प्रशालेच्या प्रांगणात आबालवृद्धांनी गर्दी केली होती. ऊसतोड मजूरही ह्या कार्यक्रमासाठी आले होते. लहान मुलांचे रंगलेले चेहरे पाहून लोकांच्या मनात कौतुकाची भावना निर्माण झाली होती. प्रशालेतील शिक्षकांनी ह्या कार्यक्रमासाठी खूप मेहनत घेतली होती. सर्वजण कार्यक्रम सुरू होण्याची प्रतीक्षा करत होते.

कलशट्टी मात्र खूप अस्वस्थ झाला होता. त्याने बंटीला बोलावून घेतले होते. त्याला आपली योजना अनेक वेळा समजावून सांगितली होती. आगलावे बंटीबरोबर जाणार होता. कलशट्टीने आगलावेलाही काही कानगोष्टी सांगितल्या होत्या. कार्यक्रमाची वेळ साधून बंटी वैशालीला बोलणार होता. काय बोलावे, कसे बोलावे याचीही बंटीने रंगीत तालीम केली होती.

वैशाली गरिबी हटाओ झोपडपट्टीत राहत होती, तेव्हा कलशट्टीची मर्जी सांभाळत होती. तिने राजकमल ऑर्केस्ट्रामध्ये काम सुरू केल्यापासून तिला घरी यायलादेखील वेळ मिळत नव्हता. तिला पौराणिक मालिकेत साईड रोल मिळाला होता. त्यामुळे तिची वाहवा होत होती. तिची जिल्हा वर्तमानपत्रात फोटोसह मुलाखत छापून आली. त्यामुळे तिच्या नावाची चर्चा होत होती. ऑर्केस्ट्राबरोबर ती सतत दौऱ्यावर जात होती. तिला स्थिर होण्यासाठी संघर्ष करावा लागत होता. तिची आजी

सोनू आणि भाऊ हर्षद मात्र गरिबी हटाओ झोपडपट्टीतच दिवस काढत होते.

वैशालीला नाव मिळालं होतं पण आर्थिकदृष्ट्या ती अजूनही सावरली नव्हती. तिचे हे धडपडीचे दिवस होते. तिचा चेहरा बोलका आणि डोळे गहिरे होते. तिच्या आवाजातला गोडवा, लाजबाब अदाकारी, शेलाटी बांधा आणि थिरकणारी पावलं ह्यामुळे ती लोकप्रिय ठरली होती. तिचा कमनीय देह, अभिजात आवाज आणि जिवंत अभिनय ह्यामुळे तिला उज्ज्वल भविष्य होते. तिच्यातल्या उपजत कलेची सर्वांना ओळख पटली होती.

रमा बाबरने मुद्दाम म्हणून वैशालीला स्नेहसंमेलनाच्या कार्यक्रमाला पाहुणी म्हणून निमंत्रित केले होते. वैशालीला पाहण्यासाठी सगळी वस्ती उतावीळ झाली होती. कलशट्टीही अधीर झाला होता. कलशट्टीने फोटोग्राफरला सांगून ठेवले होते. कार्यक्रमानंतर तिला ढाब्यावर नेण्याचा बेत होता. तिच्याबरोबर फोटो काढण्याचा त्याचा विचार होता. ढाब्यातील कामगारही उत्सुकतेने तिची वाट पाहत होते.

रमा बाबर आणि वैशाली टॅक्सीमधून उतरल्या होत्या. वैशालीला पाहण्यासाठी सर्वांच्या माना वळाल्या होत्या. गर्दीत अमाप उत्साह संचारला होता. अनेकांनी "वैशालीऽ" म्हणून हाका मारल्या होत्या. तिच्या स्वागतप्रीत्यर्थ टाळ्या वाजविल्या होत्या. बंटी आणि आगलावेनी तिच्याजवळ जाण्याचा प्रयत्न केला होता; पण स्वयंसेवकांनी त्यांना अडवलं होतं.

"आपल्या वस्तीतल्या वैशालीने मेहनत आणि जिद्दीमुळे नाव कमावलं आहे. माणसाने जिद्द बाळगली तर त्याला गरुडझेप घेता येते. आपल्या वस्तीत अनेक हिरे आहेत. त्यांना संधी मिळाली तर ते चमकल्याशिवाय राहणार नाहीत. वैशाली त्याचं जिवंत उदाहरण आहे." रमा बाबर वैशालीची मुक्त कंठाने स्तुती करत होत्या.

कार्यक्रम संपेपर्यंत बंटी आणि आगलावे वैशालीची प्रतीक्षा करत होते. बंटीचा मोबाईल पुनः पुन्हा वाजत होता आणि कलशट्टी "काय झालं?" म्हणून विचारत होता. वैशालीची आजी सोनू आणि भाऊ हर्षद ह्यांना सर्वांत समोरच्या रांगेत बसवलं होतं.

कार्यक्रम संपल्यानंतर वैशालीने आपल्या आजीला आणि भावाला सोबत घेऊन अल्पोपाहार केला होता. त्यानंतर ती रमा बाबरबरोबर टॅक्सीकडे निघाली होती. तिला रात्रीच्या शोमध्ये तीन डान्स करायचे होते. बंटी वेगाने गर्दीत घुसला होता आणि वैशालीबरोबर त्याने हस्तांदोलन केले होते.

"भाईने बुलाया है."

"नाही. मला वेळ नाही. पुन्हा कधी तरी येईन."

"भाई चिडतील. त्यांनी तुला यायला सांगितलंय."

“मला आता शक्य नाही.”

“दोन मिनिटे चल.”

“मला कार्यक्रम आहेत.”

रमा बाबर टॅक्सीत बसली होती. वैशालीच्या हातात हात मिळवण्यासाठी गर्दी उसळली होती. बंटी दूर ढकलला गेला होता. टॅक्सी सुरू झाली होती. अनेकांनी निरोपाचा हात हलवला होता. बंटी गर्दीतून बाहेर पडला होता.

वैशाली न आल्यामुळे कलशट्टी चिडला होता. बंटी दुखावला होता. आगलावे हिरमुसला होता. ढाब्यावरच्या तिच्या ओळखीच्या मुली निराश झाल्या होत्या. बलशेटवारही तिला भेटण्यासाठी ढाब्यावर येऊन बसला होता. सगळ्यांचाच हिरमोड झाला होता. त्यांनी आपलं दुःख दारूत बुडवलं होतं. ढाब्यावरच्या मुली दारू पिऊन पहाटेपर्यंत नाचल्या होत्या. कलशट्टी आणि बलशेटवारही त्यांच्याबरोबर झिंगले होते.

साखर कारखान्याच्या मळीचा उग्र वास नाकाला झोंबत होता. हवेत गारठा होता. वस्ती निद्राधीन झाली होती. पाईप लाईनजवळ उभे असलेले गाढव भेसूरपणे ओरडले होते. आगलावे आणि बंटी दचकले होते. ते दोघे वैशालीच्या घरामागे दडून बसले हाते. वैशालीची आजी सोनू अंगणात झोपली होती. हर्षद अजूनही अभ्यास करत होता. हर्षद बाहेर येण्याची ते वाट पाहत होते. बंटी विजेच्या पोलवर चढला होता आणि त्याने विजेचा बल्ब काढला होता. त्यामुळे सर्वत्र अंधार पसरला होता. हर्षदनेही घरातली लाईट बंद केली होती. त्याने अंगणात आजीजवळ आपले अंथरूण टाकले होते. तो लघवीसाठी घरामागे गेला होता. आगलावेनी त्याच्यावर झडप टाकून त्याचे तोंड बंद केले होते. बंटीही धावून गेला होता. त्या दोघांनी त्याला तिथून उचललं होतं. हर्षदला एका खोलीत कोंडून आगलावे आणि बंटी ढाब्यावर आले होते आणि तेही दारू पिऊन नाचले होते.

दुसऱ्या दिवशी सकाळी सोनूला हर्षद घरी नसल्याचे कळले होते. सोनूने वैशालीला मोबाईल करून ही बातमी दिली होती. सगळ्या वस्तीत हर्षदच्या अपहरणाची बातमी पसरली होती आणि लोकांना आपल्या लहान मुलांची काळजी वाटली होती. वस्तीत भयाची लाट पसरली होती.

वैशालीने कलशट्टीला फोन केला होता. कलशट्टीचे सगळे डावपेच तिला माहीत होते. ती कार्यक्रमाला येऊन त्याला भेटली नव्हती, त्यामुळे कलशट्टीने चिडून हे कृत्य केले असावे, असे तिला वाटले होते.

“भाई, माझा भाऊ कुठाय?”

“तू पोलिसांना विचार.”

“भाई, माझ्या भावाला सोडून दे.”

"तुझ्या भावाला घेऊन मी काय करू? तुझ्याकडून मला खंडणी वसूल करायची नाही."

"भाई, रात्री मी कार्यक्रमासाठी आले होते. मी दुसऱ्याची पाहुणी होते. मी त्यांच्या ताब्यात होते. मला लगेच निघायचं होतं."

"तू आता मोठी झाली आहेस. भाईला विसरली आहेस."

"भाई, माझ्या भावाला सोडून दे. हे तुझ्या लोकांचं काम आहे."

"आम्ही तुझ्या भावाला पळवलं नाही. तू उगाच आमचा संशय घेत आहेस. तू पोलिसांत तक्रार कर. वाटल्यास माझ्याविरुद्ध तक्रार कर."

"मी पोलिसांत कशाला तक्रार करू? तू आहेस ना माझ्या पाठीशी? तू माझा भाऊ मला शोधून दे."

"हे बघ मी मोठ्याशी दुश्मनी करतो. लहान मुलाबरोबर नाही. पळवायचं असेल तर तुला पळवून नेईन. तुझ्या भावाला कोणी तरी नेलं असेल. तो तुझ्या भावाचा खून करू शकतो. तुला त्यांचा फोन येईल. पैशाची मागणी करतील. सावध राहा. तुझा कोणावर संशय असेल तर सांग. मी तिथं जातो. शोध घेतो."

"भाई मी हात जोडते. माझ्या भावाला सोडून दे."

"तू ये. आपण मिळून शोध घेऊ."

"तू माझ्या भावाला सोडून दे. मी तुला भेटायला येते. झालं?"

"अगोदर ये."

"माझ्यावर विश्वास नाही का?"

"मी तुझ्या भावाचा शोध घेतो. काळजी करू नकोस. तुझी आजी रागावली असेल. तो रुसून गेला असेल. आपल्या मित्राकडे असेल. पाहुण्याकडे गेला असेल. बघतो मी. तू नाईटला ये. वाट पाहतो मी."

कलशट्टीने मोबाईल बंद केला होता. त्याला गुदगुल्या होत होत्या. तो उत्तेजित झाला होता. त्याने बंटीला फोन केला होता.

सोनूने वैशालीला फोन केला होता. हर्षद घरी आल्याची खबर दिली होती.

संध्याकाळी वैशालीच्या घरापुढे टॅक्सी येऊन थांबली होती. कलशट्टीला टॅक्सी आल्याचा निरोप पोहोचला होता. उस्मानने खुशीत येऊन कलशट्टीच्या अंगावर स्प्रे फवारला होता. कलशट्टीला स्वप्नात वावरत असल्याचा भास झाला होता. वैशालीचा भाऊ हर्षद दप्तर घेऊन टॅक्सीत बसला होता. सोनूही टॅक्सीत बसली होती. टॅक्सी वस्तीबाहेर पडली होती. वैशालीनं गरिबी हटाओ झोपडपट्टी कायमची सोडली होती.

घराला कुलूप देखील लावलं नव्हतं. ती कायमची निघून गेली होती.

कलशट्टी पिसाळला होता. वैशालीनं त्याच्या हातावर तुरी दिली होती. उस्मान आणि बंटी वैशालीच्या घराकडे आले होते. उस्मान आणि बंटीने वैशालीच्या घरात प्रवेश केला होता. उस्मानने घरातल्या आरशात आपले तोंड पाहिले होते. त्याला आरशात खळाळून हसणाऱ्या वैशालीचा दुष्ट चेहरा दिसला होता. उस्मानने आपल्या सोबत आणलेले कुलूप वैशालीच्या घराला लावले होते. उस्मान आणि बंटी गिधाडासारखे कलकलत ढाब्याकडे निघाले होते.

उस्मान आणि बंटी निघून गेल्यानंतर बलशेटवार आणि सावळ्या तिथं आले होते. त्यांनी उस्मानने लावलेले कुलूप तोडले होते आणि दुसरं कुलूप लावलं होतं.

उस्मानला त्याने लावलेले कुलूप तोडल्याचे कळाले होते. तो भडकला होता. कढईत तेल उकळावे तसा त्याचा मेंदू उकळत होता. उस्मान अपमानाने पिसाळला होता आणि सुडाने पेटला होता. तो संतापाने बेभान होऊन बलशेटवारच्या घराकडे निघाला होता. त्याच्या मनात खोलवर दडलेली घृणा उफाळून वर आली होती. झहिराविरुद्ध त्याने मनात डाव धरला होता.

उस्मान बलशेटवारच्या घरी आला होता. बलशेटवार घरी नव्हता. उस्मानने बलशेटवारला हाक मारली होती आणि झहिराने आतूनच "वह नही है" असं उत्तर दिलं होतं. उस्मानचं धाडस वाढलं होतं. तो घरात शिरला होता. झहिरानं त्याला दारातचं रोखलं होतं. उस्मानच्या अंगाची लाही लाही झाली होती. "मुझे वैशाली का घर चाहिये. उसके रुपये देने आया हूँ." उस्मानच्या आवाजात अहंकार होता आणि हातात नोटा. त्याने नागासारखा फणा काढला होता. "वह नही है. वह आने के बाद आ." झहिराने त्याला शांतपणे उत्तर दिलं होतं. स्टेनगन धडधडावी तसा उस्मान बोलत होता. झहिरावर त्याचा काहीच परिणाम झाला नव्हता. उस्मानने आपल्या खिशातला स्प्रे काढला होता आणि झहिराच्या अंगावर फवारला होता. झहिराच्या शरीरावर असंख्य सुगंधी कण उडाले होते. उस्मान निर्लज्जपणे हसत होता. "हरामी के बच्चेऽ." झहिरा विजेसारखी कडाडली होती आणि उस्मान काही न बोलता परत फिरला होता.

झहिराचं सर्वांग सुगंधित झालं होतं. तिच्या अंगाचा घमघमाट सुटला होता. तिला न्हावं वाटलं. तिने कपडे काढले. अंघोळीला पाणी घेतलं. बलशेटवार घरात आला होता. त्याने आपल्या घरातून जाणाऱ्या उस्मानला पाहिले होते. त्याच्या मनात संशयाचे वादळ उठले होते. त्याला झहिराचा संशय आला होता.

"तू आता का अंघोळ करते आहेस?"

"उकडत आहे म्हणून."

"उस्मान आला होता?"

“आला होता. वैशालीचं घर विकत घ्यायचं म्हणत होता.”

“मला तुझा संशय येतोय.”

“कसला?”

“त्याने तुला काही केले नाही?”

“त्याने माझ्या अंगावर सेंटचा स्प्रे फवारला.”

“उसकी यह हिंमत!”

बलशेटवार उसळून उठला होता. त्याचा चेहरा खवळलेल्या समुद्रासारखा दिसत होता. त्याने कपाटाआड ठेवलेले सत्तूर बाहेर काढले होत. झहिराने दार अडवले होते. ती केवळ ब्रा आणि परकरवर उभी होती. तिच्या अंगाचा घमघमाट पसरला होता.

“हिरा बाजूला होऽ.”

“नागनाथ शांत होऽ.”

“तू लांड्याची बाजू घेतेयस.”

“तू अगोदर शांत हो.”

“तुझ्या अंगाचा वास येतोय.”

“मी आता अंघोळ करतेय ना!”.

“मला तुझ्यात बोट घालून बघू दे. मला विश्वास वाटत नाही.”

“बोट नाही तोंड घालून बघ.”

झहिराने परकर वर उचलला होता. बलशेटवार गडबडला होता. “माझ्या अंगावर कपडे नाहीत. मी दारात उभी आहे. तमाशा करू नको. सत्तूर ठेव. लोक बघतील.” झहिरा दम न घेता बोलत होती. बलशेटवार निरुत्तर झाला होता. त्याच्या डोळ्यांत पाणी आलं होतं. त्याचा गळा दाटून आला होता आणि दुःखाने त्याचे ओठ थरथरत होते.

वस्तीतले म्हातारे पाईप लाईनकडे चालले होते. आबाच्या नातूने काठीचे पुढचे टोक धरले होते आणि आबाने मागचे टोक धरले होते. आबाचा नातू तोंडाने आगगाडीचा आवाज काढत पळत होता. आबा आगगाडीच्या डब्यांसारखा नातवामागून धावत होता. वारा वाहत होता. जनावरांच्या कातड्यांची दुर्गंधी वस्तीत पसरली होती.

□ □ □

विकास आघाडीने गरिबी हटाओ झोपडपट्टीतील पंचवीस बेरोजगार तरुणांना बँकेकडून कर्ज मिळवून दिले होते. त्यांना कर्जावर ॲटो रिक्षा घेऊन दिल्या होत्या. गणेश मंदिर, सूत गिरणी आणि साखर कारखाना ह्यामुळे त्यांना गिऱ्हाईक मिळणार होते. गरिबी हटाओ झोपडपट्टीजवळ रिक्षा स्टँड सुरू झाला होता. वस्तीची जशी

वाढ होत होती तसा विकासही होत होता. साखर कारखाना आणि सूत गिरणीमुळे वस्तीची भरमसाठ वाढ झाली होती. वस्तीतल्या लोकांनी अचलपूर-धरणगाव रोडवर अतिक्रमण केलं होतं आणि रोडच्या दोन्ही बाजूला खोकी टाकली होती. ह्या भागातल्या गरजा ओळखून त्यांनी व्यवसाय सुरू केला होता. अनेकांनी जागा पकडून खोकी टाकली होती आणि ती चालवण्यासाठी दुसऱ्याला भाड्याने दिली होती.

सावळ्याने कारखान्याच्या गेटजवळ मोक्याच्या जागी खोका टाकला होता. सावळ्याला कँटीन सुरू करायचे होते. सावळ्याने मोक्याची जागा पकडली होती. आगलावे अस्वस्थ झाला होता. सावळ्याने ह्यापूर्वी दोन खोकी टाकली होती. हा त्याचा तिसरा खोका होता.

आगलावेचा एकही खोका नव्हता. त्याने रात्री सावळ्याचा खोका उचलून बाजूला ठेवला होता आणि तिथे आपला खोका टाकला होता.

आपला खोका काढून टाकल्यामुळे सावळ्या चिडला होता. आगलावे आणि त्याच्यात बाचाबाची झाली होती.

"माझा खोका का काढलास?"

"सगळी जागा तूच पकडतोस? आम्हाला जगायचं नाही का?"

"मी प्रथम जागा पकडलीय."

"मला अर्धी जागा दे. तुझाही खोका राहू दे. माझाही राहू दे."

"तू दुसरीकडे खोका टाक."

"दुसरीकडे जागाच नाही."

"त्याला मी काय करू? ही जागा मी पकडलीय."

"सगळी जागा तूच पकडणार का?"

"मी जागा सोडणार नाही. ही तुझ्या मालकीची जागा नाही."

कलशट्टीने आगलावेची बाजू घेतली होती. बलशेटवारने सावळ्याला पाठिंबा दिला होता. सावळ्याने रात्रीतून आगलावेचा खोका काढून टाकला होता आणि आपला खोका त्या जागेवर पुन्हा आणून ठेवला होता.

दुसऱ्या दिवशी सावळ्या आणि आगलावेची भांडणं झाली होती. सावळ्याने जागा सोडायला नकार दिला होता. आगलावेनी रोजंदारीने उपोषणासाठी दहा बायका आणल्या होत्या. त्यांची मजुरी ठरली होती आणि त्यांना आगाऊ रक्कमही दिली होती. आगलावेनी उपोषणासाठी मंडप टाकला होता. 'अतिक्रमण हटवा' असा मोठा बॅनर लावला होता. सुरेखा माने उपोषणकर्त्या स्त्रियांचे नेतृत्व करत होती. म. गांधीजींचा फोटो लावून रोजंदारीने आमरण उपोषण सुरू झाले होते. उपोषणकर्त्या स्त्रियांना पाठिंबा दर्शविण्यासाठी बंटी, उस्मान आणि आगलावेही

उपोषणाला बसले होते.

□ □ □

ग्रामपंचायतीच्या निवडणुका जसजशा जवळ येऊ लागल्या होत्या तसतसे राजकीय चर्चांना उधाण येऊ लागले होते. अचलपूर ग्रामपंचायत आपल्या हातून जाऊ नये म्हणून माणिकचंद आणि गोपीचंद तयारीला लागले होते. 'शिवशक्तीचे सर्व पॅनेल ह्यावेळी बिनविरोध निवडून आणू.' म्हणून त्यांची जय्यत तयारी सुरू झाली होती. सदानंद कांबळेकडे शिवशक्तीचे अध्यक्षपद होते, ह्याची माणिकचंदला अडचण होत होती. संघटनेला आर्थिक पाठबळ आपण देतो आणि संघटनेची सत्ता एक दलित उपभोगतोय हे माणिकचंदला सलत होते. दलितांना खासगी क्षेत्रात आरक्षण मिळावं म्हणून जे आंदोलन झालं होतं, त्याविरुद्ध एक जळजळीत प्रतिक्रिया म्हणून, 'शिवशक्तीने तीव्र आंदोलन उभं केलं पाहिजे. ह्या आंदोलनाचा संपूर्ण खर्च सर्व उद्योजक उचलतील.' असा प्रस्ताव माणिकचंदने मांडला होता.

सदानंद कांबळेंनी ह्या प्रस्तावाविषयी उदासीनता दाखवली होती. 'निवडणुकांच्या पुढे दलितविरोधी आंदोलन करून दलितांची मते कशाला गमवायची? निवडणुकानंतर हा प्रश्न हाती घेता येईल,' अशी भूमिका सदानंद कांबळेंनी घेतली होती.

'सदानंद कांबळे दलित असल्यामुळे ते नेमस्त भूमिका घेतोय,' असे माणिकचंदचे ठाम मत झाले होते. 'शिवशक्ती ही सवर्णांची संघटना आहे. आपण केवळ बुजगावणे आहोत. आपल्या मताला तसा अर्थ नाही. सवर्ण ठरवतील तोच निर्णय घ्यावा लागतो. आपण केवळ रबर स्टँप आहोत. आपले इथे काही चालत नाही. आपण जातीवादी संघटनेचा उदारमतवादी चेहरा आहोत. आपल्या चेहऱ्यावर मुखवटा चढवला आहे. सवर्णांच्या मनात दलितांविषयी विष साठलेले आहे. आपण ते नष्ट करू शकत नाही. आपला ते केवळ वापर करून घेत आहेत. आपण स्वार्थासाठी तडजोड केली आहे. त्यामुळेच आपण सुखासीन बंगल्यात राहत आहोत. आपण विकले गेले आहोत. एकट्याच्या भल्यासाठी आपण समाजाचा लिलाव मांडला आहे. माझी किंमत स्वस्त आहे. मी निरुपयोगी आहे. मला कणा नाही. म्हणूनच त्यांना मी हवा आहे. केवळ त्यांच्या आग्रहामुळेच मी त्यांच्या संघटनेचा अध्यक्ष आहे. ह्या पलीकडे माझ्या पदाला तसा काही अर्थ नाही. मी त्यांचीच भाषा बोलेन असा त्यांचा विश्वास आहे. मला माझी भाषा अवगत नाही. ते सांगतील तसे वागणे ही माझी पात्रता आहे. आम्ही जातीवादी नाही ह्याचा प्रचार करण्यासाठी त्यांनी माझी अध्यक्ष म्हणून निवड केली आहे.' सदानंद कांबळे बैठकीत बसले असतानाही विचार करत

होते. शिवशक्ती संघटनेत त्यांची कोंडी होत होती. त्यांच्या मुसक्या बांधल्या होत्या. त्यांच्या डोळ्यांवर पट्टी बांधली होती.

बैठकीच्या मध्यभागी बसून सदानंद कांबळे बैठकीचे सूत्रसंचालन करत होते. माणिकचंद त्यांना अग्रभागी पाहून अस्वस्थ झाला होता. सदानंद कांबळेंचं संघटनेतील शीर्षस्थान त्याला खुपत होतं. ''आपण दलितांना डोक्यावर घेऊन नाचायचं कशासाठी? सदानंद कांबळेला संघटनेचा अध्यक्ष केलं म्हणून दलितांची एक गठ्ठा मते मिळतील, अशी अपेक्षा करणे चुकीचे आहे. उलट दलित समाजाने त्याला खड्यासारखे वेचून बाजूला टाकले आहे. दलित समाजात, ज्याला कवडीचंही स्थान नाही, अशा माणसाला संघटनेच्या अध्यक्षपदी ठेवण्यात काय हशील?'' माणिकचंदच्या मनात रणधुमाळी चालू होती.

सदानंद कांबळे स्वामी राघवेंद्र आणि हेमा पंडितच्या मध्ये बसले होते. माणिकचंद आणि गोपीचंद त्यांच्या पुढे बसले होते. ''दलितांनी दलितांच्या संघटनेची धुरा सांभाळावी. सवर्णांनी सवर्णांच्या. रिझर्व्हेशनमधली माणसं ओपनमध्ये घुसू लागली तर ओपनच्यांनी कुठं जायचं?'' गोपीचंदच्या मस्तकात सणक उठली होती. ''सदानंद कांबळे म्हणजे सोंग आहे. दलितांची सहानुभूती मिळवण्यासाठी आपण हे सोंग नाचवत आहोत.'' माणिकचंदला आपल्या ढोंगीपणाची किळस आली होती.

''आपण जातीवादी आहोत. जातीवादीच असलं पाहिजे. जातीवाद हाच राष्ट्राचा कणा आहे. जात इथल्या राजकारणाचा आधार आहे. आपण जातीवादापासून पळ काढला, तर आपल्या पायाखालची वाळू घसरू लागेल. आपण सतत जातीवादी भूमिका घेणे हेच नैसर्गिक आहे. जातीवादाला भक्कम करणारी आंदोलनं चालवली पाहिजेत. जातीवाद जितका भक्कम होईल तितके राष्ट्र भक्कम राहील.'' गोपीचंद सदानंद कांबळेचा द्वेष करत होता.

❑ ❑ ❑

उस्मान आणि उस्मानची बायको वहिदा यांच्यामध्ये तणाव वाढला होता. उस्मानचं घरी येणं कमी झालं होतं. तो अनेकवेळा ढाब्यावरच मुक्काम करत होता. त्याच्यावर पोलीस केस वाढल्या होत्या. त्याचे पिणे वाढले होते. त्यामुळे वहिदाला अस्वस्थता आणि असुरक्षितता वाटत होती. उस्मानच्या गुन्हेगारी कृत्यांमुळे त्याचे शत्रूही वाढले होते. वहिदा उस्मानला बदलू शकत नव्हती. त्यामुळे ती व्यथित झाली होती.

उस्मानमुळे तिला गुप्तरोग झाला होता. तिचं संपूर्ण शरीर नासलं होतं. ''कुठल्या धंदेवालीचा रोग आपल्याला लागला. हा बाहेर शेण खातो आणि त्याची फळे

आपल्याला भोगावी लागतात.'' वहिदा गुप्तरोगामुळे गंभीर बनली होती. तिच्या जांघेतून पू येत होता. तिला नीट चालता येत नव्हतं. तिच्या गुप्तांगाला जखमा झाल्या होत्या. तिला असह्य वेदना होत होत्या. बुरखा घालून गुप्तरोगाच्या डॉक्टरला भेटताना तिला अपराध्यासारखं वाटलं होतं. ती शिक्षकाची मुलगी होती. ती शिकली होती. तिला घाणेरड्या रोगाची किळस आली होती.

''तुमच्या नवऱ्यालाही घेऊन या. त्यांनाही औषध द्यावं लागेल.'' हिंदू डॉक्टरच्या डाफरण्यामुळे वहिदाला शरम वाटली होती. डॉक्टरने तिला एड्सची तपासणी करून घ्यायला सुचवले होते. त्यामुळे ती हादरली होती.

उस्मानच्या तोंडी अनेक वेळा पिंकीचं नाव येत होतं. त्यामुळं वहिदा आपल्या नवऱ्याचा तिरस्कार करू लागली होती. ''बलशेटवारने अपनी औरत रखी है. मैं उनकी.'' उस्मान आपल्या वाममार्गाचं असं समर्थन करत होता. वहिदाने उस्मानचे सर्व उद्योग आपल्या घरी कळवले होते. ती आपल्या मोहल्ल्यातही लाजिरवाणी होऊन जगत होती. उस्मान तिला मारझोड करत होता. शिवीगाळ करत होता. तो घरात लक्ष देत नव्हता. वहिदाला आपल्या जीवनाचा उबग आला होता. तिची झोप मोडली होती. भूक मोडली होती. ती वाळून गेली होती. तिच्या डोळ्यांभोवती काळी वर्तुळे दिसू लागली होती. तिचं मानसिक संतुलन बिघडलं होतं. वहिदा असह्य झाली होती. तिच्या मनात अनेक वेळा आत्महत्येचे विचार येत होते. तिने अल्लाच्या आठवणीनं आभाळाकडं पाहिलं होतं. आभाळात कलशट्टीची कबुतरे उडताना दिसत होती. तिच्या डोळ्यांत पाणी आलं होतं.

□ □ □

कलशट्टीने आपल्या वयाची पन्नाशी पूर्ण केली होती. त्याला पन्नाशी साजरी करायची होती. त्यानं आपल्या गँगला कामाला लावलं होतं. अचलपूर-धरणगाव रोडवर कलशट्टीचा सहा फुटी कटआऊट उभा केला होता. कट आऊटवर बलशेटवार, उस्मान, सावळ्या, रघू, भावड्या, आगलावे आणि पिंट्याची नावे टाकली होती. रात्री कलशट्टीचा वाढदिवस साजरा होणार होता. त्यानिमित्ताने वस्तीला गोड जेवण देण्यात येणार होते. रात्री गोंधळाचा कार्यक्रम ठरवला होता. सगळ्या वस्तीत धावपळ सुरू होती.

''लोक गुन्हेगारांना डोक्यावर घेऊन नाचतात. गुन्हेगारांना त्यांची जागा दाखवली पाहिजे.''

''कलशट्टीला ग्रामपंचायतीच्या निवडणुकीला उभं राहायचं असेल. त्याची त्याने

तयारी चालवली आहे. ह्यावेळी गरिबी हटाओ झोपडपट्टीचा नवा वॉर्ड झाला आहे.''

''लोकांनी गुन्हेगारांना निवडून दिलं, तर आपल्या लोकशाहीचं अध:पतन होईल.''

''कायद्यानेच गुन्हेगारांना निवडणूक लढवण्याचे बंधन घातले पाहिजे. आपली जनता निरक्षर आहे. त्यांचं लोकशिक्षण झालेलं नाही.''

''कायदा करणाऱ्यांमध्येच गुन्हेगार असतील तर हे कसं होईल?''

सिद्धार्थ पगारे, काशिनाथ पोळके, सय्यद आणि विश्वनाथ कुलकर्णी कलशट्टीच्या वाढदिवसाची धामधूम पाहून आपली प्रतिक्रिया व्यक्त करत होते. कलशट्टीची गुन्हेगारी पार्श्वभूमी विसरून लोक त्याच्या मागे धावत आहेत. लोकांची स्मरणशक्ती खूप कमी असते. वस्तीतल्या प्रत्येक घरातून कलशट्टीला भेटवस्तू देण्यासाठी स्पर्धा सुरू झाली होती.

''मुळापासून पोखरलेल्या कायदा आणि सुव्यवस्थेत गुंडांचा उदय होतो. पोलीस यंत्रणेतला भ्रष्टाचार आणि न्यायालयातील प्रलंबित खटले ह्यावर गुंड पोसले जातात. गुन्हेगारी नष्ट झाली तर कायद्यांना अर्थ उरणार नाही. पोलीस चौक्या ओस पडतील.'' विश्वनाथ कुलकर्णी सुन्न होऊन विचार करत होते.

संध्याकाळ होताच घराघरांतून लोक बाहेर पडू लागले होते. लोकांचे थवे पाहून कलशट्टीला आनंद झाला होता. 'लोक आपल्याला मानतात' ह्या भावनेने कलशट्टीचा चेहरा उजळला होता. ध्वनिप्रक्षेपकावरून सूचना दिल्या जात होत्या. ''थोड्याच वेळात कार्यक्रम सुरू होईल. गरिबी हटाओ झोपडपट्टीतल्या तमाम रहिवाशांनी ह्या कार्यक्रमाला उपस्थित राहावे. कार्यक्रमानंतर भोजनाचा कार्यक्रम होईल. त्यानंतर गोंधळ आहे. तरी सर्वांनी येऊन भाईंच्या वाढदिवसाची शोभा वाढवावी.'' उस्मान आपल्या खड्या आवाजात सूचना देत होता.

वाढदिवसाच्या कार्यक्रमासाठी व्यासपीठ उभारले होते. व्यासपीठावर सुशोभित खुर्च्या ठेवल्या होत्या. भाई अनंत कलशट्टीच्या पन्नासाव्या वाढदिवसाचे बॅनर व्यासपीठावर लावले होते. व्यासपीठाची सजावट केली होती. आजूबाजूला विद्युत रोषणाई केली होती. रांगोळ्या काढल्या होत्या. वस्तीतल्या स्त्रिया सजून-धजून कार्यक्रमाला येत होत्या.

''मी दीडशे लोक आणलेत. मोजून घ्या. भाईला कळालं पाहिजे. हे पुढे बसलेले सगळे लोक माझे आहेत.'' सुरेखा माने.

''फार चमकायला लागलीस तू.'' पिंकी.

''तुला काय निवडणुकीचं तिकीट मिळणार आहे का?'' मैना.

''भाईनं मला मदत केली आहे. आज मी जे काय आहे ते भाईमुळेच. आपण

भाईच्या वाढदिवसासाठी राबलं पाहिजे.'' सुरेखा माने.

''तुझं वासरू कुठं आहे?'' पिंकी.

''तुला नेहमी चेष्टाच सुचते का गं?'' सुरेखा माने.

''लोक जमले का? लोकांना या म्हणून सूचना द्या. त्यांना घराबाहेर काढा. कार्यक्रमाला उशीर होतोय.'' बलशेटवार बंटी आणि पिंट्याला सूचना देत होता. फोटोग्राफर आणि व्हिडीओ शूटिंग करणारे गर्दीत रेंगाळत होते. बँड पथक गणवेषात सज्ज होते. ऊसतोड करणारे मजूरही कार्यक्रमाला आले होते. लहान मुले खोड्या करत होती. स्त्रिया लहान मुलांवर रागावत होत्या. सर्वजण कलशट्टीची आतुरतेने वाट पाहत होते.

कलशट्टी आणि बलशेटवार आपल्या साथीदारांसह व्यासपीठावर आले होते. गर्दीतून शिट्ट्या आणि आरोळ्यांचा वर्षाव झाला होता. टाळ्यांच्या गजरात त्यांचं स्वागत झालं होतं. कलशट्टीचे आगमन होताच फटाक्यांची आतषबाजी झाली होती. ''अरे झोपड्या पेटतील. फटाके दूर उडवा.'' कोणी तरी वडीलधारी माणूस फटाके उडवणाऱ्यांवर खेकसलं होतं. कलशट्टीने गर्दीला राजकीय पुढाऱ्यांप्रमाणे अभिवादन केले होते. बलशेटवारने कलशट्टीला फेटा बांधला होता. आगलावेनी गुलाबाच्या फुलांचा मोठा हार घातला होता. जॉबरची बायको कल्पनाने त्याला ओवाळले होते. वस्तीतल्या अनेक बायका कलशट्टीला ओवाळण्यासाठी पुढे सरसावल्या होत्या.

कलशट्टीने केक कापला होता. लोकांनी टाळ्या वाजवल्या होत्या. रघूने हवेत फुगे सोडले होते. बँड वाजू लागला होता. पिंट्याने फटाके उडवले होते. ''हॅपी बर्थ डे टु यू भाईऽ'' उस्मानने उत्साहाने ओरडलं होतं. लोक बँडच्या तालावर नाचू लागले होते. आगलावे सर्वांना केक वाटत होता. फोटोग्राफर फोटो काढत होते. व्हिडीओ शूटिंग होत होते. उस्मान माईकवरून भेटी आणलेल्यांची नावे वाचून दाखवत होता. कलशट्टीला हस्तांदोलन करण्यासाठी लोकांची झुंबड उडाली होती.

कलशट्टीने आपल्या वाढदिवसाप्रीत्यर्थ वस्तीतल्या स्त्रियांना साडीवाटप करण्याचे ठरविले होते. साडीवाटपाचा कार्यक्रम आगलावेवर सोपवला होता. आगलावे सुरेखा मानेच्या मदतीने स्त्रियांना साड्या वाटत होता. स्त्रियांची लांब रांग लागली होती. ह्या रांगेत ऊसतोडणी करणाऱ्या मजूर स्त्रियाही उभ्या होत्या. कलशट्टीला शुभेच्छा देणाऱ्यांची गर्दी झाली होती. वस्तीतले तरुण ढोल-ताशाच्या आवाजात मद्यधुंद होऊन नाचत होते. कार्यक्रमाचे व्हिडिओ शूटिंग चालू होते.

साड्यांचा ढीग संपत आल्याने रांगेतल्या स्त्रियांनी साड्या मिळविण्यासाठी गडबड सुरू केली होती. त्यामुळे स्त्रियांची रांग मोडली होती आणि धक्काबुक्की सुरू झाली होती. अचानक गोंधळ सुरू झाल्यामुळे साड्यावाटपाचा कार्यक्रम

आटोपता घेतला होता. काही स्त्रिया झोंबाझोंबी झाल्याने खाली कोसळल्या होत्या. त्यामुळे चेंगराचेंगरी झाली होती. जॉबरची बायको कल्पना मूर्च्छित होऊन पडली होती. काही स्त्रियांना मुका मार लागल्याने त्या आक्रोश करत होत्या. सुरेखा माने त्यांना शांत करत होती. 'शुभ दिवस आहे. चांडाळणींनो बोंबलू नका. तोंड बंद करा. वाढदिवस सुरू आहे.'

आगलावेनी रिक्षा आणल्या होत्या. स्त्रियांच्या रडण्या ओरडण्याकडं कलशट्टीचं लक्ष नव्हतं. तो शुभेच्छा देणाऱ्यांच्या गराड्यात आडकला होता. ढोल-ताशाच्या आवाजात वस्तीतले तरुण बेधुंद नाचत होते. जखमी स्त्रियांना घेऊन रिक्षा बाहेर पडल्या होत्या.

कलशट्टीच्या वाढदिवसाला एकही दलित आला नव्हता. 'तात्या कांबळेच्या खुन्याचे मीठ आम्ही खाणार नाही.' असा निरोप त्यांनी पाठवला होता. त्यामुळे कलशट्टीच्या वाढदिवसाच्या कार्यक्रमाला गालबोट लागले होते.

जेवणानंतर गोंधळाचा कार्यक्रम होणार होता. गोंधळ घालण्यासाठी वाघ्या, मुरळ्या आणि काही हिजडे आले होते. मुरळ्यांनी गर्दीचं लक्ष वेधून घेतलं होतं.

□ □ □

वहिदा गुप्तरोगाने पछाडली होती. गुप्तरोग पुन:पुन्हा डोके वर काढत होता. तिचे शरीर सडले होते तसे मनही सडले होते. ती संसाराला विटली होती. उस्मान तिच्या रडण्या-रुसण्याकडं लक्ष देत नव्हता. पिंकीने त्याला वेड लावले होते. उस्मान वहिदापासून निखळला होता. उस्मान पिंकीच्या आयुष्यात विहार करत होता, तर वहिदाच्या आयुष्यात प्रेतासारखा तरंगत होता.

उस्मान आणि वहिदामध्ये प्रचंड भांडण झालं होतं. उस्मानने तिला कायमचे घराबाहेर हाकलले होते.

वहिदा झहिराच्या घरी गेली होती. तिच्याकडून गाडी खर्चासाठी पैसे घेतले होते. ती आपल्या माहेरी गेली होती. उस्मानने रात्री पिंकीला आपल्या घरी आणून ठेवले होते. झहिराने वहिदाला गाडी खर्च दिला होता म्हणून उस्मान तिच्यावर चिडून होता. तो झहिराचा द्वेष करू लागला होता.

□ □ □

सावळ्या आणि आगलावे सकाळीच रंगाची बादली घेऊन आले होते. कलशट्टी अजूनही अंथरुणातच होता. आगलावेंनी त्याला झोपेतच रंगवून टाकलं

होतं. कलशट्टी शिव्या देत जागा झाला होता. त्यानंतर त्यांच्यात अंगमस्ती सुरू झाली होती. कलशट्टीनेही त्या दोघांना रंगाने भिजवले होते. ते तिघे रंगात रंगले होते. वस्तीत रंगपंचमी साजरी होत होती. लहान-थोर रंगात बुडाले होते. बंटीच्या तोंडाला काळे फासले होते. त्याचे दात आणि डोळे तेवढे पांढरे दिसत होते. सुरेखा मानेच्या तोंडाला हिरवा रंग फासला होता. ती चेटकिणीसारखी दिसत होती. मानवी चेहऱ्याला हास्यास्पद करून पाहण्याचा हा सण होता. मानवी चेहरे बीभत्स, अश्लील, विकृत, घाणेरडे, चित्रविचित्र, भेसूर, भग्न आणि भडक दिसत होते. रंगपंचमीमुळे मानवी चेहऱ्याचं विचित्रपण नजरेत भरत होतं. झहिराच्या तोंडाला गुलाबी रंग फासला होता. तिला तो रंग उठून दिसत होता. बलशेटवारच्या चेहऱ्याला शेंदूर फासले होते. त्याच्याकडं पाहून हसू येत होते आणि भीतीही वाटत होती. नानाच्या पांढऱ्या केसांना रंगवलं होतं. पिंकी तर सगळ्यांवर रंग टाकत फिरत होती. ती अनेक रंगांनी रंगली होती.

रस्त्यांवरही रंग सांडला होता. रंग टाकण्यासाठी रस्त्यांवर धावपळ सुरू झाली होती. कोणाच्या हातात रंगाच्या पिचकाऱ्या होत्या. कोणाच्या हाती बादल्या, तर कोणाच्या हातात रंग होता. रघूच्या चेहऱ्याला वारनेस लावला होता. कलशट्टीच्या घरापुढं रंगाचा चिखल झाला होता. सावळ्या आणि बंटी रोडवरील ट्रक अडवून ड्रायव्हरवर रंग टाकत होते आणि त्यांच्याकडून खुशी वसूल करत होते. रंग टाकण्यावरून भांडणं होत होती. वाद होत होता. 'आज रंग पंचीम आहे' म्हणून रंग टाकला जात होता. लोक रंग खेळत होते. अनेकजण दारू आणि रंगांमध्ये रंगले होते.

कलशट्टी रंग घेऊन महादेव मंदिरात आला होता. त्याला स्वामी राघवेंद्रांवर रंग टाकायचा होता. मंदिरात शांतता होती. मंदिराच्या प्रांगणातही रंग खेळलेला दिसत होता. मंदिराबाहेरील दुकानं रंगपंचमी असल्यामुळे बंद होती. जणू आज मंदिराला कार्यालयीन सुटी असावी असे भासत होते. कलशट्टी स्वामी निवासाच्या पायऱ्या चढून वर गेला. स्वामी राघवेंद्र वर्तमानपत्र वाचत होते. तिपईवर गुलालाने भरलेले ताट ठेवले होते. कलशट्टीने स्वामी राघवेंद्रांचे दर्शन घेतले. स्वामी राघवेंद्रांनी नेहमीच्या शैलीत आशीर्वाद दिला.

"रंग आणलाय." कलशट्टीने भावुकपणे म्हटले. "बरं बरं." स्वामी राघवेंद्र हसून बोलले. परमेश्वरावर फुलं उधळावीत तसं कलशट्टीनं स्वामी राघवेंद्रांवर चिमुटभर रंग उधळला. स्वामी राघवेंद्रांनी आपल्या पात्रातील गुलाल कलशट्टीच्या गालाला लावला. कलशट्टी पुलकित झाला.

हेमा पंडितही दर्शनासाठी पोहोचल्या होत्या. हेमा पंडित आल्यामुळे कलशट्टी नाराज झाला होता. त्याला घासात खडा लागावा तसे वाटले होते. हेमा पंडितनी

स्वामी राघवेंद्रांचे दर्शन घेतले होते. त्यांनी तिच्याही गालाला गुलाल लावला होता. ती मनमोकळी हसली होती.

''आपल्याला असं सुंदर हसता येत नाही. आपण गाढवासारखे ओरडतो.'' कलशट्टी स्वत:वरच नाखुष झाला होता.

स्वामी राघवेंद्र कलशट्टीला बोलत होते. ''तुमच्या वस्तीची लोकसंख्या किती आहे माहीत आहे का? लोकसंख्या जाणून घेणं महत्त्वाचं. एखादेवेळी भगवद्‌गीता वाचली नाही तरी चालेल. खानेसुमारी वाचली पाहिजे. तुमच्या वस्तीची फेरगणना झाली आहे. तुमच्या वस्तीचा नवा वॉर्ड झाला आहे. ह्या वॉर्डात तेराशे मतदान आहे. आकडे काय सांगतात? हेमाताई, मुस्लिमांची लोकसंख्या वाढली आहे. दलित-मुस्लिम एकत्र आले तर हिंदू अल्पसंख्य होतात. दलित-मुस्लिम एकत्र येता कामा नयेत. असं झालं तर आपली अखंडता धोक्यात येईल. मुसलमान आपला एक नंबरचा शत्रू आहे. दलित आपल्या धर्मातील आहेत. त्यांना आपल्याकडे वळवलं पाहिजे. जोवर सवर्ण आणि दलित एकत्र आहेत, तोवर मुस्लिम अल्पसंख्य आहेत. तुमच्या वस्तीचे हे चित्र आहे. निवडणुका जवळ आल्या आहेत. आपली ए क्लास ग्रामपंचायत आहे. ती आपल्या हातातच राहिली पाहिजे.'' स्वामी राघवेंद्र गंभीरपणे राजकीय विश्लेषण करत होते. कलशट्टी नंदी-बैलासारखा मान हलवत होता.

स्वामी राघवेंद्र जणू त्यांची शिकवणीच घेत होते. ते म्हणत होते, ''मंदिरामुळे हिंदूंची एकगठ्ठा मते मिळतात. मुस्लिमांची मिळत नाहीत. ते मंदिरविरोधी असतात. त्यांना धमकावलं पाहिजे. त्यांना सतत देशद्रोही ठरवलं पाहिजे. त्यांना देशाच्या फाळणीची आठवण करून दिली पाहिजे. त्यांचा संशय घेतला पाहिजे. त्यांच्या मनात असुरक्षिततेची आणि अल्पसंख्य असल्याची भावना निर्माण केली पाहिजे. त्यांच्या मतांची काळजी करण्याचे काहीच कारण नाही कारण ते कधीच आपल्याला मत देत नाहीत. उलट मुसलमानांविरुद्ध आक्रमकपणे बोलले की हिंदूंची फुटणारी मते फुटत नाहीत. आपल्याला निवडणूक डोळ्यांपुढे ठेवून काम करावे लागेल. मी महाआरतीदेखील पक्षाचं काम समजून करतोय. लक्षात घ्या. कलशट्टी, तू आता ये. मला ताईबरोबर काही गोपनीय बोलायचं आहे.'' स्वामी राघवेंद्रांनी कलशट्टीला जवळजवळ हुसकावूनच लावलं होतं.

हिंदू, मुस्लिम आणि दलित असा जप करत कलशट्टी वस्तीकडं निघाला होता. आपण तात्या कांबळेचा खून केला नसता तर आज गावात राहिलो असतो. निदान उपसरपंच तरी झालो असतो. कलशट्टीला गाव सोडताना वैषम्य वाटलं होतं. रस्त्यावर अजून रंग खेळला जात होता. 'एक घरकोंबडी गावची सरपंच झाली आहे. आपण मात्र झोपडपट्टीत पडलोय.' ही भावना कलशट्टीला अस्वस्थ करत होती.

घर चालवणारी स्त्री आज गाव चालवत आहे. गावाचं चारित्र्यच बदललं आहे. लोकांची मानसिकता बदलली आहे. रस्त्याचं डांबरीकरण झालं आहे. शासकीय कार्यालयं सुरू झाली आहेत. नव्या इमारती उभ्या राहिल्या आहेत. हॉटेल आणि घरगुती खानावळींची संख्या वाढली आहे. गावातील भाडेकरूंची संख्या वाढली आहे. अचलपूरला सिटी बस येऊ लागली आहे. लोक शहरी जीवनाचं अनुकरण करत आहेत. घरोघर टी. व्ही. दिसत आहेत. रिक्षा, दुचाकी, चारचाकी वाहनांची वर्दळ वाढली आहे. गावात बाजारपेठ सुरू झाली आहे. अचलपूरची झपाट्याने वाढ होत होती.

अचलपूरमधला हुतात्मा जगन्नाथ पंडित पथ सुशोभित दिसत होता. ह्या रस्त्यावर दुभाजक बसवला होता. रोड लाईटची रांग उभी होती. चौकात शिवाजीमहाराजांचा अर्ध पुतळा होता. ह्या रस्त्यावर वर्दळ होती, तर तात्या कांबळे रोडवर खड्डे पडले होते. ह्या रस्त्याची दुर्दशा झालेली होती.

अचलपूर-धरणगाव रोडवर लोकांची वस्ती वाढली होती. ह्या भागाला भावही आला होता. ह्या रोडवर मदर टेरेसा हायस्कूल, डॉ. बाबासाहेब आंबेडकर कॉलेज, सूत गिरणी, कारखाना आणि गणेश मंदिर होते. हा रस्ता शहराला जोडणारा होता. वस्तीची वाढ ह्या रस्त्यावर अधिक होती. परंतु ह्या रोडवर रोड लाईट नव्हते. ह्या रस्त्यावर खड्डे पडले होते. रोडवर लाईट नसल्याने रात्री ह्या भागात अवैध धंदे वाढले होते. अंधाराचा फायदा घेऊन वाटमारी होऊ लागली होती. गेल्या वर्षात ह्या रोडवर दोन बलात्कार झाले होते आणि तीन मोठे अपघात झाले होते. महाविद्यालयात शिकणारे विद्यार्थी, सूत गिरणी आणि कारखान्यातील कामगार ह्यांची सोय व्हावी म्हणून सतत ओरड होत होती.

निवडणुका जवळ आल्यामुळे ह्या रोडचे काम सुरू झाले होते. रस्ता रुंदीकरण, रस्ता डांबरीकरण, वृक्षारोपण आणि रोड लाईटची सोय करण्यात येत होती.

कलशट्टीला ओव्हर टेक करून पोलीस व्हॅन गेली होती. कलशट्टी उगीच दचकला होता. पोलीस व्हॅन कॉर्नरवर थांबली होती. रोडवर पोलिसांची धावपळ दिसत होती. कलशट्टीने रस्ता बदलला होता. तो शिंदीच्या बनात घुसला होता. वस्तीतला गोंधळ ऐकू येत होता. कलशट्टी कच्च्या रस्त्याने आपल्या घराकडे गेला होता. लोकांची धावपळ सुरू होती. मुस्लिम मोहल्ल्यात झोपडी पेटली होती. आकाशात धुराचा लोट पसरला होता.

बंटी आणि रघू उस्मानच्या घरी गेले होते. त्यांना उस्मानवर रंग टाकायचा होता. उस्मान घरी नव्हता. बंटीने मुस्लिम मोहल्ल्यातून परतताना एका मुस्लिम मुलीवर रंग टाकला होता. त्यामुळे मुस्लिम भडकले होते. हिंदू-मुस्लिमांनी रक्ताची रंगपंचमी खेळली होती. रंगाने माखलेले वेडेविद्रे चेहरे, नशेमुळे बेडर झालेली

भाषा, रंग खेळण्याच्या निमित्ताने झालेली गर्दी, मुस्लिम द्वेषाने पछाडलेली मने, मुसलमानांची धर्मवेडी आक्रमकता ह्यामुळे वस्तीत दंगल पेटली होती.

अशरफच्या जळालेल्या झोपडीभोवती मुसलमान जमा झाले होते. ते अशरफला धीर देत होते. अशरफची बायको आक्रोश करीत होती. जॉबरचा मुलगा प्रशांतला भोसकल्यामुळे दवाखान्यात नेले होते. हिंदू जॉबरच्या घराजवळ जमले होते. जॉबरच्या घरातही आक्रोश होत होता.

पोलिसांनी पंधरा मुस्लिम दंगेखोरांना ताब्यात घेतले होते. तेरा हिंदूंनाही अटक झाली होती. वस्तीतले जनजीवन विस्कळीत झाले होते.

धरणगावमध्येही रंग टाकण्यावरून कुरबुर झाली होती आणि दोन गटांत तुफान हाणामारी झाली होती. एकाची तलवारीने बोटे छाटली होती. हे भांडण हिंदूंच्या दोन गटांत झाले होते. पूर्ववैमनस्यातून ही मारामारी झाली होती.

□ □ □

वर्तमानपत्रातल्या पहिल्या पानावर सदानंद कांबळेचा फोटो छापला होता. वर्तमानपत्रांवर लोकांनी उड्या टाकल्या होत्या. काहीजणांनी धरणगावला जाऊन वर्तमानपत्र विकत आणलं होतं. सर्वांच्या तोंडी सदानंद कांबळेंचाच विषय होता. सदानंद कांबळेंचा रडवेला आणि हताश चेहरा वर्तमानपत्रांच्या फ्रंटपेजवर झळकला होता. 'मी पक्षासाठी निधी घेतला'- अशी हेडलाईन छापली होती. अनेक वृत्तवाहिन्यांनी सदानंद कांबळेंना नोटा स्वीकारताना खुले आम दाखवलं होतं. सदानंद कांबळे स्टींग ऑपरेशनमध्ये अडकले होते. सदानंद कांबळेंना नोटांचे बंडल देणे, ते गुप्त कॅमेऱ्याने टिपणे आणि ही सी. डी. वृत्तवाहिन्यांना पुरवण्याचे काम पद्धतशीरपणे पार पडले होते. सदानंद कांबळे होत्याचे नव्हते झाले होते. त्यांना तोंड दाखवायला जागा शिल्लक राहिली नव्हती.

''गाढवाला अंगावर घेतलं की लाथाच मारणार. आता भोगा फळं. त्याची योग्यता नसताना त्याला अध्यक्ष केलं. ही माणसं भ्रष्ट असतात. त्यांच्याकडे गुणवत्ता नसते. संधी मिळाली तरी त्याचं सोनं करत नाहीत. उलट विश्वासघात करतात. त्यांना दूरच ठेवलं पाहिजे.'' माणिकचंद उद्वेगानं बोलत होता.

''सदानंद कांबळेला अध्यक्ष केलं. त्याचा पक्षाला काय फायदा झाला? उलट पक्षाची हानी झाली. दलिताला जवळ केल्यामुळे निष्ठावान कार्यकर्ते दुखावले. ते पक्षापासून दूर गेले. काहींनी पक्ष सोडला.'' गोपीचंद माणिकचंदच्या मताची पुष्टी करत होता.

"ह्या लोकांना अधिकार मिळाले की त्याचा गैरवापर करतात. त्यांना कमावण्याची घाई होते. पक्षाच्या नावाने त्याने आपले उखळ पांढरे करून घेतले आहे. पक्षाला त्याच्या जातीचा फायदा झाला नाही. उलट पक्ष बदनाम झाला." माणिकचंद पुन्हा एकदा ठासून बोलत होता. "झालं ते बरं झालं. पीडा गेली. नाही तर आणखी किती दिवस आपल्या बोडक्यावर अध्यक्ष म्हणून बसला असता कोण जाणे!

ग्रामपंचायत निवडणुका ऐन तोंडावर आल्या असताना हे प्रकरण घडलं. निवडणूक प्रचारात विरोधकांना आयते कोलित मिळाले. ह्याचा पक्षाला फटका बसेल." स्वामी राघवेंद्र खूप उशिराने सावधपणे बोलले होते.

"एखाद्या दलिताला मोठे पद देताना त्याची सगळ्या बाजूंनी तपासणी झाली पाहिजे. केवळ सामाजिक न्याय ही एक बाजू लक्षात घेऊन चालणार नाही." हेमा पंडितनेही आपले मत व्यक्त केले होते.

माणिकचंदने ही अनौपचारिक बैठक बोलावली होती. ह्या बैठकीचे सदानंद कांबळेला निमंत्रण नव्हते. सदानंद कांबळेच्या अनुपस्थितीत कारखान्याच्या गेस्ट हाऊसवर ही बैठक चालली होती. "अचलपूर परिसरात अनेक राजकीय पुढाऱ्यांनी बेनामी संपत्ती केली आहे. ह्या परिसरात नवीन उद्योग सुरू होत आहेत. त्यामुळे ग्रामपंचायतीचे उत्पन्न वाढणार आहे. राज्यात काँग्रेस आणि रिपब्लिकन युतीची सत्ता आहे. त्यामुळे सत्तेचा फायदा काँग्रेसला मिळू शकतो. वर ज्या पक्षाची सत्ता आहे, त्याच पक्षाची सत्ता खालीही असेल, तर विकासाची कामे लवकर होतात. त्यामुळे लोकमताचा कौल बदलू शकतो. नकारात्मक मतदान झाले तर ग्रामपंचायत काँग्रेसच्या हाती जाईल. आपल्या अनेक कार्यकर्त्यांनी काँग्रेसमध्ये प्रवेश केला आहे. सत्ताधारी पक्ष सत्तेचा गैरवापर करू शकतो. आपण आतापासूनच कामाला लागले पाहिजे."माणिकचंद अधिकारवाणीनं आपलं मत मांडत होता. शिवाई सहकारी साखर कारखाना अचलपूर ग्रामपंचायतीच्या हद्दीत येत असल्याने माणिकचंद आणि गोपीचंदनी ह्या निवडणुकीवर लक्ष केंद्रित केलं होतं.

"सदानंद कांबळेची चांगली जिरली. हिंदुत्ववाद्यांच्या मागे लागला होता. त्यांनी त्याची जागा दाखवून दिली."

"हिंदुत्ववादी दलितांना वापरून घेतात, हे आपल्याला कळलं पाहिजे. आपण त्यांच्या दावणीचे बैल होतो. ते आपल्याला चारा टाकतात. आपण त्यांचं मुसरं खाण्यात स्वत:ला धन्य मानतो. सदानंद कांबळेला त्यांनी बदनाम केलं आहे. सगळ्या दलितांना बदनाम करण्याचा हा कुटिल डाव आहे. दलितांना आपल्या पक्षात ते सतत दाबून ठेवतात. एखादा पुढं जात असेल, तर त्याचे कायमचेच पंख छाटतात."

"हिंदुत्ववाद्यांच्या नादी लागले, तर त्याचा काय शेवट होतो त्याचे हे उदाहरण

आहे. सदानंद कांबळेला दलितांविरुद्ध वापरलं. आता त्यालाही संपवून टाकलं. 'ना घर का ना घाटका' अशी त्याची स्थिती झाली आहे. आपल्या लोकांना कळत नाही. चारा मिळेल तिकडे पळतात.''

''सदानंद कांबळेला पक्षाच्या अध्यक्षपदावरून हटवण्यासाठी त्याला जाळ्यात अडकावलं आहे.'' अशी चर्चा दलितांमध्ये होत होती. ''हिंदुत्ववाद्यांनी धाडस करून एका दलिताला अध्यक्षपद दिले; पण त्याच्यामुळे पक्षाची अप्रतिष्ठा झाली. पक्षाने भविष्यात अशा लोकांना सत्तास्थानांपासून दूर ठेवलं पाहिजे.'' अशी चर्चा सवर्णांमध्ये सुरू झाली होती.

''हिंदुत्ववादी दलितांना वापरतात आणि बदनाम करून सोडतात. अशा बदनाम दलिताला आयुष्यात दुसरे काहीच करता येत नाही. ही हिंदुत्ववाद्यांची कूट नीती असते.'' अशी चर्चा दलित कार्यकर्त्यांमध्ये सुरू झाली होती. वर्तमानपत्रांमध्येही ह्या चर्चेचे पडसाद उमटले होते.

सदानंद कांबळे गेले अनेक दिवस पत्रकारांना टाळत होते. वर्तमानपत्रातली उलटसुलट चर्चा वाचून त्यांनी पत्रकार विलास थोरातला आपल्या घरी बोलावून घेतले होते. सदानंद कांबळेंच्या विरुद्ध वातावरण पेटले होते. 'सदानंद कांबळेंनी बेहिशेबी मालमत्ता जमवली आहे. उत्पन्नापेक्षा अधिक संपत्ती त्याच्याकडे आहे. त्याच्या संपत्तीची सी.बी.आय. कडून चौकशी झाली पाहिजे.' अशी मागणी जोर धरत होती. त्यामुळे सदानंद कांबळे भुईसपाट झाले होते. ते विलास थोरातपुढे आपली बाजू मांडत होते. ''मी लाच घेतली नाही की भ्रष्टाचार केला नाही. पक्षासाठी अनेकजण मदतनिधी स्वीकारतात, पक्षाच्या अकांऊटला हे पैसे जमा होतात. त्याचे ऑडिटही होते. ह्यात गैर काही नाही. सर्वच पक्षांना आर्थिक मदत मिळत असते. पक्षाच्या खर्चासाठी मदत मिळवावी लागते. मी पक्षकार्यासाठी पैसे घेतले आहेत.'' सदानंद कांबळे आपली बाजू मांडत होते. विलास थोरातला एक सनसनाटी मुलाखत मिळत होती म्हणून तो उत्तेजित झाला होता. त्याने आपल्या सोबत प्रेस फोटोग्राफर आणला होता.

''मी पक्षाच्या अध्यक्षपदाचा राजीनामा दिला आहे. ह्यापुढे मी पक्षाचा सामान्य कार्यकर्ता म्हणूनच काम करत राहीन. माझ्यासारख्या दलिताला पक्षाने अध्यक्ष-पदाची संधी दिली त्याबद्दल मी पक्षाचा आभारी आहे.''

''माझ्यासारख्या कार्यकर्त्याला म्हणजे?''

''एका सामान्य कार्यकर्त्याला.''

''दलित म्हणून तुम्हाला वेगळं पाडलं आहे. पक्षात तुमची बाजू कोणी घेत नाही. तुम्ही संघटनेत नको होता असा त्याचा अर्थ होत नाही का?''

''तुम्ही तसा अर्थ काढा. मला तसं म्हणायचं नाही.''

"तुम्हाला बळीचा बकरा बनवलं आहे असं वाटत नाही का?"

"प्रत्येक पक्षात गट असतात. त्या गटांची सत्ता स्पर्धा असते. पक्षांतर्गत राजकारण असते. राजकारणात हे चालायचंच."

"तुम्हाला बळीचा बकरा बनवलं आहे की नाही?"

"कधी कधी वाटतं, माझी काही चूक नसताना मला राजीनामा द्यावा लागला. माझे बँकेत खाते बघा. बँक बॅलन्स बघा. माझ्या संपत्तीची चौकशी करा. मी पक्षासाठी पैसे घेतले. ह्यात गैर काय आहे? हे सगळ्याच पक्षात चालते. राजकारणात अनेकजण आहेत. अनेकांनी सत्ता भोगली आहे. सगळ्यांच्या संपत्तीची चौकशी करणार का? मला बदनाम करण्याचा हा प्रयत्न आहे."

दुसऱ्या दिवशी वर्तमानपत्रात सदानंद कांबळेंची मुलाखत प्रकाशित झाली होती. 'मला बळीचा बकरा बनवला आहे' अशी हेडलाईन दिली होती.

सदानंद कांबळेंच्या मुलाखतीमुळे खळबळ माजली होती. सदानंद कांबळेंचे राजकीय भवितव्य धोक्यात आले होते. ते सार्वजनिक जीवनातून उठले होते. घरातून बाहेर पडणं त्यांना मुश्कील झालं होतं. कोणाचा फोन आला तरी त्यांची पत्नी 'ते घरात नाहीत, कोठे गेले माहीत नाही, कधी येणार ते सांगितलं नाही, मोबाईल घरीच विसरला आहे.' अशी उत्तरे देत होती. सदानंद कांबळेंमुळे पक्षाची प्रतिमा मलिन झाली होती. निवडणुकीच्या बोहल्यावर चढण्यास उत्सुक असलेल्या पक्ष कार्यकर्त्यांना त्यामुळे चपराक बसली होती. गोपीचंद आणि माणिकचंद मात्र अधिक वेगाने कामाला लागले होते. येणारी निवडणूक त्यांच्यासाठी प्रतिष्ठेची होती. त्यांनी सर्व शक्ती पणाला लावण्याचं ठरवलं होतं. त्यांची खलबतं सुरू झाली होती.

"तू पक्ष बदल. काँग्रेसमध्ये जा. आपण दोन्ही पक्षात असले पाहिजे. कोणताही पक्ष सत्तेवर येवो, सत्तेच्या चाव्या आपल्या घराण्याच्या हाती असल्या पाहिजे." माणिकचंद.

"लोक कसा विश्वास ठेवतील?" गोपीचंद.

"तू धमनिरपेक्षतेचा पुरस्कार कर. धर्मांध शक्तीवर टीका कर. माझ्यावर तीर चालव. मी तुला मुद्दे देतो. तूही लाईम लाईटमध्ये राहा. मीही. धर्मनिरपेक्ष ताकद बळकट करण्यासाठी मी घराण्याची साथ सोडली आहे. जातीयवादी शक्ती देशाचे तुकडे करायला निघाल्या आहेत, अशी तू लाईन घे. आपण विलास थोरातला बोलवू. तुझी मुलाखत छापू." माणिकचंद.

"काँग्रेसचे कार्यकर्ते मला स्वीकारतील?" गोपीचंद.

"हे बघ बाळा, निवडणुकीच्या काळात कार्यकर्त्यांची गर्दी जन्माला येत असते. ज्यांच्याकडे मलिदा आहे त्यांच्याकडे ही गर्दी जात असते. तू काळजी करू

नकोस. नाही तर ह्या कुठं विधान सभेच्या निवडणुका आहेत.'' माणिकचंद.

''आपल्याला एकमेकांविरुद्ध बोलावं लागेल.'' गोपीचंद.

''होय तू माझ्याविरुद्ध बोल म्हणजे माझे शत्रू तुला येऊन मिळतील. आपल्यामागे येणारे लोक आपले निष्ठावान असत नाहीत. त्यांनी कोणाविरुद्ध तरी राजकारण सुरू केलेलं असतं.'' माणिकचंद.

''ठीक आहे. आपण मोहीम उघडू.'' गोपीचंद.

''आपल्याला गरिबी हटाओ झोपडपट्टीपासून कामाला सुरुवात करावी लागेल. गेल्या अनेक दिवसांपासून कलशट्टीचा कटआऊट रोडवर लावला आहे. ही वस्ती कलशट्टीच्या ताब्यात गेली, तर आपल्याला डोकेदुखी होऊ शकते. आपण कलशट्टीचा प्रतिस्पर्धी शोधला पाहिजे.'' माणिकचंद.

''काशिनाथ पोळके हा तरुण चांगला आहे.'' गोपीचंद.

''कलशट्टी गुन्हेगार आहे. त्याचा प्रतिस्पर्धी हा गुन्हेगारच असला पाहिजे.'' माणिकचंद.

''मग बलशेटवारला घोड्यावर बसवावं लागेल.'' गोपीचंद.

गोपीचंद आणि माणिकचंद स्वप्नांच्या दुनियेत भराऱ्या मारत होते. त्यांच्या महत्त्वाकांक्षा उधळलेल्या घोड्यांसारख्या अनियंत्रित झाल्या होत्या. त्यांनी आपले फासे टाकणे सुरू केले होते. त्यांना कुठल्याही किमतीवर विजय हवा होता. त्यांनी आपल्या स्वार्थासाठी लोकशाहीचा खुळखुळा केला होता.

□ □ □

अंधार वाढल्यामुळे पाईप लाईनजवळ जमलेले म्हातारे घराकडे निघाले होते. कामावर गेलेली माणसं आपापल्या घराकडे परतत होती. घराघरांत चुली पेटल्या होत्या. झोपड्या-झोपड्यांमधून धूर बाहेर पडत होता. कोणी भाकरी थापत होतं. कोणी अंडा आम्लेट करत होतं. कोणी फोडणी देत होतं. कोणाच्या घरातून बोंबील भाजल्याचा वास येत होता. कुठे आजारी मूल रडत होतं. कुठं नवऱ्याने मारल्यामुळे बायको रडत होती. कुठे रेडिओचा मोठा आवाज कानावर आदळत होता.

उस्मान पिंकीला रिक्षात घालून दवाखान्यात नेत होता. गेल्या काही दिवसांपासून पिंकीने अंथरूण धरले होते. रिंकीचे वडीलही गंभीर आजारी होते. मैनाचा लहान मुलगा गेले अनेक दिवस अंथरूण धरून होता. सूरजितचा न्हाणीत पडून पाय मोडला होता. आगलावेचा चुलता आज उद्यावर आला होता. सावळ्याच्या बायकोला दिवस गेले होते, तर हमीदच्या बायकोचा गर्भपात झाला होता. जॉबरची लहान मुलगी

शहाणी झाली होती. राजा शितोळेच्या बहिणीचे लग्न ठरले होते. बंटीच्या बहिणीची फारकत झाली होती. सुरेखा माने ह्या वयात गरोदर असल्याची अफवा पसरली होती. रात्री शिंदीच्या बनात पुन्हा मास्तरचे भूत एक दोघाला दिसल्याची चर्चा सुरू झाली होती.

कडूनिंबाच्या झाडावर बसून घुबड ओरडत होते. गेले दोन दिवस घुबड ओरडत होते. 'काही तरी वाईट ऐकायला मिळेल' सुरेखा माने घुबडाचं धुत्कारणं ऐकून चिंतित झाली होती. बंटीने घुबडाला मारण्यासाठी हातात दगड घेतला होता. सुरेखा मानेने त्याचा हात धरला होता. ''घुबडाला दगड मारू नकोस.'' बंटीने दगड खाली टाकला होता. घुबडाचे ओरडणे बंद झाले होते. सुरेखा माने बंटीला समजावत होती. ''घुबडाला दगड मारला तर घुबड पंखात दगड पकडून ठेवते. दररोज अंडी घोळावीत तसे ते दगड दररोज घोळते. घोळून घोळून दगड बारीक होऊ लागते. जसे दगड बारीक होते तसे दगड मारणाराही बारीक होतो. शेवटी दगड मारणारा मरतो तेव्हाच घुबड दगड खाली टाकून देते.'' सुरेखा मानेची कथा ऐकून बंटीने तिची खिल्ली उडवली होती.

वस्तीत हलगीच्या तालावर लेझीमचा खेळ सुरू झाला होता. वस्तीत हलगीचा आणि लेझीमचा आवाज ऐकू येत होता. मधूनच लेझीमचा हात बदलण्यासाठी मारलेली शिट्टी ऐकू येत होती. लेझीम नृत्य पाहण्यासाठी वस्तीतल्या लोकांनी गर्दी केली होती. अशीच गर्दी विजेच्या दिव्याच्या खांबावर किड्यांनीही केली होती.

□ □ □

दामोदर पोतदार ह्याने स्वामी राघवेंद्र ह्यांच्याविरुद्ध निवेदन लिहून ते धर्मादाय आयुक्त, पोलीस कमिशनर आणि मुख्यमंत्र्यांना पाठवले होते. त्याच्या निवेदनाची गेल्या पाच-सहा महिन्यांत कोणीच दखल घेतली नव्हती. त्यामुळे दामोदर पोतदार अस्वस्थ झाला होता. तो चिडखोर बनला होता. तो उद्धटपणे वागत होता. स्वामी राघवेंद्र दामोदर पोतदाराच्या अरेरावीला कंटाळले होते. त्यांनी त्याला मंदिरात यायला मनाई केली होती. त्यामुळे दामोदर पोतदार विचित्र वागत होता. त्याच्या आततायीपणाला सीमा राहिली नव्हती. त्याची आणि स्वामी राघवेंद्रांची सतत भांडणे होत होती आणि ही भांडणं मंदिर परिसरातल्या लोकांना रोज नवा विषय पुरवत होती.

एके दिवशी पोलीस चौकीतून दामोदर पोतदारला बोलावणे आले. त्यामुळे त्याची तळपायाची आग मस्तकाला गेली होती. ''मी तक्रार करूनही दखल घेतली जात नाही. माझ्या निवेदनाला कचऱ्याची टोपली दाखवली जातेय. पोलिसांनी राघवेंद्र गोडबोल्याला बोलवलं पाहिजे. उलट मलाच बोलवत आहेत.'' दामोदर पोतदार. तो स्वत:वर प्रचंड चिडला होता. दुपारच्या वेळी तो पोलीस चौकीत हजर झाला होता.

पोलीस निरीक्षक मराठे त्याला एकांतामध्ये घेऊन गोपनीयरीत्या बोलले. मराठे पी. आय. दामोदर पोतदारला समजावत होते; पण दामोदर पोतदारच्या डोक्यात प्रकाश पडत नव्हता. मराठे पी. आय. धारदार आवाजात त्याला पटवत होते. ''स्वामी राघवेंद्रांचं मोठं नाव आहे. त्यांचा अनुयायी वर्ग मोठा आहे. लोक त्यांना मानतात. अनेक व्हिआयपी त्यांचे शिष्य आहेत. त्यांचा कारभार आवडत नसेल तर मंदिराचे कार्य सोडून द्या. स्वामी राघवेंद्रांबरोबर भांडून काय उपयोग? तुम्ही केलेले आरोप गंभीर स्वरूपाचे आहेत. त्यांचे पुरावे दिले पाहिजेत. कोर्टात ते पुरावे टिकले पाहिजेत. कोर्टातील खटले वर्षानुवर्षे चालतात. तुम्ही ह्यामध्ये कशाला पडताय? तुम्ही उगीच जोखीम घेऊ नका. उद्या स्वामी राघवेंद्र तुमच्यावर आरोप करतील. आम्ही तुमची ही चौकशी करु. कायदा सर्वांना सारखा आहे. विचार करा. तुम्ही वरपर्यंत निवेदने दिली आहेत. ती चौकशीसाठी आमच्याकडे आली आहेत. तुम्ही तक्रार मागे घ्या. गैरसमजातून स्वामी राघवेंद्रविरुद्ध तक्रार केली असे लिहून द्या. प्रकरण फाईल करता येईल. बाहेर ह्याची वाच्यता करू नका. हा संवेदनशील विषय आहे. स्वामी राघवेंद्रांबरोबर हिंदू धर्माचीही बदनामी होईल. तुम्ही मन मोठे करा. विसरून जा. अन्यथा आम्हाला चौकशी सुरू करावी लागेल.'' मराठे पोलीस इन्स्पेक्टर दामोदर पोतदारला समजावून सांगत होते. त्यांनी त्याला कोल्ड्रींक पाजलं होतं.

दामोदर पोतदार दुर्मुखल्या चेहऱ्यानं चौकीबाहेर पडला होता. मोठ्या माणसाविरुद्ध तक्रार करणं किती अवघड असतं, ह्याचा प्रत्यय त्याला येत होता. कायद्यापुढं सर्वजण समान आहेत हे तत्त्व त्याला बेगडी वाटत होतं. सामान्य माणसासाठी वेगळा कायदा आहे आणि महत्त्वाच्या माणसांसाठी वेगळा कायदा आहे अशी त्याची भावना झाली होती. आपल्याविरुद्ध लागलेला निकाल ऐकून न्यायालयाच्या पायऱ्या उतराव्यात तसा तो पोलीस चौकीच्या पायऱ्या उतरत होता.

''गोडबोले हा पिंडीवरला विंचू आहे. खेटराने विंचू मारावा तर पिंडीला खेटर लागणार. पिंडीकडे पाहून गप्प बसावे तर विषारी विंचू डंख मारणार. पिंडीला खेटर लागला तरी हरकत नाही. विंचवाला खेटराने चिरडलेच पाहिजे.'' दामोदर पोतदार स्वत:शीच बडबडत मंदिराकडे निघाला होता. पुढून झाडूवाली द्रौपदी येत होती. आपली अस्पृश्य सावली दामोदर पोतदारवर पडू नये म्हणून ती रस्त्याच्या बाजूला झाली. तिने त्याला वाट दिली. तिच्या काखेत खराटा होता. चेहऱ्यावर लीनता होती. दामोदर पोतदार पुढं निघून गेल्यावर द्रौपदी पुन्हा रस्त्यावर चालू लागली होती.

दामोदर पोतदार हेमा पंडितचा द्वेष करत होता आणि स्वामी राघवेंद्र हेमा पंडितला अधिक जवळ करत होते. ह्यामुळे त्यांच्यात विघ्न निर्माण झाले होते. हेमा पंडित दामोदर पोतदारकडे दुर्लक्ष करत होती आणि स्वामी राघवेंद्रांचा अनुनय करत

होती, त्यामुळे दामोदर पोतदार चिडला होता. ही चीड खूप जुनी होती.

जगन्नाथ पंडित जेलमध्ये होता, तेव्हा हेमा पंडित तो निर्दोष सुटावा म्हणून रोज मंदिरात जात होती. हेमा पंडित नवरा जेलमध्ये गेल्यामुळे तणावात जगत होती. तात्या कांबळेच्या खुनाच्या आरोपाखाली अनेकजण तुरुंगात गेले होते. हेमा पंडित सकाळ-संध्याकाळ मंदिरात प्रार्थनेसाठी जात होती. दामोदर पोतदार तिच्याकडे आकृष्ट झाला होता. हेमा पंडित मंदिरात प्रदक्षिणा घालत असताना त्याने तिला मंदिराच्या मागे अडवले होते आणि मिठी मारली होती. हेमा पंडितने अत्यंत सभ्य आणि नम्रपणे त्याला नकार दिला होता. ''तुम्ही मला भावासमान आहात.'' म्हणून ती मंदिरातून गडबडीने बाहेर पडली होती. दामोदर पोतदारच्या डोळ्यांत पाणी आलं होतं. तो अपमानित झाला होता.

हेमा पंडित स्नान करीत होती. तिला तिच्या डाव्या स्तनात गाठ आढळली होती. ती गाठ अगदी लहान शेंगदाण्याएवढी होती. दुखत नव्हती. नवरा जेलमध्ये गेल्यामुळे तिची दुरावस्था झाली होती. तिची जीवनावरील श्रद्धाच नष्ट झाली होती. तिने त्या गाठीकडे दुर्लक्ष केले होते. पुढे ती लिंबाएवढी झाली होती. त्यामुळे तिने कर्करोग तज्ज्ञाची भेट घेतली होती. स्तनाची बायोप्सी केल्यानंतर स्तन कॅन्सरचे निदान झाले होते. हा रोग काखेतील लिंफनोडमध्ये पसरला होता. गाठ छोटी असताना निदान होऊन उपचार झाले असते, तर कर्करोग पूर्ण बरा झाला असता. तो आता लिंफनोडमध्ये पसरला असल्यामुळे केमोथेरपीची ट्रीटमेंट करावी लागणार होती. संपूर्ण स्तन काढण्याचे ऑपरेशन करावे लागणार होते. काखेतील लिंफनोड ग्रंथी काढाव्या लागणार होत्या. सुरुवातीच्या काळात सतर्क राहून ऑपरेशन केले असते, तर केमोथेरपी आणि रेडिएशन टाळता आले असते; पण ते आता शक्य नव्हते. हेमा पंडितकडे उपचारासाठी पैसे नव्हते, त्यामुळे स्वामी राघवेंद्रांनी तिला आर्थिक मदत केली होती. त्यांनी तिच्या उपचारासाठी एक लाख रुपये चेकने दिले होते. दामोदर पोतदारने ह्या चेकची झेरॉक्स प्रत आपल्याकडे ठेवली होती. दामोदर पोतदारने देवस्थानच्या उत्पन्नातून हेमा पंडितला मदत करायला आक्षेप घेतला होता. त्यामुळे स्वामी राघवेंद्रांनी तिच्याकडून मागची तारीख टाकून आर्थिक मदत मिळवण्यासाठीचा अर्ज लिहून घेतला होता. ह्यापूर्वी अशी आर्थिक मदत कोणालाच दिली नव्हती. हे इतक्यावरच थांबले नव्हते. हेमा पंडितच्या मुलीच्या शिक्षणासाठी, घरगुती अडचणीसाठी, घर बांधकामासाठी अधून-मधून वीस हजार, पस्तीस हजार, पासष्ट हजार अशा रकमेचे धनादेश दिले होते. दामोदर पोतदारने त्यालाही आक्षेप घेतला होता. स्वामी राघवेंद्रांनी दामोदर पोतदारच्या तक्रारीकडे पूर्ण दुर्लक्ष केले

होते. हेमा पंडितने स्वामी राघवेंद्रांचा कब्जा मिळवला होता; तर दामोदर पोतदारचे मंदिरातील अस्तित्व लयाला जात होते. स्वामी राघवेंद्रांनी महत्त्वाची कामे महादेव माळीवर सोपवली होती. त्यामुळे महादेव माळी स्वामी राघवेंद्रांच्या बाजूने बोलत होता. "स्वामी राघवेंद्रांचा हा अधिकार आहे. त्यांना दया आली म्हणून एखाद्याला आर्थिक मदत केली तर काही गैर नाही. कोणाला किती रक्कम द्यायची हा स्वामी राघवेंद्रांच्या इच्छेचा प्रश्न आहे. त्यांनीच हा पैसा जमवला आहे. तेच खर्च करणार. ह्या पैशावर त्यांचाच अधिकार आहे." असे महादेव माळी समर्थन करत होता.

हेमा पंडित आणि स्वामी राघवेंद्रांच्या संबंधांची चर्चा पूजा साहित्य विक्रेत्यांमध्येही होऊ लागली होती. दामोदर पोतदारही उघडपणे स्वामी राघवेंद्रांच्या विरोधात बोलू लागला होता. "राघवेंद्र गोडबोल्याला कसं वागावं हे कळत नाही. बाईच्या नादानं त्याची बुद्धी भ्रष्ट झाली आहे. अशामुळे मंदिराच्या महात्म्याला गालबोट लागेल. मंदिराचं उत्पन्न घटेल. मंदिरांवर अनेक कुटुंबांची उपजीविका अवलंबून आहे." दामोदर पोतदार रसपानगृह, हॉटेल, विविध स्टॉलवर जाऊन स्वामी राघवेंद्रांच्या लीला पसरवत होता.

मराठे पी. आय. आपल्या सहकाऱ्यांसमवेत मंदिरात आले होते. मंदिरात येताना त्यांनी गणवेश घातला नव्हता. त्यांनी पोलीस जीप मंदिरापासून लांब उभी केली होती. ते इतर भाविकांप्रमाणे मंदिराच्या रांगेत उभे होते. त्यांनी पूजेचं साहित्य खरेदी केलं होतं. मंदिर परिसरातल्या व्यावसायिकांच्या भुवया मात्र ताणल्या होत्या. त्यांना तपासाची चक्रे फिरू लागल्याचा संशय आला होता.

स्वामी राघवेंद्र मंदिरात नव्हते. कदाचित पोलिसांना अशीच वेळ हवी असावी. मराठे पी. आय. अत्यंत धूर्तपणे महादेव माळीशी चर्चा करत होते. "स्वामी राघवेंद्र असते तर त्यांचा आशीर्वाद मिळाला असता. त्यांचे जवळून दर्शन झाले असते. आज आमच्या नशिबी दर्शन सुख नाही." महादेव माळी पोलिसांना मंदिराची माहिती देत होता. तो गाईडचं काम करत होता. मराठे पी. आय. पोलिसी खाक्या दाखवत हवी ती माहिती मिळवत होते. ते स्वामी निवासाच्या पायऱ्या चढून वर गेले होते. त्यांनी महादेव माळीला स्वामी निवास उघडायला लावलं होतं. स्वामी निवासाचा अत्यंत आधुनिक आणि आलिशान थाट होता. मराठेंच्या डोळ्यांत चमक भरली होती. स्वामी राघवेंद्रांच्या सुखासीन जगण्याची झलक पोलिसांना दिसली होती. मराठे पी. आय. नी 'प्रवेश निषिद्ध' अशी पाटी लावलेली खोली उघडायला सांगितले होते. महादेव माळी घाबरला होता. "स्वामी राघवेंद्र माझ्यावर चिडतील. तिथं कोणालाच जाता येत नाही. तिथं प्रवेश निषिद्ध आहे." महादेव माळी पोलिसांना स्पष्टीकरण देत होता. पोलिसांचे समाधान होत नव्हते. मराठे पी. आय. आक्रमक झाले होते.

मराठे पी. आय. नी महादेव माळीच्या हातातील चाव्यांचा जुडगा ताब्यात घेतला होता. ''काय आहे ह्या खोलीत?'' मराठे पी.आय.नी महादेव माळीला त्याच्या भिण्याचं एक प्रकारे कारणच विचारलं होतं. महादेव माळीचा घसा कोरडा पडला होता. तो अपराध्यागत चेहरा मलूल करून बोलत होता. ''ह्या खोलीत दुर्मिळ हस्तलिखितं आहेत. पोथ्या आहेत. प्राचीन धर्मग्रंथांच्या प्रती आहेत. स्वामी राघवेंद्र ह्या खोलीत अनुष्ठानाला बसतात.'' महादेव माळी पोलिसांचं समाधान करत होता. मराठेंनी खोलीत प्रवेश केला होता. मराठेंना स्वामी राघवेंद्रांच्या अनुपस्थितीचा पुरेपूर लाभ घ्यायचा होता. मराठे पी. आय. हादरून गेले होते. त्या खोलीत नऊ फुटी वाघाचे अत्यंत नवीन कातडे अंथरले होते. वाघाच्या कातड्याला पाहून मराठे पी. आय. चा संताप वाढला होता. 'ह्या एकाच कारणावरून स्वामी राघवेंद्रांच्या हातात बेड्या ठोकता येतील.' मराठे पी.आय.नी खोलीत चौफेर नजर टाकली होती. खोलीत व्हिडीओ होता. डीव्हीडी प्लेअर होता. अनेक डीव्हीडी होत्या. खोलीत महादेवाची पिंड होती. मराठे पी. आय. सुन्न झाले होते. दामोदर पोतदाराच्या तक्रारीत ह्याचा साधा उल्लेखही नव्हता. कदाचित त्याला ह्या खोलीत येण्याची मनाई असावी.

''स्वामी ह्या व्याघ्रचर्मावर बसून ध्यान करतात.'' महादेव माळी स्वत:हून पोलिसांना माहिती देत होता. त्याच्या कपाळावर घाम जमू लागला होता. ''घाबरू नका. आम्ही सहज माहिती घेत आहोत.'' मराठे पी. आय. आपल्या खास शैलीत महादेव माळीला बोलतं करत होते. महादेव माळीच्या वर्तनातील विसंगतीनं मंदिरातील अफरातफरीवर शिक्कामोर्तब केलं होतं.

''ह्या कॅसेट कसल्या?''

''स्वामी राघवेंद्रांच्या कार्यक्रमांच्या, मंत्रोच्चारांच्या.''

''मला त्या आक्षेपार्ह वाटतात.''

''त्यात आक्षेपार्ह काहीच नाही.''

''ही पिंड आत का?''

''ही ओरिजनल पिंड आहे. स्वामी राघवेंद्रांनी ती मुद्दाम इथं आणून ठेवली आहे. मंदिरात सर्वांना प्रवेश असल्याने तिथं महार-मांग येतात. पिंड भ्रष्ट होऊन पावित्र्य कमी होऊ शकते. मंदिरात डुप्लिकेट पिंड ठेवली आहे. ही खरी पिंड आहे. स्वामी राघवेंद्र ह्या पिंडीची पूजा करतात.''

मराठे पी. आय. नी सोफ्यावर पडलेला अल्बम उचलून चाळला होता. त्यात स्वामी राघवेंद्रांच्या कार्यक्रमांचे फोटो होते. स्वामी राघवेंद्र प्रवचन करताना, अभिषेक करताना, आरती करताना, व्हिआयपी भक्तांना आशीर्वाद देताना, लहान मुलांशी हितगुज करताना घेतलेले अनेक फोटो होते. स्वामी राघवेंद्रांच्या चेहऱ्यांचे अनेक क्लोज अप

होते. हेमा पंडितला हार घालताना, तिच्या कानाशी लागताना, तिच्या शेजारी बसले असताना, तिच्याबरोबर व्यासपीठावर उभे असताना, एकमेकांकडे बघताना, हेमा पंडित भाषण करताना, स्वामी राघवेंद्रांचे दर्शन घेताना, त्यांना हार घालताना, त्यांचा सत्कार करताना, त्यांच्या भाषणाच्या वेळी टाळ्या वाजवताना घेतलेले फोटो होते.

महादेव माळीचा चेहरा पोलीस कोठडीतल्या काळोखासारखा काळा ठिक्कर पडला होता. स्वामी राघवेंद्रांनी प्रत्यक्ष ईश्वरालाच आपल्या खोलीत ओलीस ठेवलं होतं. त्यांनी आपल्या देहावर धर्म आणि संस्कृतीची झूल पांघरली होती. माणसाच्या आणि ईश्वराच्या मधले ते दलाल बनले होते. माणसाला ईश्वरापर्यंत पोहोचायचं असेल तर ते दलालामार्फत लवकर आणि खात्रीने पोहोचता येतं, अशी त्यांची ख्याती झाली होती. स्वामी राघवेंद्रांना दामोदर पोतदार नावाचं ग्रहण लागलं होतं.

मराठे पी. आय. नी दुपारी कोर्टात पाठवलेले आरोपी जामिनावर सुटून मंदिरात आले होते. त्यांनी ईश्वराला हात जोडावे तसं मराठेंना हात जोडले होते. मराठे पी. आय. ने ही आपला चेहरा ईश्वरासारखाच दगडी ठेवला होता.

मराठे पी. आय. आपल्या साथीदारांबरोबर मंदिराबाहेर पडले होते. महादेव माळी दामोदर पोतदारचा शोध घेत मंदिरामागील बागेत पोहोचला होता. दामोदर पोतदार बागेत फुलं तोडत होता. महादेव माळीचा चेहरा निर्माल्यासारखा वाटत होता. दामोदर पोतदार महादेव माळीकडे मारक्या बैलासारखा बघत होता.

''पोलीस आले होते.'' महादेव माळी.

''मी गोडबोल्याविरुद्ध पोलीस तक्रार केली आहे.'' दामोदर पोतदार.

दामोदर पोतदाराचा आवाज शंख फुंकल्यासारखा प्रकट झाला होता. महादेव माळी गंभीर झाला होता. दामोदर पोतदार सूडबुद्धीनं बोलत होता. ''सांग त्याला. मी सांगितलं म्हणून. त्याला पोलीस कोठडीची हवा खावी लागेल.'' दामोदर पोतदारच्या आवाजात कमालीचे क्रौर्य होते. विहिरीत दगड पडल्यानंतर पाण्याची जशी अवस्था व्हावी तशी महादेव माळीच्या मनाची अवस्था झाली होती. दामोदर पोतदारचा मेंदू नगाऱ्यासारखा वाजत होता. ''आता गोडबोल्याला खवळलं आहे. आता माघार नाही. तो दंश धरेल. त्याला एक्सपोज करावे लागेल. त्याला संपवावं लागेल. एवढेच आपल्या हाती आहे. माघारीचा विचार खूप पूर्वी करायला हवा होता. ह्या स्टेजला नाही. आपण नंदी होऊन जगलो असतो, तर ही वेळ आली नसती. आपल्याला नंदी होऊन दारात बसण्यात कमीपणा वाटला. पार्वतीची असूया वाटली. आपल्याला गोडबोल्याचं जजमेंट कळले नाही. गोडबोल्याचा आत्मविश्वास वाढला आहे. तो खांदे खाली टाकून चालायचा. आता ताठ चालतोय. आपली चूक झाली. आता पश्चात्ताप करण्यात अर्थ नाही. पश्चात्ताप केल्याने आत्मविश्वास नष्ट होईल. आता आपण

लढायचं. आता कॉम्प्रमाईज नाही. पुन्हा पूर्वीचे संबंध आणि विश्वास कमवणे शक्य नाही. गोडबोल्याही जमवून घेणार नाही.'' दामोदर पोतदार उलटसुलट विचार करत होता. त्याच्या शरीरातील सर्व चक्रे जोरजोरात फिरू लागली होती. तो हेलिकॉप्टरसारखा थडथडू लागला होता. तो सदेह वैकुंठाला पोहोचेल की काय, अशी त्याला भीती वाटू लागली होती.

महादेव माळी घरी निघून गेला होता. तो अवेळी घरी आल्याचे पाहून त्याची बायको अवाक् झाली होती. महादेव माळी घरात जाऊन बसला होता. ''उद्यापासून कारखान्यात कामाला गेलं पाहिजे.'' गव्हाणीत पडलेल्या उसासारखी त्याची अवस्था झाली होती. त्याची बायको मात्र अंगणात बसून भाजी निवडत होती.

स्वामी राघवेंद्र मदर तेरेसा हायस्कूल व ज्युनिअर कॉलेजच्या कार्यालयात गेले होते. त्यांच्या पश्चात घडलेल्या घडामोडींची त्यांना यत्किंचितही कल्पना नव्हती. ते प्राचार्य रघुनाथ पाटील ह्यांच्यापुढे बसले होते. शैला सातपुते तिथं उपस्थित होत्या. मोरे प्युनही घरी गेला नव्हता. गेटला कुलूप लावले होते. गोपीचंदच्या सूचनेप्रमाणे सर्व कार्यवाही निर्विघ्नपणे पार पडत होती.

स्वामी राघवेंद्रांच्या पुढे सहा वर्षांचे हजेरी पत्रक ठेवले होते. शैला सातपुते त्यांच्या सह्या घेण्यासाठी त्यांच्याजवळ आदबीने उभी होती. तिच्या शरीराचा उग्र गंध पंख्याच्या हवेबरोबर खोलीभर विखुरला होता. वेगवेगळ्या पद्धतीचे वीस-पंचवीस पेन टेबलावर ठेवले होते. प्राचार्य रघुनाथ पाटील एकेक पेन स्वामी राघवेंद्रांना पालटून देत होता. स्वामी राघवेंद्र सुट्या वगळता सर्व दिवशी उपस्थित असल्याच्या सह्या करत होते. हजेरी पत्रकावर सह्या झाल्यानंतर पगार पत्रकावर सह्या झाल्या होत्या. त्यांच्या सर्व्हिस बुकातही सह्या घेतल्या होत्या. ग्रंथालयाच्या रजिस्टरमध्येही त्यांच्या नावावर ग्रंथ दिल्या-घेतल्याच्या नोंदी करून स्वाक्षऱ्या घेतल्या होत्या. त्यांना बॅक डेटेड नियुक्तीचे आदेश दिले होते. जावक बुकातही बॅक डेटेड नोंदी केल्या होत्या. शिक्षण खात्याशी संबंधित मान्यतेचे काम स्वामी राघवेंद्रांचे शिष्य शिक्षणाधिकारी हृषीकेश कुलकर्णी हे करून देणार होते. ते विश्वनाथ कुलकर्णींचे सख्खे चुलते होते.

स्वामी राघवेंद्र हे मदर तेरेसा हायस्कूल व ज्युनिअर कॉलेजमध्ये शिक्षक असल्याचे दफ्तर तयार करण्यात आले होते. स्वामी राघवेंद्रांना निवृत्तीवेतनासाठी हे रेकॉर्ड उपयोगी ठरणार होते. मंदिरात दामोदर पोतदाराचा उपद्व्याप वाढल्यामुळे ते वैतागले होते. त्यांच्या मनाने उचल खाल्ली होती. त्यांना त्यांची होत असलेली बदनामी कळत होती. 'संन्यास धर्म सोडून द्यावा.' असं त्यांना अनेक वेळा वाटू लागलं होतं. संसाराच्या मोहपाशात पडावं असं त्यांना मनापासून वाटू लागलं होतं.

'लोक काय म्हणतील?' स्वामी राघवेंद्रांच्या आत्म्यानं त्यांना प्रतिप्रश्न केला होता. 'पळून जाईन.' स्वामी राघवेंद्रांनी त्याला ताडकन उत्तर दिलं होतं. "हेमा पंडित होकार देईल?" आकाशवाणी व्हावी तसा हा प्रश्न त्यांना दशदिशातून ऐकू आला होता. ते एका प्रचंड शिळेखाली चिरडल्यासारखे शांत झाले होते.

स्वामी राघवेंद्रांच्या सगळ्या स्वाक्षऱ्या झाल्यानंतर शैला सातपुतेनं पुन्हा एकदा सगळी कागदपत्रे तपासून घेतली होती. "एखादी सही राहिली असेल तर कळवा. मी पुन्हा येईन." स्वामी राघवेंद्र अत्यंत विनयाने बोलले होते. "तशी वेळ येणार नाही. गरज पडली तर मी माणूस पाठवून देईन. आपण तसदी घेऊ नका." शैला सातपुते नाटकी नम्रतेनं बोलली होती.

स्वामी राघवेंद्र मदर तेरेसा हायस्कूल व ज्युनियर कॉलेजच्या गेटबाहेर पडले होते. त्यांच्यासाठी इनोव्हा थांबलेली होती. ड्रायव्हरने दार उघडले होते. कारच्या वेगाबरोबर स्वामी राघवेंद्रांचे विचारही धावत होते. 'धर्म कार्य करायचे असेल तर अनेक प्रकारे करता येईल. त्याला संन्याशी असण्याची गरज काय? इथे नाही जमले तर काशीला जाऊ. खेडोपाडी मंदिरे आहेत. हिमालयात जाऊ. संन्यासधर्म निभावता आला नाही तर ही भगवी वस्त्रं उतरवू. देशात कोठेही जाऊ. हेमा पंडितच कशाला हवी?' स्वामी राघवेंद्र असंबंध विचार करत होते. 'आपल्याला वेड तर लागलं नाही ना?' असा प्रश्न त्यांनी अनेकवेळा स्वत:लाच विचारला होता.

इनोव्हा मंदिराच्या दिशेने धावत होती. मंदिरात नेहमीप्रमाणेच गर्दी होती. महादेव माळी मात्र विचलित झाला होता. तो स्वामी राघवेंद्रांची वेड्यासारखी वाट पाहत होता. मराठे पी. आय. च्या चौकशीने आणि दामोदर पोतदारच्या वागण्याने तो हैराण झाला होता. त्याच्या चेहऱ्यावर औदासीन्य पसरले होते. त्याला मंदिरातले दगडी कासव जिवंत झाल्याचा भास झाला होता. कासव सरपटत होते. महादेव माळीच्या अंगावर सरसरून काटे आले होते. त्याच्या छातीत चमकू लागले होते. तो मरणभयाने उद्विग्न झाला होता. तो उगीच चार वेळा मंदिराबाहेर गेला होता. त्याला कोणीच नमस्कार केला नव्हता. कोणीच विचारपूस केली नव्हती. त्याला अपराध्यागत वाटलं होतं.

स्वामी राघवेंद्र इनोव्हामधून उतरताना दिसले. महादेव माळीचे लक्ष कबुतरांची झुंड उडावी तसे उडाले होते. "स्वामी आलेऽ स्वामी आलेऽऽ" भाविकांमध्ये हालचाल सुरू झाली होती. भूकंपाने भिंत हादरावी तसा महादेव माळी हादरला होता. तो स्वामी राघवेंद्रांजवळ गेला. तो दररोज स्वामी राघवेंद्रांना मंदिरातली इत्थंभूत माहिती द्यायचा. आजही त्यानं तोंड उघडलं होतं. दररोज त्याचा आवाज भक्तिभावाने फुललेला असायचा. कोण व्हिआयपी दर्शनासाठी येऊन गेले? त्यांचं दर्शन कसं झालं? कोणाचा फोन आला? टपाल काय आले? पूजेला भाविकांची गर्दी किती

होती? हार किती पडले? श्रीफळ किती आले? अभिषेकासाठी किती नोंदणी झाली? देणग्या किती जमल्या? भाविकांनी पिंडीवर टाकलेली रक्कम किती झाली? खर्च किती झाला? दामोदर पोतदारने काय म्हटले? ह्याची तंतोतंत माहिती तो स्वामी राघवेंद्रांना देत असे; पण आज त्याचा आवाज रडवेला झाला होता.

"काय घडलं? तू प्रसन्न दिसत नाहीस?"

"पोलीस आले होते!"

"येऊ दे ना. त्यात काय एवढं?"

"दामोदर पोतदारने तुमच्या विरुद्ध पोलिसांत तक्रार केली आहे. त्यानेच मला सांगितले. पोलिसांनी मंदिराची कसून तपासणी केली."

"काय म्हणून तक्रार केली आहे?"

"त्याने तपशील सांगितला नाही."

"आहे का तो? असेल तर त्याला बोलाव. नाही तर मी येईन म्हणून सांग."

स्वामी राघवेंद्र संतापाने फणफणले होते. कोल्हे-कुत्रे त्यांच्या शरीराचे लचके तोडत असल्याचा त्यांना भास होत होता. रामलीला मैदानात रावण दहन व्हावं तसं त्यांच्या मनातल्या दामोदर पोतदाराचं दहन होत होतं. त्यांचे ओठ संतापाने तटतटले होते. दामोदर पोतदारच्या छातीत त्रिशूळ खुपसला पाहिजे आणि त्याचं रक्त ओंजळीने पिले पाहिजे. स्वामी राघवेंद्रांच्या मनात सूडबुद्धीने नंगानाच घातला होता. त्यांच्या शरीरात अजस्त्र उलथापालथ होत होती. त्यांच्या नसान्नसा फुत्कारत होत्या. त्यांच्या धमनीतून तप्त लाव्हा उसळत होता. त्यांचा मेंदू अक्राळ-विक्राळ जमावासारखा बेभान झाला होता. बेकाबू झालेल्या दंग्यासारखे त्यांचे विचार हिंस्त्र बनले होते. ते संतापाने नखशिखान्त पेटले होते. त्यांना दामोदर पोतदारला भस्म करायचं होतं.

दामोदर पोतदार शांत आणि नम्रपणे स्वामी राघवेंद्रांच्या समोर उभा होता. स्वामी राघवेंद्रांचे मस्तक टकरीला सरसावलेल्या रेड्यासारखे दिसत होते.

"तू पोलिसांत काय तक्रार केलीस?"

"पोलीस सांगतीलच."

"तू सांग."

"मला तुमचा कारभार मान्य नाही."

"मग मंदिर सोडून जा."

"मंदिर आमचं आहे. तुम्ही बाहेरून आलात."

"बाहेरून म्हणजे कोठून? पाकिस्तानातून?"

"तुम्ही हेमा पंडितला जवळ करताय?"

"तू काय केलंस? तिचा नवरा जेलमधे असताना ती दररोज मंदिरात येऊन

प्रार्थना करायची. तू प्रसाद देताना तिचा हात धरायचास. तिच्या नवऱ्याने तुरुंगात आत्महत्या केल्यानंतर तू तिच्या घरी गेलास आणि मी तुला सांभाळेन, माझ्याबरोबर राहा, तुझ्या मुलांनाही स्वीकारेन, असेही तू बोललास. हे खरं आहे ना? ती कॅन्सरने आजारी होती. मी तिला उपचारासाठी मदत केली. ती गावची सरपंच आहे. माझ्याशी सल्लामसलत करते. मी निवडून आणलंय सगळं पॅनेल. मी गैर काय करतो?'' स्वामी राघवेंद्रांच्या कुठल्याही प्रश्नाचे उत्तर न देता दामोदर पोतदार ताडताड निघून गेला होता.

स्वामी राघवेंद्र हताश झाले होते. बेलाच्या झाडावर वानरांनी धुमाकूळ घातला होता. त्यांचा भूःभूःकार ऐकू येत होता. स्वामी राघवेंद्र खिडकीजवळ उभे राहून मावळतीकडे पाहत होते. सूर्य अस्ताला जात होता. फाशीच्या डोंगरदऱ्यांवर निसर्गाने रंगांची उधळण केली होती. पाखरांचे थवे घरट्याकडे परतत होते.

स्वामी राघवेंद्रांनी जमिनीकडे पाहिलं. मंदिराच्या कठड्याजवळ दबा धरून बसलेल्या मांजराने उंदरावर झडप टाकली होती. उंदराला आपल्या पंज्यात पकडले होते. मांजर उंदराला खेळवून खेळवून मारत होते.

□ □ □

दुसऱ्या दिवशी स्वामी राघवेंद्र स्वतःहून पोलीस ठाण्यात गेले होते. त्यांना एकदाचा सोक्षमोक्ष लावायचा होता. ते आयुष्यात प्रथमच पोलीस चौकीच्या पायऱ्या चढत होते. पोलीस चौकीच्या पायऱ्या चढताना ते गडबडले होते. मंदिराच्या पायऱ्या आणि पोलीस चौकीच्या पायऱ्या ह्यातला फरक ते अनुभवत होते. चौकीत जॉबर आणि जॉबरची बायको कल्पना पोलिसांना भेटायला आले होते. त्यांनी स्वामी राघवेंद्रांच्या पायावर लोळण घेतलं होतं. ''आपल्या पोराला ज्यांनी भोकसलं आहे त्यांना अटक करा.'' म्हणून ते पोलीस चौकीत चकरा मारत होते. पोलीस चौकीतल्या पोलिसांनीही स्वामी राघवेंद्रांचं दर्शन घेतलं होतं.

''साहेब कोठे आहेत तुमचे?'' स्वामी राघवेंद्र.

''आत आहेत.'' पोलीस.

स्वामी राघवेंद्र मराठे पोलीस इन्स्पेक्टरच्या केबिनमध्ये गेले होते. मराठे पी. आय. वरिष्ठांबरोबर फोनवर बोलतं होते. स्वामी राघवेंद्र मराठे समोर बसले. मराठेंचं फोनवर बोलणं चालूच होतं. स्वामी राघवेंद्र दुखावले होते. मराठेंनी त्यांचं हसून स्वागत केलं नव्हतं. मराठे खूप वेळ फोनवरच बोलत होते. स्वामी राघवेंद्र आपला चेहरा प्रसन्न ठेवण्याचा केविलवाणा प्रयत्न करत होते. त्यांच्या मनातला अपराधबोध उसळी मारून नजरेतून व्यक्त होत होता. स्वामी राघवेंद्र स्वतःलाच दोष

देत होते. ते मराठेंचं फोनवरील संभाषण संपण्याची प्रतीक्षा करत होते. मराठेनं उठून आपले पाय धरले नाही म्हणून त्यांना चीड आली होती.

"बोलाऽ" मराठे पी. आय. नी फोन ठेवून स्वामी राघवेंद्रांना फर्मानच सोडलं होतं. मराठेंचा आवाज गोळीबारासारखा व्यक्त झाला होता. मराठेंच्या नजरेला नजर देताना स्वामी राघवेंद्रांच्या पापण्या पडल्या होत्या. स्वामी राघवेंद्र मनातून दचकले होते. "आपण मंदिरात येऊन गेल्याचे कळाले. मी नव्हतो. पुन्हा एकदा या. मी निमंत्रण द्यायला आलोय." स्वामी राघवेंद्रांच्या आवाजात लीनता ओथंबली होती. आपल्या आवाजात इतकी लीनता कशी आली ह्याचं त्यांना आश्चर्य वाटलं होतं. "येईन. पुन्हा एकदा यायचंच आहे तेव्हा तुम्हाला कळवेन." स्वामी राघवेंद्रांना कर्फ्युत सापडल्यासारखे वाटले होते. "जरूर या. येण्यापूर्वी कळवा म्हणजे मी प्रत्यक्ष उपस्थित राहीन." स्वामी राघवेंद्रांनी पोलीस चौकीतून काढता पाय घेतला होता. मराठे पी. आय. नी चहासाठी आग्रह करूनही ते थांबले नव्हते. त्यांनी स्वत:हून दामोदर पोतदाराच्या तक्रारीविषयी विचारण्याचं धाडस केलं नव्हतं. मराठे पी. आय. नीही त्या विषयावर खुबीनं मौन पाळलं होतं.

स्वामी राघवेंद्रांचं मस्तक पूवाने भरलेल्या जखमेसारखं ठणकत होतं. त्यांच्या हाता-पायातली हवाच निघून गेली होती. त्यांचा चेहरा निस्तेज पडला होता. ते विचाराच्या चक्रीवादळात गुरफटले होते. 'आपण शिक्षक होतो. आपण धार्मिक कार्यात पडायला नको होतं. हा आपला पिंड नव्हता.' स्वामी राघवेंद्र भावनावश झाले होते. निवडणुकीच्या प्रचार सभांमधून बोलण्यासाठी माणिकचंदने त्यांना भगवा सदरा भेट दिला होता. एका जाहीर सभेत बोलताना गोपीचंदने त्यांचा उल्लेख 'स्वामी राघवेंद्र' असा केला होता. हेमा पंडितने त्यांना वाढदिवसादिवशी रुद्राक्ष माळ भेट दिली होती. ह्या आणि अशा अनेक घटनांमुळे ते हिंदुत्वाच्या लाटेवर स्वार झाले होते.

रस्त्यावर क्रिकेट खेळणाऱ्या मुलांनी खेळ थांबवला होता आणि सर्व खेळाडू स्वामी राघवेंद्रांचे दर्शन घेण्यासाठी धावले होते. स्वामी राघवेंद्रांनी त्यांची तोंड भरून स्तुती केली होती आणि हात उंचावून त्यांना आशीर्वाद दिला होता. "तुमच्यामधून सचिन तेंडुलकर निर्माण होवोत! तुमच्या हातून पाकिस्तानचा पराभव होवो!!"

□ □ □

वेद अध्ययन केंद्रावर दलितांचा पारंपरिक वेशातला मोर्चा आला होता. दलितांनी गळ्यात मडके बांधले होते आणि कमरेला खराटा बांधला होता. त्यांच्या हातात घुंगरू लावलेल्या महाराच्या काठ्या होत्या. ते अर्धनग्न वेशात होते. त्यांनी

आपल्या सोबत गाढवं आणली होती. कुत्री आणली होती. ह्या मोर्चाचे नेतृत्व काशिनाथ पोळके आणि सिद्धार्थ पगारे ह्यांनी केलं होतं. दलितांनी वेद अध्ययन केंद्राच्या गेटसमोर सामुदायिक बोंब मारली होती आणि स्त्रियांनी छाती पिटून आक्रोश केला होता. धर्मशास्त्रांचं अध्ययन करणाऱ्या बटूंना अमंगळाची जाणीव झाली होती. त्यांनी प्रथमच इतके अभद्र दृष्य जवळून पाहिले होते. अस्पृश्यांचा आक्रोश ऐकून वेद अध्ययन केंद्र हादरले होते. स्वामी राघवेंद्रांची पाचावर धारण बसली होती. "ह्यांच्या जिभा छाटल्या पाहिजेत. ह्यांच्या कानात तप्त शिशाचा रस ओतला पाहिजे." स्वामी राघवेंद्र संतापाने पुटपुटत होते. पोलिसांनी वेळीच हस्तक्षेप केला होता.

"वेद अध्ययन केंद्राची जागा ही दलितांची आहे. ही आमची हाडकी हडवळा आहे. तशी दफ्तरात नोंद आहे. राघवेंद्र गोडबोलेंनी ह्या जागेवर अतिक्रमण करून वेद अध्ययन केंद्र सुरू केले आहे. हे अतिक्रमण हटवले पाहिजे. दलितांची जमीन दलितांना मिळाली पाहिजे." काशिनाथ पोळके जोरजोरात ओरडून बोलत होता. पोलीस त्याला उचलून पोलीस व्हॅनमध्ये कोंबत होते.

गाढवं ओरडत होती. कुत्री भुंकत होती. अस्पृश्य स्त्रिया आक्रोश करत होत्या. अनेकांच्या गळ्यातली मडकी लोंबकळत होती. कमरेला बांधलेले झाडू लोळत होते. इतिहासातला आक्रोश बेबंदपणे व्यक्त झाला होता. वेद अध्ययन केंद्रातील बटूंना दैत्य आल्याचा भास झाला होता. हे सगळं अचानक उद्‌भवलं होतं. त्यामुळे पोलिसांचीही धावपळ झाली होती.

□ □ □

कारखान्याच्या गेटमधून इनोव्हा कार बाहेर पडली. गोपीचंदच्या ड्रायव्हरने कार गरिबी हटाओ झोपडपट्टीच्या दिशेने वळवली. कॉर्नरवर बलशेटवार उभा होता. कार त्याच्याजवळ थांबली. बलशेटवारची धांदल उडाली. गोपीचंदने विंडो ग्लास खाली घेतली. बलशेटवार आदबीने पुढे आला होता. "सदानंद कांबळेची गाडी पाहिलीस का? त्याचा मोबाईल लागत नाही." गोपीचंद बलशेटवारला मुद्दाम बोलतं करत होता. बलशेटवारने नकारार्थी मान हलवली होती. गोपीचंदने काच वर घेतली. बलशेटवार घाईने पुढं झाला होता. गोपीचंदने पुन्हा काच खाली केली होती.

"साहेब चहा घेणार का?"

"पुन्हा कधीतरी. आता घाईत आहे."

"दोन मिनिटांत होईल."

गोपीचंदला हवं तेच घडत होतं. गोपीचंद आढेवेढे न घेता खाली उतरला

होता. त्याने बलशेटवारच्या खांद्यावर हात टाकला होता. बलशेटवारला आभाळ ठेंगणं झाल्यासारखं वाटलं होतं. त्याने गोपीचंदला 'हीरा केबल्स' च्या ऑफिसमध्ये नेले होतं. आजूबाजूच्या नजरा वटारल्या होत्या. बलशेटवारने पिंट्याला चहा आणण्यासाठी पिटाळले होते. ''स्पेशल चहा आण. लवकर ये. साहेबांना वेळ नाही. तूच घेऊन ये.'' बलशेटवार उत्साहाने ओसंडून वाहत होता. लहान मुलाला गुदगुल्या करावं तसं गोपीचंद बलशेटवारला गुदगुल्या करण्याचा डाव खेळत होता.

''कलशट्टीचा वाढदिवस झाला. मग तुझा कधी?''

''पुढच्या महिन्यात.''

''मग तूही कटआऊट लावणार वाटतं.''

''मी वाढदिवस साजरा करत नसतो.''

''का?''

''मला ते लहान मुलासारखं वाटतं. पैशाचं वाटोळं. नाही तर काय?''

''मी पैसे देतो तुला. सांग किती पाहिजे?''

''काय करायचं?''

''वेडा आहेस का? वाढदिवस साजरा कर. कटआऊट लाव. ह्या झोपडपट्टीचा तू अनभिषक्त सम्राट झाला पाहिजेस. ग्रामपंचायतीच्या निवडणुकीला तुला उभं राहायचं का सांग?''

''मी आपला साधासुधा माणूस आहे. मला ह्या भानगडीत पडायचं नाही.''

''अरे सदानंद कांबळे का बॅरिस्टर होता? तो आमचा वॉचमन होता. त्याला कुठल्या कुठं नेलं. राज्याचा मंत्री केला त्याला.''

''तुमचा हात लागला की लोखंडाचं सोनं होतं.''

''मग तुला सोनं व्हायचं नाही का?''

''संधी द्या. मी सोनं करेन.''

''वाढदिवस साजरा कर. पैशाची काळजी करू नको. आमच्याबरोबर राहायचं. आमच्यासारखं बोलायचं. कळलं का?''

''मी तुमची थुंकी झेलेन.''

''आम्ही एखाद्याला मोठं करू शकतो आणि मातीतही मिसळू शकतो. तू पाहिलं आहेसच.''

''होय, मला माहीत आहे तुमची ताकद.''

''तुम्हाला निर्दोष कोणी सोडवलं? फासावर गेला असता सगळे.''

''मी तुमचे उपकार कधीच विसरणार नाही.''

''मग सांगतो तसे कर. संध्याकाळी कॅमेरामन पाठवतो. तो फोटो सेशन करेल.

त्याला पोज दे. आता तुझा चहा राहू दे. मला घाई आहे. मी निघतो.''

गोपीचंदने ठिणगी टाकली होती आणि बलशेटवारच्या डोक्यात स्फोट सुरू झाले होते. बलशेटवार गालातल्या गालात हसत होता. त्याला गुदगुल्या होत होत्या. त्याला राजकारणात प्रवेश करण्याची आयती संधी मिळणार असल्याने तो हवेत तरंगत होता. पिंट्या चहा घेऊन आला होता. बलशेटवारही चहा न घेता घराकडे निघाला. त्याचं झपाटलेपण पाहून पिंट्या दिङ्मूढ झाला होता. बलशेटवारला ही बातमी झहिराला सांगायची होती.

वस्तीत कुत्रे पकडून नेणारी गाडी आली होती. गाडीमध्ये असंख्य कुत्री कोंडली होती. सर्व कुत्री शांतपणे धापा टाकत उभी होती. कुत्रे पकडणारे कुत्री शोधत होते. त्यांनी सावळ्याचे कुत्रे पकडले होते. त्यामुळे सावळ्या चिडला होता. ''हे मी पाळलेले कुत्रे आहे. मी कुत्र्याचं पिल्लू आणून मोठं केलं आहे. वस्तीत कुत्री आहेत म्हणून चोर येत नाहीत.'' सावळ्याचे कुत्रे पळून जाण्यासाठी धडपडत होते. गल्लीतली सर्व कुत्री पसार झाली होती.

रस्त्यात भांडण सुरू असल्याचं पाहून बलशेटवारने आपला रस्ता बदलला होता. दुसऱ्या रस्त्यावरही गोंधळ सुरू होता. अमरिंदरच्या बायकोने अंगणात ज्वारी वाळू घातली होती. कलशट्टीची कबुतरे अमरिंदरच्या ज्वारीवर तुटून पडली होती. अमरिंदरच्या बायकोने कबुतरांना हुसकावले होते. एका कबुतराचा पाय लंगडा झाला होता. आगलावे आणि बंटी अमरिंदरच्या अंगावर धावून गेले होते. बघ्यांची गर्दी वाढली होती. बलशेटवारने तोही रस्ता बदलला होता.

बलशेटवारने झहिराला मिठी मारली होती आणि काही तरी फायद्याचे घडल्याचे झहिराने ताडले होते.

''क्या हुआ?''

''बहोत कुछ हुआ.''

''मैंने बोला था. आज कुछ होने वाला है.''

''तेरी बात सच निकली.''

''क्या हुआ बोल तो.''

बलशेटवारमध्ये झालेला बदल पाहून झहिरा खुष झाली होती. तिचाही चेहरा फुलला होता. बलशेटवारच्या शरीरात आनंदाचं वादळ उठलं होतं.

संध्याकाळी फोटोग्राफर आला होता. तो बलशेटवारचे निरनिराळ्या पोजमधले फोटो घेत होता. बलशेटवार कॅमेरामन सांगेल तशी पोज देत होता. फ्लॅश पडत होते. बलशेटवारचे डोळे चमकत होते. तो स्माईल देत होता. हात जोडत होता. झहिरा त्याच्याकडे डोळे भरून पाहत होती. बलशेटवारच्या घरी फोटो सेशन चालू

असल्याचं कलशट्टीला कळालं होतं. तो बलशेटवारच्या घरी पोहोचला होता. त्याच्या डोळ्यांत असूया साचली होती. त्याचा चेहरा उतरला होता.

“इतके फोटो कशासाठी काढतोस?”

“कट आऊटसाठी.”

“का?”

“वाढदिवस साजरा करायचा ना!”

“कधी आहे वाढदिवस?”

“पुढल्या महिन्यात. तू विसरलास का?”

“वाऽ वाऽ वाऽऽऽ करऽ करऽऽ”

कलशट्टीच्या मनातला हेवा त्याच्या बोलण्यातून टपकत होता.

‘बलशेटवारच्या वाढदिवसाचा खर्च कारखाना करणार आहे.’ असं कलशट्टीला रघूकडून कळालं होतं. त्यामुळे तो बेचैन झाला होता. ‘झहिराला वापरायचं असेल म्हणून ते बलशेटवारला पैसा देत असतील.’ कलशट्टी तर्क-कुतर्क लढवत होता. “बलशेटवारकडे लेदर करन्सी आहे.” कलशट्टीची अस्वस्थता वाढली होती. “उस्मानला झहिराविरुद्ध वापरावे लागेल.” कलशट्टीच्या डोक्यात कीडा वळवळू लागला होता. तो बलशेटवारला आपला शत्रू समजू लागला होता. “बलशेटवार आपल्या वाटेतला काटा आहे. प्रतिस्पर्धी आहे. त्याला बाजूला केला पाहिजे.” कलशट्टीच्या मनातल्या अहंकाराने फणा काढला होता. “बलशेटवार तू अच्छा दीख रहा है. स्मार्ट.” झहिरानं दिलेल्या पसंतीमुळे कलशट्टी आणखीनच अस्वस्थ झाला होता आणि तो तिथून तडकाफडकी निघून गेला होता. “अरे चहा घेऊन जा.” बलशेटवार पोज देता-देता ओरडला होता. “नको तुझा चहा.” म्हणत कलशट्टी डोळ्याआड झाला होता. त्याच्या अशा निघून जाण्यामुळे बलशेटवारही दु:खी झाला होता.

कलशट्टीचा आवडता काळा नर झहिराच्या खांद्यावर येऊन बसला होता. झहिरानं कबुतराला पकडलं होतं आणि हवेत सोडलं होतं. फोटोग्राफरनं तिची ही पोजही टीपली होती. फोटोग्राफरला झहिराची ही पोझ इनलार्ज करून आपल्या स्टुडिओत लावायची होती. फोटोग्राफरला झहिराची नॅचरल पोज मिळाल्यामुळे आनंद झाला होता.

❑ ❑ ❑

कलशट्टीला मंदिरावरला कब्जा सोडायचा नव्हता. तोच मंदिराचा खर्च करत होता. त्याने मंदिराला कुलूप लावले होते. त्यामुळे अनेकांची गैरसोय झाली होती. मंदिरात वामकुक्षी घेणाऱ्या म्हाताऱ्यांची अडचण झाली होती. दुपारी भजन म्हणणाऱ्या

महिला मंडळाची गैरसोय झाली होती. मंदिरात पत्ते कुटणाऱ्यांचीही कोंडी झाली होती. सर्वजण कलशट्टीच्या विरोधात बलशेटवारला भेटत होते. तक्रारी करत होते. "मंदिर सार्वजनिक आहे. ते उघडे ठेवले पाहिजे. देव सर्वांचा असतो, तो विशिष्ट व्यक्तीच्या ताब्यात राहून कसा चालेल?" असं प्रत्येकाचं मत होतं. कलशट्टीने लोकांची मागणी धुडकावून लावली होती. गणेश मंदिर दर्शनासाठी सकाळी-संध्याकाळी खुले ठेवले जात होते. पहाटे मंदिराचे कुलूप उघडले जाई. दुपारी बाराच्या दरम्यान पुन्हा कुलूप लावले जाई. चारच्या दरम्यान मंदिराचा दरवाजा उघडला जाई आणि रात्री आठ वाजता पुन्हा मंदिर बंद होई. मंदिराच्या भिंतीवर सूचना फलक लावला होता. दर्शनाची वेळ दिली होती. "मंदिर बंद झाल्यानंतर भाविकांनी मंदिर उघडण्याचा आग्रह धरू नये. मंदिर परिसरात फोटो काढू नये. मंदिरात शांतता आणि स्वच्छता राखावी." अशा सूचना दिल्या होत्या. "भजनामुळे आमच्या अभ्यासावर परिणाम होतो. परीक्षा जवळ आल्या आहेत. मंदिर बंद ठेवले पाहिजे." वस्तीतल्या विद्यार्थ्यांनी कलशट्टीला भेटून त्याचं समर्थन केलं होतं.

कलशट्टी आता धर्मग्रंथाचं पारायण करू लागला होता. तो भगवद्‌गीता वाचू लागला होता. त्याने पुराणग्रंथ विकत आणले होते. लोकांना धमकावून पैसे कमावण्यापेक्षा त्यांना आशीर्वाद देऊन खूप कमावता येतं हे त्याला उमगलं होतं.

माणसं ईश्वराला भीतात.
माणसे धर्माला भीतात.
माणसं पापाला भीतात.
माणसं नरकाला भीतात.
माणसं कारागृहापेक्षा मंदिराला अधिक भीतात.

कलशट्टीला आयुष्यात प्रथमच माणसाचा विक पॉईंट कळला होता. माणसांना पुण्य हवंय. आपण त्यांना पुण्याचा मार्ग दाखवू शकतो. माणसांना मोक्ष हवाय. आपण त्यांना मोक्षाचं आमिष देऊ शकतो. ह्यासाठी मंदिर आपल्या हातात असलं पाहिजे. हे सत्तास्थान आपण बळकावलं पाहिजे. त्याला दामोदर पोतदाराच्या तक्रारीतील खोच कळाली होती.

आपण स्वामी राघवेंद्रांकडून संन्यास धर्माची दीक्षा घेऊ. वाल्याचा वाल्मीकी होऊ. कलशट्टीच्या मनात घंटानाद सुरू झाला होता. तो जोरजोरात ओरडत होता. त्याला ज्ञान प्राप्त झाले होते. तो दैत्यासारखा थयथया नाचत होता. आगलावे धावत आत आला होता.

"तो सत्तूर आण."

"कशासाठी?"

"तो सत्तूर आण."

आगलावेनी कोपऱ्यात पडलेले धारदार सत्तूर कलशट्टीच्या हाती दिले होते. "न धरी शस्त्र करी मी" म्हणत कलशट्टीने आपल्या हातातील शस्त्र कायमचे आगलावेला दिले होते. आगलावे अवाक् होऊन कलशट्टीकडे पाहत होता. कलशट्टी भावुक झाला होता. त्याने गीता हातात घेतली होती. तो गीता आपल्या माथ्याला, डोळ्याला आणि ओठाला लावत होता.

भगवद्गीता हे विश्वातलं महान अस्त्र आहे!

आगलावे कलशट्टीकडे दिङ्मूढ होऊन पाहत होता. त्याला कलशट्टी आज वेगळाच वाटत होता. त्याच्या अवतीभोवती पोथ्या-पुराणांचा ढीग पसरला होता.

☐ ☐ ☐

रमा बाबरने विकास आघाडीच्या कामाचा आढावा घेण्यासाठी कार्यकर्त्यांची बैठक बोलावली होती. काशिनाथ पोळके, सिद्धार्थ पगारे, राजा शितोळे, रंजना कदम, विश्वनाथ कुलकर्णी आणि सय्यद ह्या बैठकीत उपस्थित होते. प्रत्येक बैठकीत कामाचा आढावा घेण्याबरोबरच कार्यकर्त्यांना मुक्त बोलू दिलं जाई. कार्यकर्त्यांच्या बौद्धिक चर्चांवरही अधिक भर दिला जाई. कामाबरोबरच कार्यकर्त्यांच्या भूमिकाही पक्क्या केल्या जात. ह्यातून कार्यकर्ते तावून-सुलाखून निघत असत.

"आपण आकाशात पाहतो त्या सूर्यापेक्षाही विद्येचा प्रकाश अत्यंत प्रखर आहे. सूर्यप्रकाशाने पिकांवरील कीड नष्ट होत असेल; पण मेंदूतील सगळ्या रोगांची कीड नष्ट करण्याचे सामर्थ्य एकट्या विद्येतच आहे. शेकडो वर्षांपासून समाजाच्या मेंदूत काळरात्र पसरली आहे. हा प्राचीन काळोख संपल्याशिवाय पुढली वाट दिसणार नाही."

"घटनांचे अज्ञान हा अन्यायाचा फार मोठा आधार आहे."

"पक्षपाती पांडित्याशी आपण सर्व शक्तीनिशी संघर्ष केला पाहिजे."

"सवर्णांना आपली विद्या आणि संस्कृती श्रेष्ठ वाटते. त्यांना अवर्णात विद्या आणि गुणवत्ता दिसत नाही. अवर्णांना ज्ञानाचे आणि संस्कृतीचे शिक्षण देण्याचे इतिहासदत्त कर्तव्य आपण पार पाडत आहोत, असे सवर्णांना वाटते हे मुळात चुकीचे आहे."

"सार्वत्रिक शिक्षणाशिवाय कोणत्याही देशाचे किंवा समाजाचे परिवर्तन घडू शकत नाही. आपल्या देशात क्रांतिकारक परिवर्तन होण्यासाठी सक्तीचे आणि मोफत शिक्षण हवे."

सावित्रीबाई फुले न्यू इंग्लिश स्कूलमध्ये स्वयंपाक करणारी भीवरा मावशी बैठकीत पोहोचली होती. ती धास्तावली होती. 'मंदिरातली गणेश मूर्ती आणि पितळी घंटा चोरीला गेली आहे. सर्व लोक मंदिराकडे जात आहेत.' भीवरा मावशीच्या आवाजात काळजी व्यक्त होत होती. बैठकीचा सूर बदलला होता.

"ईश्वराला स्वत:च्या मूर्तीचं आणि आपल्या मंदिरातल्या वस्तूचं रक्षण करता येत नाही, तर तो भक्तांचं रक्षण कसा करेल?" सिद्धार्थ पगारे उपरोधाने ह्या प्रसंगावर टिप्पणी करत होता.

"निवडणुका जवळ येत आहेत. हिंदूंच्या मनात अस्वस्थता निर्माण करण्यासाठी कोणीतरी मूर्ती लपवून ठेवली असणार. दोन दिवसांनी हे चोरलेले साहित्य कुठल्या तरी विहिरीत सापडेल. तोपर्यंत हिंदूंच्या भावना भडकावणाऱ्या बातम्या छापून येत राहतील." सय्यद ह्या घटनेविषयी आपली प्रतिक्रिया व्यक्त करत होता.

"शाळा हे आपले मंदिर आहे." रमा बाबर शांतपणे उद्गारल्या होत्या.

"मंदिर उघडे ठेवले तर चोरी होते हे दाखवून मंदिराला कुलूप घालणं कसं योग्य आहे हे कलशट्टी लोकांना पटवून देत आहे." राजा शितोळे एखादे रहस्य उकलावे तसं बोलत होता.

मंदिरातल्या चोरीमुळे वस्तीत गडबड सुरू झाली होती. रमा बाबरने प्रसंगाचे गांभीर्य ओळखून बैठक आटोपती घेतली होती. "महिला बचत गटाचं काम करण्यासाठी पुढच्या रविवारी बसू. काशिनाथ पोळके आणि राजा शितोळे तोवर साखर शाळा सुरू करण्यासाठी तयारी सुरू करतील." असं बोलत रमा बाबर बैठकीतून उठल्या होत्या. "पुढल्या रविवारी बैठक होईल." रंजना कदमने सर्वांना पुढल्या बैठकीची आगाऊ सूचना दिली होती.

बैठक संपल्यानंतर राजा शितोळे, विश्वनाथ कुलकर्णी आणि सय्यद मंदिराकडे आले होते. मंदिराच्या प्रांगणात पोलीस डेरेदाखल झाले होते. गुन्हेगार शोधणारे कुत्रे पुढे आणि पोलीस मागे अशी शोध मोहीम सुरू झाली होती. पुढून पोलिसांचे कुत्रे येताना पाहून सय्यदच्या अंगाला घाम फुटला होता. कुत्र्याने चुकूनदेखील आपल्याला हुंगले, तर तमाम भारतीय मुसलमान बदनाम होतील. सय्यद घाबरला होता. कुत्रे पुढे गेल्यामुळे त्याने सुटकेचा नि:श्वास टाकला होता.

लोक रस्त्यावर आले होते. चर्चांना उधाण आलं होतं. कोणी म्हणत होतं. 'श्रींची मूर्ती अंतर्धान पावली आहे.' कोणी म्हणत होते. 'गणेश पृथ्वी प्रदक्षिणेला गेले आहेत.'

□ □ □

सदानंद कांबळेंनी शिवशक्तीचा राजीनामा दिला होता. हा राजीनामा मंजूर करायचा होता आणि अध्यक्ष निवडीची प्रक्रिया सुरू करायची होती. त्यासाठी माणिकचंदने बैठक बोलावली होती. माणिकचंद शिवशक्तीचे सचिव होते आणि सर्वेसर्वा होते. ह्या बैठकीत ग्रामपंचायतीच्या निवडणुकांची व्यूहरचनाही ठरवायची होती. संभाव्य उमेदवारांची नावे निश्चित करायची होती. निवडणूक जवळ येत असल्याने हे निर्णय तातडीने घेणे आवश्यक होते.

माणिकचंद आणि गोपीचंदनी बैठकीचे विषय ठरवले होते. सदानंद कांबळेला वगळून सर्वांना बैठकीचे निमंत्रण पाठवले होते. ह्या बैठकीला सदानंद कांबळे येऊ नये, अशी सर्वांची इच्छा होती. सदानंद कांबळेंनी ह्या बैठकीला उपस्थित राहणार असल्याचे आधीच जाहीर करून टाकले होते. त्यामुळे सर्वजण पेचात पडले होते. ह्या बैठकीकडे सर्वांचे लक्ष वेधले होते. प्रत्येकजण डावपेच आखत होता.

गावपातळीपासून राजकारणाची बांधणी करण्यासाठी ग्रामपंचायतीच्या निवडणुका अत्यंत महत्त्वाच्या होत्या. घराघरांत, गावागावांत लोकशाहीचं बीजारोपण करणारी ही निवडणूक होती. ग्रामपंचायतीच्या निवडणुकांनंतर जिल्हा परिषद आणि नगर परिषदेच्या निवडणुका लागणार होत्या. येत्या दोन वर्षांत विधान सभेची निवडणूक होणार होती. लोकांमध्ये निवडणूक ज्वर सुरू झाला होता. सर्व पक्ष आणि संघटना कामाला लागले होते. रखडलेल्या कामांना वेग आला होता. प्रत्येक कामाचं श्रेय घेण्यासाठी राजकीय कार्यकर्त्यांची स्पर्धा सुरू झाली होती.

बैठकीचा दिवस उजाडला होता.

सदानंद कांबळे बैठकीला निघण्यासाठी तयार झाले होते. त्यांच्या दारात सुमो गाडी येऊन उभी होती. गाडीला निळे झेंडे लावले होते. गाडीतल्या कार्यकर्त्यांनी निळ्या टोप्या घातल्या होत्या. निळा गुलाल लावला होता. सगळ्यांनी सदानंद कांबळेंना 'जय भीम' केले होते. आपल्या रक्ताचे कार्यकर्ते आल्याचे पाहून सदानंद कांबळेंचे ऊर भरून आले होते.

''लवकर चला. बैठकीला सुरुवात झालीय. सर्वजण उपस्थित आहेत. त्यांना तुमच्या अनुपस्थितीत बैठक घ्यायची आहे. त्यांना हवा तो निर्णय घेऊन बैठक संपवतील. आजच्या बैठकीत केवळ तुमचा राजीनामा मंजूर करतील आणि एका मिनिटात बैठक संपवतील. नवीन अध्यक्ष निवडीसाठी दुसऱ्या बैठकीची तारीख जाहीर करतील. आपण हा डाव उधळून लावू. तुम्ही निघा.''

''मी तयार आहे. ड्रायव्हर आला की निघतो.''

''ड्रायव्हर गाडी घेऊन येईल. घरी निरोप ठेवून चला. आम्ही बैठकीबाहेर तुमच्या समर्थनाच्या घोषणा देणार आहोत. तुम्ही राजीनामा माघारी घ्या. तुमची

टर्म पूर्ण झाली पाहिजे. आम्ही त्यांची खेळी यशस्वी होऊ देणार नाही. आमच्या अंगात बाबासाहेबांचं रक्त आहे. आपले लोक जमा झाले आहेत. आम्ही आमच्या जातीचा अपमान सहन करणार नाही.''

''मी राजीनामा दिला आहे. त्याविषयी श्रेष्ठींना निर्णय घ्यायचा आहे.''

''तुम्ही अध्यक्ष राहिले, तर दलितांचे प्रश्न मांडता येतील. एक सवर्णांची संघटना आपल्या हातात राहील. तुम्ही अर्ध्यातूनच कसा पदत्याग करताय? तुमचा गुन्हा कोर्टात सिद्ध झालाय का?''

''सर्वांची इच्छा असेल तर मी पुढेही काम करेन.''

''आपले कार्यकर्ते आलेत, पत्रकार आलेत, तुमचा राजीनामा मंजूर होऊ नये म्हणून आम्ही दबाव आणणार आहोत. तुम्ही आमच्याबरोबर चला. गाडीत आपण चर्चा करू.''

सदानंद कांबळे त्यांच्या आग्रहाला बळी पडले होते आणि त्यांच्या गाडीत जाऊन बसले होते. सर्वांचे चेहरे फुलले होते. गाडी स्टार्ट झाली होती. बाबासाहेब आंबेडकरांच्या पोवाड्याची सी. डी. सुरू झाली होती. सर्वजण भीममय झाले होते. निळा झेंडा फडकत होता. गाडी भरधाव वेगाने धावत होती. ''साहेब तुम्ही आतून जोर लावा. आम्ही बाहेरून जोर लावतो. आपल्या हातातली सत्ता जाऊ द्यायची नाही. आपण गोंधळ घालू. जातीयवाद्यांना उघडे पाडू.'' कार्यकर्ते उत्साहाने बोलत होते. ड्रायव्हर मात्र सूचना दिल्याप्रमाणे गाडी चालवत होता. गाडीने आपला रस्ता बदलला होता. कार्यकर्त्यांनी निळ्या टोप्या काढून डिकीत फेकल्या होत्या. गाण्याची सी. डी. ही बदलली होती. हिंदी सिनेमाच्या गाण्याची सी. डी. लावली होती. ''इकडं कुठं?'' सदानंद कांबळेंनी ओरडून विचारलं होते. ''पत्रकारांना बैठकीची माहिती मिळू नये म्हणून बैठकीची जागा बदलली आहे.'' म्होरक्याने खुलासा केला होता. सदानंद कांबळेंना त्याच्या बोलण्याचा संशय आला होता. गाडी वेगाने पुढे जात होती.

''मला कसं कळवलं नाही?''

''कोणालाच कळवलं नाही. हे गोपनीय ठेवलं आहे. म्हणून तर आम्ही तुमच्याकडे आलो ना.''

''बैठकीची वेळ निघून चालली आहे.''

''तुमच्याशिवाय बैठक कशी होईल?''

''तुम्ही मला कुठे नेत आहात?''

''बैठकीला. आपण बैठकीत बसू. घेऊ.''

''तुम्ही माझं अपहरण केलं आहे.''

''आमच्याबरोबर दोन पेग घ्या. तुमच्या आवडीचा ब्रँड आणलाय. आम्ही

तुम्हाला घरी सोडून देतो. काळजी कसली करता?"

"गाडी थांबवाऽऽ"

ड्रायव्हर गाडी थांबवत नव्हता. सदानंद कांबळे हताश झाले होते. गाडीतल्या कार्यकर्त्यांनी कपाळावरचा निळा गुलाल पुसला होता. म्होरक्याने व्हिस्कीची बाटली बाहेर काढली होती. बिसलिरी पाण्याच्या बाटल्या आणि पेगही बाहेर काढले होते. सर्वांनी चिअर्स केलं होतं. सदानंद कांबळे आणि ड्रायव्हर वगळता सर्वजण पेग घेत होते. सदानंद कांबळेला त्यांनी फसवलं होतं. ते सर्वजण माणिकचंदचे हस्तक होते.

गाडीने यू टर्न घेतला होता. गाडी परतीच्या प्रवासाला लागली होती. त्यांना सदानंद कांबळेला सोडून द्यायचं होतं. रात्र झाली होती. गाडी सदानंद कांबळेंच्या बंगल्याकडे जात होती.

गाडी रस्त्यावरच थांबली. सदानंद कांबळे गाडीतून उतरले. सर्वांनी त्याला 'जय भीमऽ' केलं आणि गाडी वेगाने निघून गेली. सदानंद कांबळे पराभुतासारखे आपल्या घराकडे निघाले होते.

❑ ❑ ❑

कलशट्टीने वस्तीतल्या लोकांचं मन जिंकण्यासाठी सामुदायिक विवाह सोहळा आयोजित करण्याचे ठरवले होते. त्याची बलशेटवारबरोबर स्पर्धा सुरू झाली होती. वस्तीतल्या उपवर मुला-मुलींच्या पालकांना भेटून त्यांना सामुदायिक विवाहाचे महत्त्व पटवून दिले जात होते. सामुदायिक विवाहाचा खर्च स्वत: कलशट्टी करणार असल्याने पालकही स्वखुषीने तयार होत होते. वस्तीतल्या उपवर मुला-मुलींसाठी स्थळे पाहण्याच्या कार्यक्रमाला वेग आला होता. पालकांनी धावपळ सुरू केली होती. लग्न होणार म्हणून तरुणवर्ग खुष झाला होता. मतदारांना आकर्षित करण्यासाठी कलशट्टीने हा उपक्रम निवडला होता.

कलशट्टीने लग्नं जुळवण्यासाठी आसपासच्या गावी माणसं पाठवली होती. सामुदायिक विवाहासाठी वधू-वर नोंदणी सुरू झाली होती. कलशट्टीला कार्यक्रम यशस्वी करायचा होता. त्याने बलशेटवारला शह देण्यासाठी ह्या कार्यक्रमाला माणिकचंद आणि गोपीचंदला निमंत्रित करण्याचे ठरवले होते. बलशेटवारची पाचावर धारण बसली होती. कलशट्टीला अधिकाधिक सामुदायिक विवाह लावायचे होते. विवाहाची तिथी जशी जवळ येत होती तसतसा कलशट्टी उत्तेजित होत होता.

सावित्रीबाई फुले न्यू इंग्लिश स्कूलमधील काही विद्यार्थिनींची नावे सामुदायिक विवाहासाठी नोंदली होती. ह्या मुली कायद्याने सज्ञान नव्हत्या. रमा बाबरने अशा

बालविवाहांना विरोध दर्शवला होता. सामुदायिक विवाहांची संख्या वाढविण्यासाठी लोकांना आमिषे दिली जात होती. कोणी ऐकत नसेल तर त्याला धमकावलं जात होतं. ह्या सोहळ्याची जोरदार चर्चा सुरू झाली होती. "अठरा वर्षांपेक्षा कमी वयाच्या मुलींचे लग्न करता येणार नाहीत. हा कायद्याने गुन्हा आहे. इतक्या लहान वयात लग्न करणे आरोग्याच्या दृष्टीने अयोग्य आहे." ह्या विद्यार्थिनी बारा ते पंधरा वर्षे वयोगटातल्या होत्या. त्यामुळे रमा बाबरच्या विरोधाला कायद्याचा आधार मिळाला होता. रमा बाबर प्रत्येकाच्या घरी जाऊन पालकांना कायद्याची भूमिका समजावून सांगत होती. वस्तीतले लोक विचलित झाले होते. त्यामुळे कलशट्टी अडचणीत सापडला होता. बलशेटवारला ह्याचा आसुरी आनंद होत होता. रमा बाबर आपल्या विद्यार्थिनींचे मन वळवण्यात यशस्वी झाली होती. मुलींचे आई-वडील मात्र कलशट्टीची बाजू घेत होते. "लग्नाचा खर्च फुकट होतोय. पोरी हाताला आल्यात. आज ना उद्या त्यांची लग्नं होणारच आहेत. पुन्हा पोरगं कुठं शोधत फिरायचं? आम्हाला आमच्या पोरी उजवायच्या आहेत." प्रत्येक पालकाकडून ठरावीक उत्तरं मिळत होती.

"बालविवाह हा कायद्याने गुन्हा आहे. लग्न मंडपात पोलीस येऊन अटक करू शकतात." रमा बाबर.

"पोलिसांना भाई बघून घेईल." मुलींचे पालक.

रमा बाबर सामुदायिक विवाह सोहळ्यात विघ्न निर्माण करत आहे ह्याची कलशट्टीला चीड आली होती. बलशेटवारने अफवा पसरवून कलशट्टी आणि रमा बाबर ह्यांच्यात तेढ वाढवली होती. आगीत रॉकेल ओतलं जात होतं. कलशट्टीची दयनीय अवस्था झाली होती. वधू-वरांचे आई-वडील कलशट्टीला येऊन भेटत होते. आपल्या अडचणी मांडत होते. कलशट्टी सर्वांना धीर देत होता. बलशेटवार गँग सक्रिय झाल्यामुळे कलशट्टीची डोकदुखी वाढली होती. सामुदायिक विवाहाचा बार फुसका ठरणार अशी चर्चा सुरू झाली होती. मुलींचे वडील कलशट्टीला भेटून माघार घेत होते. "मुलीचे एकदा लग्न मोडलं तर तिला पुन्हा कोणी करून घेणार नाही. तिला बट्टा लागेल. लग्नाचा खेळ करू नका. सामुदायिक विवाह सोहळा रद्द करा. आमच्या तोंडाला काळं फासू नका. काही वाईट घडले तर आम्ही जीव देऊ." पालकांची मानसिकता खचली होती. कलशट्टीने आतापर्यंत पाण्यासारखा पैसा खर्च केला होता. त्यामुळे तोही मागे हटायला तयार नव्हता. त्याने हा प्रश्न आपल्या प्रतिष्ठेचा केला होता. "रमा बाबर तुमच्या घरी आली की मला निरोप पाठवा. मी तिची समजूत घालतो." कलशट्टी गँगमध्ये संभ्रमाचे वातावरण निर्माण झाले होते.

"सामुदायिक विवाह सोहळा रद्द करण्याऐवजी पुढे ढकलू या."

"सामुदायिक विवाह सोहळा रद्द करायचा नाही. दोन लग्नं लागली तरी हरकत

नाही. माघार घ्यायची नाही.''

''सामुदायिक विवाह सोहळा यशस्वी होऊ शकतो. फक्त पोलिसांनी हस्तक्षेप करू नये.''

''पण ह्या बाईचं काय बिघडतंय? लग्न करणारे तयार आहेत. सोहळा रद्द झाला, तर बाईचे धाडस वाढेल. काही करून तिचा आवाज बंद केला पाहिजे.''

कलशट्टी येईल त्या प्रसंगाला तोंड देण्याची तयारी करत होता. त्याला हा सोहळा यशस्वी करून दाखवायचा होता. सोहळ्याची पूर्वतयारी सुरू झाली होती. माणिकचंद आणि गोपीचंदचा होकार घेऊन पत्रिका छापायला टाकायची होती. लोक कामाला लागले होते. 'कलशट्टी चांगलं काम करत आहे. त्याला विनाकारण विरोध केला जात आहे.' अशी लोकांत सहानुभूतीची लाट निर्माण झाली होती.

□ □ □

''ब्राह्मण समाज बदलतो आहे. तुम्ही बदलणार नाही का? कोणताच धर्म हा द्वेष शिकवत नाही. ममत्त्व, परोपकार शिकवतो. आज काळाचं भान ठेवून ब्राह्मण समाज बदलतो आहे. मात्र, अलीकडे ब्राह्मण समाजावर निराधार टीका होते आहे. ब्राह्मणांना आणखी किती झोडपणार? समाज सुधारणेच्या प्रक्रियेत ब्राह्मण आघाडीवर होते. ह्याची कल्पना ब्राह्मणेतरांना आहे की नाही? ब्राह्मणांवर टीका करताना सारासार विवेकाला फाटा दिला जातो.'' विश्वनाथ कुलकर्णी सात्त्विक संतापाचा आव आणून आपल्या मनातील खदखदणारा असंतोष व्यक्त करत होते. दलितांच्या सान्निध्यात राहताना त्यांची जी घुसमट झाली होती ती ते व्यक्त करत होते. काशिनाथ पोळके आणि सिद्धार्थ पगारेनी त्यांच्या ब्राह्मण्यावर अनेक वेळा निर्घृण प्रहार केले होते. विश्वनाथ कुलकर्णी आज प्रथमच ब्राह्मणांचा कैवार घेऊन ब्रह्मांडगर्जना करत होते. त्यांच्या मनात साचलेलं असमाधान मोकळेपणे व्यक्त होत होते. काशिनाथ पोळके आणि सिद्धार्थ पगारे त्याला निरुत्तर करत होते.

''ब्राह्मण आणि महारात ममत्त्व आहे का? ब्राह्मण महारावर परोपकार करतो का? ब्राह्मण समाज बदलतो म्हणजे काय? ब्राह्मण पुरुषाने जीन वापरणे आणि ब्राह्मण स्त्रियांनी स्लिव्हलेस वापरणे म्हणजे बदल झाला का? ब्राह्मण समाज हिंदू समाजाचे बौद्धिक नेतृत्व करतो. त्याच्यावर टीका होते. ब्राह्मणांनी मंदिरातून समाज परिवर्तनाचा विचार कधी सांगितला का? जातिभेद मोडण्याचे कार्य हे राष्ट्रीय कार्य आहे. मग ब्राह्मणांनी ह्या कार्याला आरंभ का केला नाही? त्यांनी प्राचीन काळापासून चालत आलेले वर्चस्वाचे हक्क सोडून देऊन स्वार्थ

त्यागाचा कित्ता का घालून दिला नाही? लोकांना अंधश्रद्धेत अडकवलं जात आहे. अंधश्रद्धा हीच हिंदुत्ववाद्यांची खरी ताकद आहे.'' काशिनाथ पोळके.
''तू भगवद्‌गीता वाचली आहेस का?'' विश्वनाथ कुलकर्णी.
''मी कशाला वाचू भगवद्‌गीता? तू वाच. मला काय त्याचं? मी काहीही वाचेन. कोणत्याही धर्माचे पालन करेन. तुम्ही तुमचा धर्म सांभाळा. तुम्ही गीता वाचा. वेद वाचा. आणखी काही वाचा. त्यात आमचा काय फायदा? तुम्ही भगवद्‌गीता वाचा. ती तुमची संस्कृती आहे. तू वेदाचे तुकडे करून मला खायला दे. मी खातो.'' काशिनाथ पोळके.
''हे काय बोलतोयस तू?'' विश्वनाथ कुलकर्णी
''होय ना? एक माणूस गुणाने ब्राह्मण होतो आणि दुसरा अस्पृश्य. मी अशा गुण व्यवस्थेच्या विरोधात आहे. गुणाने ब्राह्मण झालेली अशी किती उदाहरणे आहेत? एक तरी सांग. तपश्चर्या करणाऱ्या शंबूकाचं शीर का उडवलं? शिकू इच्छिणाऱ्या एकलव्याचा अंगठा का कापला? राज्य घटना लिहिणाऱ्या बाबासाहेब आंबेडकरांच्या पुतळ्याची आजही विटंबना का होते? सांग, गुणाने माणूस ब्राह्मण कसा होईल?'' सिद्धार्थ पगारे.
''राष्ट्र एकसंध ठेवण्यासाठी व्यापक विचार करावा लागेल. संकुचित वृत्ती सोडावी लागेल.'' विश्वनाथ कुलकर्णी.
''ब्राह्मणांना राष्ट्र एकसंध ठेवण्याची गरज का वाटते? आम्हाला भविष्याची काडीमात्र चिंता वाटत नाही. आम्ही रस्त्यावरची माणसं आहोत. ज्यांना भवितव्याची चिंता वाटते त्यांनी अखंडतेचा विचार करावा. सवर्णांना सुरक्षित ठेवण्यासाठी देशाचं अखंडत्व महत्त्वाचं आहे का? ह्या अखंड भारतात आमच्या रोजच झोपड्या जाळल्या जातात. त्याचं काय?'' काशिनाथ पोळके
''असा विचार केला, तर पुढल्या काळात इस्लाम धर्म वाढेल.'' विश्वनाथ कुलकर्णी.
''ही तुमची समस्या आहे. आमची नाही. जातीव्यवस्था नष्ट करा नाही तर आणखी बळकट करा. आमचे त्याच्याशी काही देणे-घेणे नाही. तुम्हाला जातीव्यवस्था मोडायची असेल तर हिंदू धर्म सोडा. आपोआप जातीव्यवस्था संपेल. मॉस्को, न्यूयॉर्क, पॅरिसमध्येही सर्वांना सर्व प्रकारची कामे करावी लागतात. तिथं आपल्या सारखी जातीव्यवस्था नाही.'' सिद्धार्थ पगारे.
''हिंदुत्ववादी संघटनांनी जगभरातून पैसे उकळण्याचा राजरोस धंदा चालवला आहे. डॉलर्स, स्टर्लिंग, पौंड, युरो अशा परकीय चलनाची गंगाजळी संघप्रणीत संस्थांनी जमा केली आहे. भूखंड खरीदणे, इमारती बांधणे, संगणकीय यंत्रणा

उभी करणे, कार्यकर्त्यांना मोबाईल देणे ह्यावर पैसा खर्च केला जात आहे. बेभान धर्मवादाचा प्रचार करणे, मुस्लिम-ख्रिश्चनांविषयी द्वेष पसरविणे, धार्मिक व जातीय दंगली घडवून आणणे ह्यासाठी पैसा वापरला जात आहे. अशा संघटनांवर बंदी घातली पाहिजे.'' काशिनाथ पोळके.

''मुस्लिम अतिरेक्यांचं काय?'' विश्वनाथ कुलकर्णी.

''अतिरेकी कुठलेही असोत त्यांना चिरडलेच पाहिजे.'' काशिनाथ पोळके.

''जातीचा उल्लेख केला तर अॅट्रोसिटी दाखल करता. मग आरक्षणासाठी जातीचे प्रमाणपत्र का मागता? तुम्ही जातीचे फायदे का घेता? राखीव जागांमुळे जाती मोडत नाहीत. त्या बळकट होत आहेत.'' विश्वनाथ कुलकर्णी.

''राखीव जागा ह्या सामाजिक न्यायासाठी आहेत. जातीवाद वाढवण्यासाठी नाही. ह्यामुळे जातीव्यवस्था बळकट होण्यापेक्षा खिळखिळी होत आहे. राखीव जागा न भरणे, अनुशेष न भरणे, दलितांना अधिकार न देणे ही नवीन अस्पृश्यता आहे. अस्पृश्यता निवारणाचा मार्ग म्हणजे सार्वजनिक व्यवस्था सर्वांना खुल्या करणे हाच आहे.'' काशिनाथ पोळके.

''आपल्यात संवादहीनता आहे. त्यामुळेच हे प्रश्न बिकट झाले आहेत. हेच बघ ना, कुराण-बायबल वाचण्याचा अधिकार कोणालाही आहे. शिवाय हे धर्मग्रंथ अत्यंत स्वस्त दरात विकत मिळतात. ह्या उलट हिंदू धर्मग्रंथांचे आहे. ब्राह्मण वगळता इतर कोणालाच वेद वाचता येत नाहीत. शिकता येत नाहीत. बहुजन समाजाचे अज्ञान ही ब्राह्मणाची मोठी ताकद आहे. बहुजन समाज ब्राह्मण समाजाचा फुकटचा रखवालदार आहे. ब्राह्मण समाज बहुजन समाजाला धर्माचे अधिकार देत नाही. वेद वाचू देत नाही. मंदिरात पूजा करू देत नाही. मंत्र म्हणू देत नाही. फक्त मुसलमानांची भीती दाखवतो आणि त्यांच्याशी शत्रुत्व करण्याचे आवाहन करतो. हिंदू धर्माचे सर्व धर्मग्रंथ ब्राह्मणांनी लिहिले आहेत कारण इतरांना लिहिण्याचा आणि शिकण्याचा अधिकारच नव्हता. ब्राह्मणांनी स्वतःचे स्थान धर्मग्रंथांमध्ये वरचे ठेवले आहे आणि इतरांना कस्पटासमान लेखले आहे. मंदिरात जमा होणारा पैसा हा बहुजन सामाजाचा आहे. हा पैसा ब्राह्मणांना मिळतो. बहुजनांच्या विरोधात काम करणाऱ्या ब्राह्मण संघटनांना आम्ही रसद पुरवतो. देवळे म्हणजे भिक्षुकशाहीच्या जन्मसिद्ध वतनी जहागिऱ्याच आहेत. बहुजन समाजाला प्रगती करायची असेल, तर सर्व देवळे ब्राह्मणांच्या ताब्यातून मुक्त करावी लागतील.'' सिद्धार्थ पगारे.

विश्वनाथ कुलकर्णींची मती गुंग झाली होती. पुराण काळात धडावेगळे केलेले शंबूकाचे शीर बोलायला लागले आहे. वामनाने भूमीत गाडलेला बळी भूमी

फाडून वर आला आहे. एकलव्याच्या हातावर शस्त्रक्रिया करून त्याच्या तुटलेल्या अंगठ्याचे रोपण केले आहे. पुराणातल्या ह्या घटना जाग्या झाल्या आहेत. त्यांना प्रतिशोध घ्यायचा आहे. ते सांस्कृतिक सूडाची भाषा बोलत आहेत. विश्वनाथ कुलकर्णी किंकर्तव्यमूढ झाला होता. एक तर देशाचे संविधान बदलावे लागेल नाही, तर मुकाट्याने ब्राह्मणांना बदलावे लागेल हे अंतिम सत्यशोधन त्यांनी केले होते. त्यांचा चेहरा बडा इंद्रजालसारखा दिसत होता.

□ □ □

कलशट्टी माणिकचंद आणि गोपीचंदाला सामुदायिक विवाह सोहळ्याचं निमंत्रण द्यायला निघाला होता. माणिकचंदने कलशट्टीला भेट नाकारली होती. गोपीचंदने कलशट्टीला भेट दिली होती. त्याला रस दिला होता. कलशट्टी प्रथमच कारखान्यात आला होता. तो भारावला होता. त्याने गोपीचंदला सामुदायिक विवाह सोहळ्याचं निमंत्रण दिलं होतं.

"मी कार्यक्रमाला आलो असतो, पण ह्या दिवशी महत्त्वाची बैठक आहे. ह्या वेळी शक्य नाही. मी पुढं कधी तरी येईन."

"तुम्ही आला असता तर बरे झाले असते."

"तू बालविवाह लावत असल्याची चर्चा आहे. कायदेशीर कटकटी निर्माण होऊ शकतात. ह्यावर उलटसुलट छापून येऊ शकतं. तू दुसरा पाहुणा बघ."

"ऐनवेळी कोण येईल? तुम्ही येणार म्हणून स्वागताची जय्यत तयारी केली होती."

"मी दुसऱ्या कार्यक्रमाला येईन."

"तुम्ही आम्हाला नाराज केलं आहे. आम्ही आता कोणाकडे जावं?"

"तू स्वामी राघवेंद्रांना बोलव. ते येतील. बालविवाहाला विरोध करण्याचे काहीच कारण नाही. हिंदू धर्मात ढवळाढवळ करणे चुकीचे आहे. मुसलमान चार बायका करतात. रमा बाबरला त्यांना विरोध करायला सांग. ऊठसूठ प्रत्येकजण हिंदू धर्मावर टीका करतो. स्वामी राघवेंद्रांना हात लावण्याची कोणाची हिंमत होणार नाही. त्यांच्या केसालाही धक्का लागला तरी हजारो हिंदू खवळून उठतील."

कलशट्टीला गोपीचंदची सूचना अत्यंत उपयुक्त वाटली होती. "हे आपल्याला आधीच कसं सुचलं नाही?" कलशट्टी स्वत:लाच दोष देत होता. त्याला संकट काळात बाहेर पडण्याचा मार्ग सापडला होता. तो स्वामी राघवेंद्रांकडं निघाला होता. त्याला

स्वामी राघवेंद्रांचा होकार घेऊन लग्नपत्रिका छापायला द्यायची होती. कमी वेळात खूप काम करायचं होतं.

गरिबी हटाओ झोपडपट्टीतील लोकांची मनं जिंकण्यासाठी कलशट्टी जीवाचं रान करत होता. सन १९९५ पूर्वी टाकलेल्या झोपड्या कायम करण्यात आल्या होत्या. अशा झोपडपट्टीधारकांना मतदानाचा अधिकार मिळाला होता. त्यामुळं वस्तीला राजकीय महत्त्व प्राप्त झालं होतं. राजकारण म्हणजे महाकाय उपद्व्याप. एका जागेचा समुद्र दुसऱ्या जागी हलवणे. लोकांना एक मिळाले की दुसरे मागतात. लोकांच्या मागण्या संपत नाहीत. मग लोकांचा अनुनय करणं एवढाच राजकारणाला अर्थ उरतो. कलशट्टी भरधाव वेगाने स्वामी राघवेंद्रांकडे निघाला होता. त्याचा विचार करण्याचा वेगही वाढला होता. ह्यापूर्वी त्याने कधी इतका विचार केला नव्हता. आव्हानं आली की माणूस अंतर्मुख होतो. विचार करू लागतो. अन्यथा तो कोरडाच उरतो.

"हा खूप देवाच्या मागं लागलाय."

"स्वामी राघवेंद्रांनी त्याला नादाला लावलंय."

"ह्याला गावाबाहेर हुसकावलं होतं. आता त्याचं गावात येणं वाढलंय."

"सध्या बदमाष लोकांना चांगले दिवस आलेत."

"झोपडपट्टीतल्या गरीब लोकांच्या मुंड्या मोडून ह्याने चिक्कार पैसा कमवला आहे."

"झोपडपट्टी म्हणजे गुंडांसाठी निर्माण केलेले अभयारण्यच. गुंडांची जगातली संख्या कमी होऊ नये म्हणून झोपडपट्टीत दुर्बल लोकांची भरती केली आहे. ह्या दुर्बलांचं रक्त शोषून झोपडपट्टी दादा जगत असतो. जगातली ही दुर्मिळ जमात नष्ट होऊ नये म्हणून आपण प्रयत्न केले पाहिजेत. कारण ही जमात लोकांकडून खंडणी वसूल करून वरच्यांना हप्ते वाटत असते."

फुलवाली, कॅसेटवाला, चहावाला, रिक्शावाला, फळवाला, नारळवाला ह्यांच्यात कुजबुज चालू होती. मंदिरात जाणाऱ्या-येणाऱ्यांवर त्यांची नजर होती. मंदिराच्या वाटेवर दुतर्फा असलेली दुकानांची रांग म्हणजे मंदिरावर बसवलेला रडार यंत्रणाच होती. ह्या दुकानदारांमध्ये हेमा पंडितविषयीही बहारदार चर्चा रंगत होती. हेमा पंडितचा चेहरा मंदिरात जाताना कसा होता, येताना कसा होता, ती मंदिरात किती मिनिटे, किती सेकंद थांबली, जाताना गजरा होता, येताना गजरा नव्हता, आज खुषीत आहे, आज चेहरा पडलाय, दोघांचं भांडण झालं वाटतं अशा टोमण्यांचा पाऊस पडत होता.

"देवाला हार घ्याऽ"

"गाईला गवत घ्याऽ"

"चपला इथं ठेवा."

दुकानदार, गवत विकणाऱ्या स्त्रिया, भाविक आणि भिकारी ह्यांची गर्दी ओलांडत कलशट्टी पुढे जात होता. त्याला स्वामी राघवेंद्रांचा होकार मिळवायचा होता. त्यांच्या एका होकाराने त्याचे सर्व प्रश्न सुटणारे होते. कलशट्टी अवेगाने स्वामी निवासाच्या पायऱ्या चढत होता. त्याला हेमा पंडितच्या चपला दिसल्या. तो जागच्या जागा अडखळला. स्वामी निवास मधून हेमा पंडितचं रडणं ऐकू येत होतं. ''पोलिसांकडे केलेल्या तक्रारीत माझं नाव असेल, तर माझी राजकीय कारकीर्दच संपुष्टात येईल. निवडणुका ऐन तोंडावर आल्या आहेत. विरोधकांना आयते कोलित हाती सापडेल. माझी बदनामी होईल. माझ्यापेक्षा तुमचं नाव मोठं आहे. माझ्यामुळे तुमची अप्रतिष्ठा होईल. मला ह्याचा त्रास होतोय.'' हेमा पंडितचे उसासे बाहेरपर्यंत ऐकू येत होते. कलशट्टी जागच्या जागी थबकला होता. कलशट्टी स्वामी निवासजवळून माघारी वळला. त्याला पुढे जाण्याचे धाडस झाले नाही. तो मंदिरात गेला. त्याने आपल्या मनातून लोकसंख्येला हुसकावून लावलं. त्याचं मन निर्मनुष्य झालं. त्याला शिवापुढे बसलेले असंख्य नंदी दिसले. नंदी एका सुरात रवंथ करत होते. त्यांची रवंथ त्यांची महाकाय निष्ठा बनली होती. त्याला हजारो सर्प दिसले. शिवाच्या गळ्यातील हार बनण्यासाठी त्यांच्यात जीवघेणी स्पर्धा सुरू होती. ''सगळीकडे राजकारण आहे.'' म्हणत तो गोमुखातून बाहेर पळालेल्या उंदरासारखा मंदिराबाहेर आला. त्याला मंदिराबाहेर पडणारी पाठमोरी हेमा पंडित दिसली. तो धावत स्वामी निवासजवळ गेला. स्वामी राघवेंद्र डोळे झाकून शांत बसले होते. कलशट्टीने पाठीमागे वळून पाहिले. त्याला बेलाच्या झाडावरून उडी मारणारे वानर दिसले. तो पुढं झाला.

''येऊ का?''

''ये ऽ ये ऽ काय काम काढलंस?''

''कार्यक्रमाचे निमंत्रण घेऊन आलोय. आम्ही सामुदायिक विवाह सोहळा आयोजित करत आहोत. ह्या कार्यक्रमाला आपण प्रमुख पाहुणे म्हणून यावे, अशी आमच्या लोकांची इच्छा आहे. आपण येऊन वधू-वरांना आशीर्वाद द्यावा.''

''कधी कार्यक्रम आहे.''

''तुमच्या सोयीनं तारीख ठरवेन. पुढच्या आठवड्यात शक्य होईल?''

''ठीक आहे. मी येईन.''

''तुमचे उपकार झाले.''

''ह्यात कसले उपकार? आपलं आयुष्य लोकांसाठी आशीर्वादासारखं असलं पाहिजे. शापासारखं नाही. कार्यक्रमांची प्रसिद्धी करा. सामुदायिक विवाह ही काळाची गरज आहे.''

''ते होईल.''

"किती विवाह होतील?"

"अनेक जणांनी नावनोंदणी केली आहे. आता तुम्ही येणार म्हटले की ही संख्या वाढेल. मी निघतो आता. कार्यक्रम पत्रिका छापायला द्यायची आहे."

"थांब ऽ घाई आहे का?"

"नाही. तुमचा वेळ महत्त्वाचा आहे."

"बस्स."

"एक बोलू का?"

"बोल."

"दामोदर पोतदार विकास आघाडीच्या कार्यकर्त्यांना भेटून तुमची बदनामी करत आहे. रमा बाबरला भेटून तुमच्याविरुद्ध पोलिसांत केलेल्या तक्रारीची झेरॉक्स प्रत दिली आहे. रमा बाबर, काशिनाथ पोळके, सिद्धार्थ पगारे तुमच्याविरुद्ध आघाडी उघडणार आहेत. मी तुम्हाला निमंत्रित करणार आहे म्हणून त्यांनी सामुदायिक विवाह सोहळ्यात विघ्न आणण्याचा प्रयत्न चालवला आहे."

"मी आहे तुमच्या पाठीशी. काळजी करू नकोस."

"तुम्ही दामोदर पोतदारवर विश्वास ठेवू नका."

कलशट्टी जाणूनबुजून स्वामी राघवेंद्रांच्या जखमेवरील खपली काढत होता. स्वामी राघवेंद्रालाही कोणाजवळ तरी मोकळं व्हायचं होतं; पण ते आपली वेदना कोणापुढे बोलून दाखवत नव्हते. मेणबत्ती वितळावी तसं त्याची वेदना वितळली होती. स्वामी राघवेंद्र एकदाचे बोलू लागले होते.

"मला त्याचा खूप त्रास होतोय, पण हे सांगायचं कोणाला? त्याचं तोंड कसं बंद करावं हे कळत नाही. मी व्यथित झालो आहे. माझा सगळा वेळ धर्म चिंतनात गेला पाहिजे, पण आज मला दामोदर पोतदारच्या उपद्व्यापाचा विचार करावा लागतो आहे."

"दामोदर पोतदारनेच वेद अध्ययन केंद्राच्या जागेविरुद्ध दलितांनी चळवळ करावी म्हणून त्यांचे कान भरले आहेत."

"ह्या सैतानाविरुद्ध मी काय करू?"

"मी करतो त्याचा बंदोबस्त."

"तूच मला ह्या कामी मदत करू शकतोस."

स्वामी राघवेंद्र जागेवरून उठले होते. त्यांनी आतल्या खोलीत जाऊन नोटांचे बंडल आणले होते. "हे घे. सामुदायिक विवाह सोहळ्याला माझी मदत असू दे." स्वामी राघवेंद्रांनी कलशट्टीच्या हातात नोटा कोंबल्या होत्या. कलशट्टीला गुप्तधनाचा साठा गवसल्याचा आनंद झाला होता. त्याला आतून गुदगुल्या होत होत्या. स्वामी

राघवेंद्रांची वेदना कापुरासारखी जळत होती.

मंदिरात चातुर्मास पूजेची तयारी चालली होती. स्वामी राघवेंद्र पूजेसाठी मंदिराकडे निघाले होते. ते स्वामी निवासाच्या पायऱ्या उतरत होते. कलशट्टी त्यांच्यामागे सावली- सारखा चालला होता. 'माझ्या मार्गातला हा काटा काढ.' स्वामी राघवेंद्रांचा आवाज विजेसारखा कडाडला होता. वानरांच्या धुमाकुळामुळे बेलाच्या झाडाची फांदी तुटून खाली पडली होती. शिवालयाच्या प्रांगणातील गायी हंबरत होत्या; पण त्यांचं हंबरणं मंदिरातल्या नंदीला ऐकू जात नव्हतं. क्षणाक्षणाला आपल्या डोक्यावर कोणीतरी नारळ फोडत आहे असा कलशट्टीला भास होत होता. कलशट्टीने स्वामी राघवेंद्रांनी दिलेल्या नोटांचे बंडल चाचपून पाहिले होते. पूजेसाठी मंदिरात अनेकांनी हात जोडले होते. कलशट्टीनेही हात जोडले होते.

स्वामी राघवेंद्र कुंभाभिषेक करत होते. महादेव माळीच्या अंगावरून घाम निथळत होता. गाभारा धुपाने भरला होता. भाविक रांगेतून पुढे सरकत होते. रांगेतल्या भाविकांच्या चर्चा चालू होत्या. कलशट्टी प्रथमच ह्या रांगेत दर्शनासाठी उभा होता.

> ''आमच्या बहिणीच्या मुलीच्या हृदयाला जन्मत:च सुईच्या अग्राएवढे छिद्र होते. आम्ही पुण्या-मुंबईच्या दवाखान्यात दाखवलं. प्रत्येकाने शस्त्रक्रिया करण्याचा सल्ला दिला. गेल्या वर्षापासून आम्ही नियमितपणे ह्या मंदिरात येत आहोत. हृदयावर शस्त्रक्रिया न करता मुलगी बरी झाली. जे डॉक्टर शस्त्रक्रिया करा, एक लाख द्या म्हणत होते, आज तेच सांगतात शस्त्रक्रियेची गरज नाही. हे देवस्थान जागृत आहे.''

> ''मी डायबेटीक आहे. आज माझं वय सत्तर वर्षांचे आहे. माझे दात दुखत होते. अन्न चावताना त्रास होत होता. मी नियमितपणे मंदिरात येतोय. आज माझे दात दुखत नाहीत. चेहऱ्यावर तेज आलंय.''

> ''माझ्या शेजारी काजळे नावाचे नगरसेवक होते. ते नास्तिक होते. आम्ही त्यांना शिवमहिमेविषयी सांगायचो. ते आमची टर उडवायचे. शेवटी हार्ट अॅटॅकने गेले. आता त्यांची बायको नियमितपणे मंदिरात येऊ लागली आहे. ती मागे उभी आहे ना! तपकिरी साडीची.''

स्वामी राघवेंद्रांनी आर्थिक मदत केल्यामुळे कलशट्टी ताणमुक्त झाला होता. स्वामी राघवेंद्र कार्यक्रमाला येणार म्हणून तो हवेत तरंगत होता. कलशट्टी मंदिराबाहेर पडताना त्याला एका अपंग मुलाने लॉटरीचे तिकीट घेण्यासाठी विनवणी केली होती. कलशट्टीने उदार अंत:करणाने त्याच्याकडून लॉटरीचे तिकीट खरेदी केले होते. कलशट्टीला मंडप कॉन्ट्रॅक्टर आणि केटरर्सला अॅडव्हान्स द्यायचा होता. स्वामी राघवेंद्रांच्या होकारामुळे आणि आर्थिक मदतीमुळे त्याचे सर्व प्रश्न सुटले होते.

त्याने ईश्वराऐवजी दामोदर पोतदारचे मनापासून आभार मानले होते.

कलशट्टी गाडीकडं निघाला होता. दामोदर पोतदारने अचानक त्याची मागून मानगूट धरली होती. कलशट्टी भ्याला होता. ''काय रे, तुला सुपारी दिली का गोडबोल्यानी?'' दामोदर पोतदारच्या आवाजात उपरोध आणि उद्वेग व्यक्त झाला होता. ''कोण गोडबोले?'' कलशट्टीने आश्चर्याने विचारले होते. ''स्वामी राघवेंद्र गोडबोले'' दामोदर पोतदारने खणखणीत आवाजात सुनावले होते. कलशट्टीने दामोदर पोतदारच्या खांद्यावर हात टाकला होता. दामोदर पोतदारने त्याचा हात झटकला होता.

''दामोदर, गोडबोले तुझा घात करू शकतो. तू सावध राहा. त्याची बोलण्यात खोट आहे. मी तुझी सुपारी घेणार नाही. तू कडक भूमिका घे. तो घाबरेल. भित्रा आहे. तू भिलास की संपलास.''

''मी कशाला भीतो? पण तू मध्ये पडू नको.''

''माझ्यापासून तुला धोका नाही. झालं? पण माझं नाव गोडबोल्याला सांगू नकोस. माझ्याकडून तुला बातम्या मिळणार नाहीत.''

''ठीक आहे.''

दामोदर पोतदार माघारी वळला होता, तर कलशट्टी डाव जिंकल्याच्या आविर्भावात पुढं निघाला होता. त्यानं दामोदर पोतदारला यशस्वीपणे हाताळलं होतं. दामोदर पोतदार डुलत मंदिरात घुसला होता. कलशट्टी वाऱ्याच्या वेगाने वस्तीकडे निघाला होता.

सदाशिव मोरेनं कलशट्टीला हात दाखवून थांबवलं होतं. सदाशिव मोरेच्या चेहऱ्यावर भयाचं सावट पसरलं हातं. दंगलीत एखादी सिटी बस जळावी तसा त्याचा चेहरा दिसत होता. त्याची नजर काहीतरी अभद्र घडल्याचे संकेत देत होती. कलशट्टी हबकला होता.

''काय झालं रे?''

''तुला कळलं नाही का?''

''नाही. मी स्वामी राघवेंद्रांना भेटायला गेलो होतो.''

''माघारी फिर. पुढं गेलास तर मुडदा पडेल.''

''काय झालंय?

''बंटीने रमा बाबरचे दोन्ही हात छाटलेत. वस्तीत प्रचंड गोंधळ सुरू झाला आहे.''

कलशट्टीची हवाच निघून गेली होती. सामुदायिक विवाह सोहळ्याचा बोजवारा उडाला होता. कलशट्टीच्या डोळ्यांत पाणी तरळलं होतं. तो दिशाहीन झाला होता. सदाशिव मोरे निघून गेला होता. रमा बाबरचे हात छाटल्याचा सर्वांत जास्त आनंद

बलशेटवारला झाला होता. कलशट्टी ह्या प्रकरणात गाळात जाईल आणि आपली वाट मोकळी होईल ह्या विचाराने तो उत्तेजित झाला होता. कलशट्टी मात्र हवालदिल झाला होता. त्याला कोणीकडे जावे हे कळत नव्हते. तो गळाटला होता. "जेव्हा जेव्हा वस्तीबाहेर जावं तेव्हा तेव्हा काहीतरी वाईट घडतं." कलशट्टी स्वत:वरच चिडला होता.

रमा बाबरला शासकीय रुग्णालयात ॲडमिट केले होते. तिच्यावर शस्त्रक्रिया सुरू झाली होती. रुग्णालयाच्या परिसरात असंख्य कार्यकर्ते जमा झाले होते. पत्रकार, फोटोग्राफर, विविध वृत्तवाहिन्यांचे प्रतिनिधी आणि पोलिसांनी गर्दी केली होती. राहुल बनसोडे, याकूब शेख, चंद्रकांत अंभोरे, पंडित कानडे आणि गौतम गांगुर्डे गर्दीत उभे राहून कार्यकर्त्यांबरोबर चर्चा करत होते. सर्वांच्या चेहऱ्यांवर उग्र ताण दिसत होता. अनेक दलित स्त्रिया आक्रोश करत होत्या. विश्वनाथ कुलकर्णी लोकांना घडलेल्या घटनेची माहिती देत होते.

रमा बाबर आणि विश्वनाथ कुलकर्णी बाल विवाहाच्या विरोधात पालकांचं मन वळवत होते. "रमा बाबरने आमचं मन वळवण्याऐवजी कलशट्टीचे मन वळवावे." अशी सूचना काही जणांनी केली होती. त्यामुळे रमा बाबर कलशट्टीच्या घराकडे निघाली होती. रमा बाबरला पाहून कलशट्टी गँग बिथरली होती. रमा बाबर काही बोलण्याच्या आतच बंटी अश्लील भाषेत रमा बाबर बरोबर वाद घालू लागला होता. "तू तुझी शाळा बघ. आम्हाला शाळा शिकवू नको. तुझी शाळा मला माहिती आहे. तुझी शाळा बंद कर, नाही तर तुझा भोसडा उदास करेन." बंटी उद्धटपणे बोलत होता. रमा बाबर त्याची असभ्य बेपर्वाई पाहून चिडली होती. तिने बंटीच्या थोबाडीत मारले होते. बंटी हादरला होता आणि तेथून पळून गेला होता. रमा बाबरचा आक्रमक पवित्रा पाहून बंटीचे सहकारी गर्भगळित झाले होते. "तुम्हाला आई-बहिणी नाहीत का? त्यांच्याशी असेच वागता? मी तुमच्याशी चांगल्या चार गोष्टी बोलाव्या म्हणून आले आणि तुम्ही माझी बेइज्जत करताय? बालविवाह हा गुन्हा आहे. ह्यापुढे तुमची गुन्हेगारी चालणार नाही." रमा बाबर त्वेषाने बोलत होत्या. सर्व गुंड खाली मान घालून उभे होते. इतक्यात बंटी धावत आला आणि त्याने रमा बाबरवर तलवार उगारली. रमा बाबरनी त्याला रोखण्यासाठी हात वर केला होता आणि बंटीने त्यांचा हात वरच्यावर छाटला होता. हे सगळं अचानक आणि अनपेक्षितपणे घडलं होतं. रमा बाबरच्या हाताचा पंजा तुटून जमिनीवर पडला होता आणि विश्वनाथ कुलकर्णींच्या अंगावर रक्ताच्या चिळकांड्या उडाल्या होत्या. बंटी पळून गेला होता. सर्व गुंड पसार झाले होते.

क्षणात सर्व वस्ती घटनास्थळी जमा झाली होती. प्रक्षुब्ध जमावाने बंटीचे घर फुंकले होते. कलशट्टीच्या घराचीही मोडतोड केली होती. वस्तीत गेले अनेक दिवस

उभे असलेले कलशट्टी आणि बलशेटवारचे कटआऊट जाळले होते.

"बालविवाहाला विरोध केला म्हणून समाजसेविकेचे हात छाटले गेले" ह्या बातमीने सगळा देश हादरला होता. सर्वच वृत्त वाहिन्यांवरून ही बातमी ब्रेकींग न्यूज म्हणून दाखवली होती. विश्वनाथ कुलकर्णींनी रमा बाबरचे तुटलेला पंजा प्लॅस्टिकच्या पिशवीत घालून दवाखान्यात नेला होता. "हातांवर यशस्वी शस्त्रक्रिया करता येईल." असा डॉक्टरांनी विश्वास व्यक्त केला होता. ही बातमी ऐकून शासनाने रमा बाबरला एक लाख रुपयांची मदत जाहीर केली होती. 'बाल विवाह रोखणे अशक्य आहे.' अशी प्रतिक्रिया मुख्यमंत्र्यांनी पत्रकारांसमोर व्यक्त केली होती. त्यावर विरोधी पक्षांनी टीकेची झोड उठवली होती. 'मुख्यमंत्री मुखदुर्बल आहेत. त्यांनी अशी नकारात्मक प्रतिक्रिया व्यक्त करायला नको होती. त्यामुळे समाजात चुकीचा संदेश जातो. समाज सुधारणेच्या चळवळी अडचणीत येतात. मग एखाद्या कार्यकर्तीचे हात छाटले जातात.' स्थानिक प्रशासनाने ही घटना पूर्ववैमनस्यातून झाल्याचे म्हटले होते. महिला आयोगाने ह्या घटनेची गंभीर दखल घेतली होती. "कारण काही का असेना. स्त्रीचे दिवसाढवळ्या हात छाटणे ही अमानुष घटना आहे. त्याची निंदा झालीच पाहिजे." पालकमंत्री रोहिदास नागदिवे ह्यांनी रमा बाबरच्या प्रकृतीची चौकशी केली होती. "गुन्हेगाराला तात्काळ अटक झाली पाहिजे" अशी दलित संघटनांनी एकमुखी मागणी केली होती.

गुन्हेगार मात्र फरार झाले होते.

□ □ □

अचलपूर-धरणगाव रोडवरील रोड लाईटच्या पोलना रंग देण्याचे काम सुरू झाले होते. ह्या रोडच्या दुतर्फा रोपण केलेल्या वृक्षांच्या लोखंडी कुंपणालाही रंग देण्यात येत होता. हा रंग हिरवा होता. रंग दिल्यामुळे ह्या रोडची शोभा वाढली होती. प्रत्येक वॉर्डात नवीन कामे सुरू झाली होती.

लोखंडी पोल आणि कुंपणाला दिलेला हिरवा रंग कुणाच्या तरी डोळ्यांत खुपला आणि वादंगाला सुरुवात झाली. हिंदूंनी हिरव्या रंगाला आक्षेप घेतला. "हा मुसलमानांचा अनुनय आहे. त्यांची मते मिळवण्यासाठी हिरवा रंग दिला जात आहे. आम्ही हे चालू देणार नाही." ही चर्चा गरिबी हटाओ झोपडपट्टीतही पोहोचली होती. इथे रंगांवरून एकदा दंगल झाली होती. लोखंडी पोल आणि कुंपणाला भगवा रंग देण्याची मागणी पुढे आली होती. शिवशक्तीच्या अति उत्साही कार्यकर्त्यांनी रंग देणाऱ्या मजुरांना मारहाण केली होती. हिरव्या रंगाचे डबे पालथे घातले होते.

काही ठिकाणी तर हिरव्या रंगावर डांबर फासला होता. लोकांच्या भावनांची कदर करण्यासाठी ग्रामपंचायतीने रंगकाम थांबवले होते.

रोडवर पालथे केलेले हिरव्या रंगांचे डबे अशरफ आणि अहमदने उचलून नेले होते. त्यांनी आपल्या दारांना हिरवा रंग दिला होता.

बंटी शिट्ट्या मारून कबुतरांना खाली बोलवत होता. कलशट्टी अस्वस्थ होऊन कबुतरांकडे पाहत होता. आगलावे गलोल घेऊन उभा होता. अखेर कलशट्टीची भीती खरी ठरली होती. बहिरा ससाण्याने कलशट्टीच्या आवडत्या काळ्या नरावर झडप घातली होती. कबुतराचे एक-दोन पंख हवेत तरंगू लागले होते. कबुतरे खाली आली होती. बंटी, आगलावे आणि कलशट्टी आरडाओरड करत होते. बहिरा ससाणा कबुतराला पकडून लिंबाच्या झाडावर जाऊन बसला होता. कलशट्टी आणि आगलावे झाडावर दगड फेकत होते. बंटी झाडावर चढत होता. त्यांचा गोंधळ पाहून झाडाभोवती अनेक लहान मुलं जमा झाली होती. तीही बहिरा ससाणा उडून जावा म्हणून ओरडत होती. बहिऱ्या ससाण्याच्या पंज्यातून कबुतराचा मृतदेह खाली पडला होता. कलशट्टीने धावत जाऊन कबुतराला उचलले होते. कबुतर मेल्याचे पाहून तो सुन्न झाला होता.

कलशट्टी चिडला होता. "बंटी, मी तुला अनेक वेळा सांगितलं होतं. कबुतरं सोडू नको म्हणून. बहिरा ससाणा आला आहे हे सांगूनही तू कबुतरे उडवलीस. तू माझं ऐकत नाहीस. आता ह्या पाखराला कोण जिवंत करेल?" कलशट्टीचा आवाज जड झाला होता. सर्वांनी मौन पाळलं होतं. सर्वजण गंभीर झाले होते. कलशट्टी मेलेलं कबुतर घेऊन घराकडे निघाला होता. त्याच्या मागून सगळी गर्दी चालत होती. वारे उलट्या दिशेने वाहत होते. जनावरांच्या कातड्याची दुर्गंधी वस्तीत पसरली होती.

झहिरा आणि बलशेटवार कारखान्याच्या गेटमधून बाहेर पडत होते. गेटवरले सिक्युरीटी गार्ड त्या दोघांकडे संशयाने पाहत होते. त्यांच्या नजरा झहिराचं वस्त्रहरण करत होत्या.

"काल रात्री ही गेस्ट हाऊसवर होती."

"बलशेटवारला तिकीट हवंय ना?"

सिक्युरिटी गार्डच्या नजरा चौकस झाल्या होत्या. झहिरा आणि बलशेटवारने रोड ओलांडले होते. रोडच्या पलीकडेही त्यांच्याकडे संशयाने पाहिलं जात होतं. घराघरांतून माना डोकावल्या जात होत्या.

□ □ □

अनधिकृत झोपडपट्टीवासीयांच्या मतदानाचा अधिकार काढून घ्यावा, ह्यासाठी काही सामाजिक संघटनांनी जनहित याचिका दाखल केली होती. ह्यामागे माणिकचंदचा हात होता. गरिबी हटाओ झोपडपट्टी त्याच्या डोळ्यांत सलत होती. सन १९९५ पूर्वीच्या झोपड्या कायम केल्या असल्या, तरी १९९५ नंतर टाकलेल्या असंख्य झोपड्या अनधिकृत ठरविण्यात आल्या होत्या. त्यामुळे गरीबी हटाओ झोपडपट्टीचे रहिवासी हवालदिल झाले होते. विकास आघाडीने आक्रमक पवित्रा घेतला होता. "काळ्या बाजारवाल्यांनी गगनचुंबी इमारती बांधल्या. चैनीसाठी क्लब बांधले. ह्याला विरोध का केला जात नाही? केवळ झोपडपट्टीलाच विरोध का होतो?" विकास आघाडीच्या विरोधामुळे जनहित याचिकाकर्त्यांचे नैतिक बळ कमजोर झाले होते. झोपडपट्टीधारकांमध्ये मानसिक ऐक्य निर्माण झाले होते.

"बहुजनांच्या मर्जीशिवाय कुठलेही सरकार सत्तेवर येणार नाही, अशी स्थिती निर्माण करा" राजा शितोळेनी निवडणूक प्रचारासाठी तोफ डागली होती. "हिंदू राष्ट्र पुनर्प्रतिष्ठापनेसाठी भगवा झेंडा, भगवे संविधान आणि हिंदुत्ववादी विचारांच्या नेतृत्वाची गरज आहे." स्वामी राघवेंद्रांनी निवडणूक प्रचाराचा नारळ फोडताना केलेल्या भाषणाची बातमी वर्तमानपत्रात प्रकाशित झाली होती. "जाती व्यवस्थेचा देशात आणि देशाबाहेर जाहीर पंचनामा झाला पाहिजे. स्वदेशीवर बहिष्कार आणि विदेशीचा स्वीकार हे तत्त्व अंगीकारले पाहिजे. ह्या निवडणुकांमधून आपले प्रतिनिधी निवडून येत नाहीत. जे निवडून येतात ते धनदांडग्याचे प्रतिनिधी असतात." काशिनाथ पोळकेनी स्वतंत्र पत्रक काढले होते. "राजकारणी मंडळी समाजातील एखाद्या कार्यकर्त्याला मोठं करतात. पाच वर्षे सत्तेच्या दावणीला बांधतात. मात्र, काम संपले की सोडून देतात. तो कोठे जातो, काय करतो ह्याचा विचार करत नाहीत. नवीन कार्यकर्त्याचा शोध घेऊन त्याला दावणीला बांधण्याचा प्रयत्न करतात. याविरुद्ध सर्व समाजाने एकत्र येऊन लढले पाहिजे." सदानंद कांबळेनी वर्तमानपत्रांकडे आपली जळजळीत प्रतिक्रिया व्यक्त केली होती. "झाले तेवढे पुरे झाले. आता पाडापाडीचे राजकारण बंद करून कार्यकर्त्यांनी एकदिलाने काम करून जातीयवाद्यांना सत्तेवर येण्यापासून रोखावे" रोहिदास नागदिवेनी आपल्या कार्यकर्त्यांना बैठकीत कानपिचक्या दिल्या होत्या.

गरिबी हटाओ झोपडपट्टीतून ग्रामपंचायतीसाठी तीन सदस्य निवडून द्यायचे होते. ह्यातली एक जागा अनुसूचित जातीसाठी राखीव झाली होती. इतर दोन जागा सर्वसाधारण सदस्यांसाठी खुल्या होत्या. राखीव जागेवर काशिनाथ पोळकेची बिनविरोध निवड झाली होती. त्यामुळे दलितांचे मनोबल उंचावले होते. वस्तीतली मुस्लिमांची संख्याही नजरेत भरणारी होती. मुस्लिम बहुल भागातून उस्मान निवडणूक लढवित

होता. उस्मान कलशट्टीचा उजवा हात होता. उस्मानला विरोध करण्यासाठी बलशेटवारने अशरफला निवडणुकीत उतरवले होते. विकास आघाडीने सय्यदला पुरस्कृत केले होते. ह्या तिघांतून कोण निवडून येईल, ह्याचा अंदाज बांधणे अवघड झाले होते. ही लढत तिरंगी झाली होती. अनंत कलशट्टी आणि नागनाथ बलशेटवार एकमेकांविरुद्ध निवडणूक लढवित होते. इथं विकास आघाडीच्या उमेदवाराचा अर्ज अवैध ठरला होता. त्यामुळे ह्या निवडणुकीतून राजा शितोळे बाहेर झाला होता. विकास आघाडीने सय्यदला निवडून आणण्यासाठी जोर लावला होता. "आम्ही गुन्हेगारांना आमचे मत देणार नाही." अशी घोषणा दलितांनी केल्यामुळे कलशट्टी, बलशेटवार आणि उस्मानच्या तोंडचे पाणी पळाले होते.

गरिबी हटाओ झोपडपट्टीत नागनाथ बलशेटवारविरुद्ध अनंत कलशट्टी अशी दुरंगी लढत होत होती. दोन कुख्यात गुन्हेगार एकमेकांविरुद्ध निवडणूक लढवित असल्याने लोकांचे लक्ष ह्या वस्तीतल्या घडामोडींकडे वेधले होते. निवडणूक प्रचाराच्या वेळी हिंसक प्रकार घडू नयेत म्हणून पोलीस गस्त घालत होते. गरिबी हटाओ झोपडपट्टीत पोलीस जीप आली होती. काशिनाथ पोळके आपल्या कार्यकर्त्यांना घेऊन पोलीस जीपकडे गेला होता. तो पोलिसांच्या कार्यपद्धतीवर अविश्वास व्यक्त करत होता.

"तुम्हाला गुन्हेगार सापडत नाहीत. तुम्ही गुन्हेगारांचा शोध घेत नाही."

"आम्हीही माणसंच आहोत. गुन्हेगारांचा शोध घेत आहोत. कोणाला पाठीशी घालत नाही."

"गुन्हेगार कोठे आहेत हे तुम्हाला माहीत आहे."

"पोलिसांविषयी लोकांचे गैरसमज असतात."

"बंटी फाशीच्या डोंगरात लपून बसला आहे. सगळ्यांच्या तोंडी अशी चर्चा आहे."

"घरात बसून अशी चर्चा कोणालाही करता येते."

"सरकार तुम्हाला पगार देते. तुम्हाला वाहन दिलं आहे. बंदूक दिली आहे. अधिकार दिले आहेत. युनिफॉर्म दिला आहे."

"माझा युनिफॉर्म काढून देऊ का तुला?"

"तो तर काढावाच लागेल. हप्ते खाता. काम करत नाही."

"हे ह्याला गाडीत घे रेऽ. पोलिसांच्या कामात ढवळाढवळ करतो."

पोलिसांनी काशिनाथ पोळकेवर दंडुका चालवला होता आणि त्याला उचलून गाडीत घातले होते. इतर कार्यकर्त्यांना हुसकावून लावले होते. निवडणुकीच्या काळात शांततेचा भंग केला म्हणून काशिनाथ पोळकेला पोलिसांनी वेठीस धरले होते. रमा बाबरवर झालेल्या हल्ल्याच्या तपासाची सूत्रे ज्यांच्याकडे होती, त्यांच्यावर

निवडणुकीची कामे सोपवली होती. पोलीस यंत्रणा कामाच्या ताणाखाली बधिर झाली होती. धरणगावच्या पी.आय.ने कामाच्या ताणाखाली स्वत:वर गोळी झाडून आत्महत्या केली होती.

नागनाथ बलशेटवारला मतदान करणार ह्या कारणावरून भावड्याने जॉबरला शिवीगाळ करत बेदम मारहाण केल्याची फिर्याद जॉबरने अचलपूर पोलीस स्टेशनला दिली होती. ही घटना काल सायंकाळी चार वाजता घडली होती. तरीही पोलीस ठाण्यात अद्याप गुन्हा दाखल झाला नव्हता. नागनाथ बलशेटवार आणि अनंत कलशट्टी ह्यांच्या गुंडांना कायदा व सुव्यवस्थेचा भंग होऊ नये म्हणून पोलिसांनी नोटिसा बजावल्या होत्या. गोपीचंद आपल्या सहकाऱ्यांसह लवकरच काँग्रेसमध्ये प्रवेश करणार असल्याच्या वृत्ताने अचलपूरमध्ये खळबळ माजली होती. त्यामुळे शिवशक्तीचे कार्यकर्ते संभ्रमात पडले होते.

नागनाथ बलशेटवार आणि अनंत कलशट्टी गटाच्या कार्यकर्त्यांनी एकमेकांची पोस्टर फाडल्याच्या कारणावरून गरिबी हटाओ झोपडपट्टीमध्ये जोरदार दगडफेक झाली होती. जमावाला पांगवण्यासाठी पोलिसांनी लाठीमार केला होता. अश्रूधुरांच्या कुप्या फोडल्यानंतर परिस्थिती नियंत्रणात न आल्याने सूत गिरणी ते कारखाना परिसरात जमावबंदी लागू केली होती. "अस्तित्वालाच धोका निर्माण झाल्याने अनंत कलशट्टीने आमच्या कार्यकर्त्यांवर भ्याड हल्ला केला आहे. अंगावर जायचे नाही, पण कोणी अंगावर आले तर सोडायचे नाही, अशी आमची भूमिका आहे." अशी प्रतिक्रिया बलशेटवारने व्यक्त केली होती. "माझ्या पायाखालची वाळू सरकत असल्याचा प्रचार बलशेटवार करत आहे. माझ्याकडे अनेक मुद्दे आहेत. कार्यकर्ते आहेत. मी कारखान्याच्या पैशावर निवडणूक लढवित नाही. मी गरिबांचा प्रतिनिधी आहे. गरिबांकडून एकेक रुपया निधी जमवून निवडणूक खर्च करत आहे. माझ्याकडे पैशाची ताकद नाही. लोकांची ताकद आहे." अनंत कलशट्टी निवडणूक प्रचारात आपली भूमिका मांडत होता.

पाईप लाईनवर जमलेले म्हातारे निवडणुकीमुळे खुष होते. "अशा निवडणुका पुन: पुन्हा झाल्या पाहिजेत." आबा उत्साहाने बोलत होता. "आमच्या घरात दरडोई शंभर रुपये मिळाले आहेत. तुम्हाला किती मिळाले?" नाना उत्साहाने इतरांना विचारत होता. "सकाळी कलशट्टीने शंभर रुपये दिले. संध्याकाळी बलशेटवारने दोनशे रुपये दिले. ज्यांनी जास्त रुपये दिले त्यालाच मत द्यावे लागेल ना!" काशिम आपलं मत मांडत होता. "प्रत्येक निवडणूक जातीवादाला खतपाणी घालते आणि जातीव्यवस्था बळकट करते." दादया तत्त्वचिंतकासारखा बोलत होता. "कोण निवडून येईल रेऽ? कलशट्टी की बलशेटवार?" काशिम उत्सुकतेने इतरांचं मत जाणून घेत होता. "तू

कोणाला मत देणार?'' नानाने काशिमला प्रतिप्रश्न केला होता. म्हातारे निवडणुकीच्या चर्चेत रंगले होते.

बलशेटवारची पदयात्रा सुरू झाली होती. बलशेटवार जीपमध्ये हात जोडून उभा होता. नगारे, ताशे वाजत होते. बलशेटवारचे समर्थक हातात फलक घेऊन घोषणा देत होते. पदयात्रेत स्त्री, पुरुष आणि मुलं होती. बलशेटवारने म्हाताऱ्यांनाही गाडीतून अभिवादन केले होते. म्हातारे खुष झाले होते.

□ □ □

कलशट्टी स्वामी राघवेंद्रांना भेटायला गेला होता. बलशेटवारचे पारडे जड झाले होते. त्यामुळे कलशट्टी विचलित झाला होता. स्वामी राघवेंद्रांनी कलशट्टीला तिकीट द्यावे म्हणून आपले वजन खर्ची घातले होते; पण स्वामी राघवेंद्रांचा शब्द चालला नव्हता. कलशट्टी स्वामी राघवेंद्रांपुढं बसून ढसढसा रडत होता.

''मी तुमच्याबरोबर आहे. तुमचा आशीर्वाद माझ्या पाठीशी आहे. माझा पराभव झाला, तर ह्यात तुमचीही नामुष्की आहे. तुम्ही माझ्या प्रचार सभेला या. वातावरण बदलू शकतं.'' कलशट्टी.

''माझ्या मर्यादा मला माहीत आहेत.'' स्वामी राघवेंद्र.

''तुम्ही माणिकचंदला बोला. अजूनही वेळ गेली नाही. फरक पडू शकतो.'' कलशट्टी.

''माझा शब्द चालत नाही. ते माझा वापर करत आहेत. त्यांना प्रचारासाठी मी हवा आहे. मी तुझ्या नावाचा आग्रह धरला होता. त्यांनी मानलं नाही.'' स्वामी राघवेंद्र.

''कसं शक्य आहे?'' कलशट्टी.

''त्यांना संन्यासी म्हणून मी व्यासपीठावर हवा आहे. हिंदूंना आकर्षित करण्यासाठी मला बोलायला लावतात. लोकांचा भ्रमनिरास होऊ नये म्हणून मी सत्य बोलत नाही. माझी अवस्था बाहुलीसारखी झाली आहे.'' स्वामी राघवेंद्र.

कलशट्टीचा भ्रमनिरास झाला होता. शेंदूर गळून पडला होता. स्वामी राघवेंद्र पाषाणासारखे दिसत होते. कलशट्टी मुकाट्याने निघून गेला होता. रडल्यामुळे त्याचा चेहरा सुजला होता. डोळे लालबुंद झाले होते.

□ □ □

गोपीचंदने अचानकपणे मदर तेरेसा हायस्कूल आणि ज्युनिअर कॉलेजला भेट दिली होती.

ज्युनिअर कॉलेजचे प्राचार्य रघुनाथ पाटील जागेवर नव्हते. स्टाफरूममध्ये शिक्षक नव्हते. गोपीचंद संस्थेचा अध्यक्ष होता. प्राचार्य गोपीचंदचं ऐकत नव्हता. म्हणून गोपीचंद चिडला होता. बिघडला होता.

गोपीचंद आल्याचे कळल्यामुळे एकेकजण येऊन उभा राहत होता.

गोपीचंद सर्वांदेखत प्राचार्यांना शिव्या देत होता. ''प्राचार्य डुक्कर आहे. वीस हजार पगार घेतो. काम करत नाही. खुर्चीत बसून वर्तमानपत्र वाचतो. दिवसातून दहा वेळा घरी फोन करतो. हरामखोर आहे. ह्याने कार्यक्रमासाठी आणलेली शाल चोरून नेली.'' गोपीचंद अद्वातद्वा बोलत होता. उपस्थित शिक्षक आणि शिपाई अपराध्यागत त्याच्यापुढे उभे होते.

''प्राचार्य बैल आहे. त्याची बायकोही त्याला बैल म्हणते. अध्यक्षाचं ऐकत नाही. मी त्याला शासकीय पद्धतीने कामावरून काढणार नाही. त्याच्यावर दबाव आणून राजीनामा द्यायला लावेन. गेटपुढं रोज दहा गुंड आणून बसवेन. त्याला त्रास देईन. डुक्कर फुकट पगार खातो.'' गोपीचंद प्रक्षुब्ध झाला होता. ''मी लोकांकडून पैसा जमा केला. मी संस्था स्थापन केली. मी कॉलेज काढले. मी रक्त आटवलं, पण हे फुकट पगार घेत आहेत. विद्यार्थ्यांना शिकवत नाहीत. पैसा आणत नाहीत. कमवण्याचा विचार करत नाहीत. पगार मात्र घेतात. शिक्षकही गाढव आहेत. सगळ्यांना हंटरने फोडून काढले पाहिजे.''

गोपीचंद वैतागला. तो ग्रंथालयात गेला. वर्षापूर्वी खरेदी केलेले कपाट तसेच पडून होते. पुस्तकेही धूळ खात पडली होती. काही पुस्तकांना वाळवी लागली होती. ग्रंथालयाची दुरवस्था पाहून गोपीचंद अस्वस्थ झाला. ''साले शिपाईही हरामखोर आहेत. खोटं बोलतात. मला खरं सांगत नाहीत. विचारलं तर सांगतात, नवीन कपाटे लावली आहेत. त्यात पुस्तके ठेवली आहेत. कपाटे तर तशीच पडून आहेत. पुस्तकांना वाळवी लागली आहे. मादरचोद, सगळे एकमेकाला मिळाले आहेत.'' गोपीचंद सर्वांना शिव्यांची लाखोली वाहत होता.

गोपीचंदबरोबर चालणाऱ्या कर्मचाऱ्यांचे चेहरे रडवेले झाले होते. शिपाई पाठीमागून गोपीचंदची टिंगल करत होते.

गोपीचंदचा अपेक्षाभंग झाला होता. गोपीचंद कामचोर कर्मचाऱ्यांमुळे वैतागला होता. तो शिव्या देतच शाळेबाहेर पडला होता.

❑ ❑ ❑

साखर कारखान्याच्या गेस्ट हाऊसपुढे गाड्यांची वर्दळ झाली होती. ह्यामध्ये सदानंद कांबळेची गाडी नव्हती. सदानंद कांबळेंचा राजीनामा मंजूर झाल्यानंतर नवीन अध्यक्षांची निवड केली नव्हती. निवडणुकांच्या धामधुमीत हे पद भरले नव्हते. माणिकचंद आणि गोपीचंदने मुद्दाम चालढकल केली होती. निवडणूक प्रचाराच्या रेट्यामुळे कोणाला तरी अध्यक्ष करणे अपरिहार्य झाले होते. त्यामुळे ही तातडीची सभा बोलावण्यात आली होती. स्वामी राघवेंद्रांना अध्यक्षपदाची माळ घातली जाण्याची शक्यता सर्वत्र वर्तवली जात होती. बैठक वादळी ठरण्याची चिन्हे दिसत होती.

बैठकीच्या सुरुवातीलाच माणिकचंदने सक्रिय राजकारणातून संन्यास घेण्याचं जाहीर केलं होतं. "कारखान्याकडे लक्ष द्यायचं आहे. कारखान्याशी हजारो शेतकऱ्यांची नाळ जोडलेली आहे. हे काम महत्त्वाचं आहे. मदर तेरेसा हायस्कूल आणि ज्युनिअर कॉलेजकडे कार्यबाहुल्यामुळे दुर्लक्ष होत आहे..."

माणिकचंद राजकारणातून संन्यास घेण्याचे सूतोवाच करत होता. सीताफळेनं माणिकचंदचं बोलणं ऐकून घेतलं नाही. तो हुंदके देत उभा राहिला.

"भाऊ तुम्ही संघटनेतून बाहेर पडले तर संघटनेत जीवच राहणार नाही. माणिकचंद हे संघटनेचे प्राण आहेत. तुम्ही संघटनेबाहेर पडले तर संघटना पांगळी बनेल. संघटनेत कोणीच राहणार नाही. तुम्ही संघटनेत राहणे अवश्यक आहे." सीताफळे भावनाविवश झाला होता.

सीताफळे पाठोपाठ अनेकांनी हाच सूर लावला होता. जणू त्यांना पढवूनच आणले असावे असे ते बोलत होते. सर्वांचा वाढता आग्रह पाहून माणिकचंदने पुन्हा पक्षात काम करण्याचे जाहीर केले होते.

"दलिताला अध्यक्षपद दिलं होतं. आता पक्षाने महिलेला अध्यक्षपद दिलं पाहिजे. महिलांना तेहत्तीस टक्के आरक्षण देण्याची चर्चा सुरू झाली आहे. ह्या पार्श्वभूमीवर असा निर्णय घेणे योग्य होईल." गोपीचंदने आपली सूचना धूर्तपणे मांडली होती आणि स्वामी राघवेंद्रांचा चेहरा पाहण्यासारखा झाला होता. स्वामी राघवेंद्रांचे नाव पुढे येऊ नये म्हणून गोपीचंदने ही खेळी खेळली होती.

"स्वामी राघवेंद्रांविरुद्ध पोलीस चौकशी सुरू आहे. निवडणुकीच्या ऐन तोंडावर स्वच्छ प्रतिमा असलेली व्यक्ती पक्षाच्या अध्यक्षपदी निवडावी." अशी सूचना माणिकचंदने केली होती. त्यामुळे स्वामी राघवेंद्रांचा पत्ता आपोआप कटला होता.

हेमा पंडितची एकमताने अध्यक्ष म्हणून निवड करण्यात आल्याची घोषणा झाली होती. हेमा पंडितच्या चेहऱ्यावर तेज आले होते.

"अध्यक्षपद मिळालं आहे. खूप काम करावं लागेल. आमच्याबरोबर फिरावं लागेल. घरात बसून चालणार नाही. वेळ द्यावा लागेल." माणिकचंद.

"मी संघटनेसाठी घराकडे दुर्लक्ष केलं आहे." हेमा पंडित.

"पक्षाला तुमच्यासारखा सुंदर चेहरा लाभला आहे. चांगले पोस्टर काढू." गोपीचंद.

"वेळ द्यावा लागेल." माणिकचंद.

"मी कुठं नाही म्हणते." हेमा पंडित.

बैठकीनंतर हास्य विनोद चालू होता. हेमा पंडितची देहबोली बदलली होती. माणिकचंदने तिच्या उरोजाकडे कटाक्ष टाकला होता. स्तनाच्या ऑपरेशननंतर तिच्या शेपवर परिणाम झाला आहे की नाही हे तो न्याहाळत होता. स्तनाच्या ऑपरेशनमुळं हेमा पंडितचे केस विरळ झाले होते. त्यामुळे ती आता डोक्यावरून पदर घेत होती. डोक्यावरून पदर घेतल्याने ती अधिक शालीन भासत होती.

स्वामी राघवेंद्रांचा मोबाईल व्हायब्रेट होत होता. स्वामी राघवेंद्रांनी मोबाईल घेतला होता. ते केवळ ऐकत राहिले होते. त्यांच्या तोंडून शब्द फुटत नव्हता. त्यांचा चेहरा पांढरा पडला होता.

माणिकचंदने स्वामी राघवेंद्रांच्या चेहऱ्याकडे निरखून पाहिले. काहीतरी अघटित घडल्याचं त्यांच्या चेहऱ्यावर स्पष्ट दिसत होतं.

"आपण सर्वजण मंदिराकडे निघू या."

"काय झालंय?"

"दामोदर पोतदारची हत्या झाली आहे. लोक प्रक्षुब्ध झाले आहेत. पोलिसांनी मंदिर ताब्यात घेतले आहे. आपल्याला तातडीने निघावे लागेल."

"तुम्ही निघा. आम्ही येऊन काय करणार?"

"तुम्ही आले असते तर...?"

"आमचं काय काम आहे? प्रेतयात्रेला आमच्या दोघांपैकी कोणीतरी येईल. प्रेतयात्रा उद्याच निघेल ना? तुम्ही पुढं चला. पोलीस प्रेताचा पंचनामा करतील. प्रेत पोस्टमार्टेमला जाईल. पत्रकार प्रश्नांचा भडिमार करतील. विचार करून बोला."

"रोहिदास नागदिवेंना फोन करायचा का?"

"अहो, ते राज्याचे कॅबिनेट मिनिस्टर आहेत. एका देवळातला पुजारी मेल्याचं त्यांना काय सुतक वाटणार आहे?"

"त्यांना पोलिसांना फोन करायला सांगावं का?"

"तुम्ही अपराधी आहात का? तुमचा ह्या हत्येशी संबंध आहे का? तुम्ही थोडे तटस्थ राहा ना!"

आभाळातला तारा तुटावा तसे स्वामी राघवेंद्रांच्या डोळ्यांतील अश्रू निखळून

पडले होते.

ते बैठकीतून बाहेर पडले. हेमा पंडितही त्यांच्याबरोबर उठली. गोपीचंदने तिचा हात धरून तिला खाली बसवलं. ‘‘अध्यक्षासारखं वागा. ठेवलेल्या बाईसारखं नाही.’’ गोपीचंदने तिला डाफरले.

‘‘स्वामी राघवेंद्र धर्मगुरू आहेत. त्यांना कोणी हात लावू शकत नाही. सगळा हिंदुस्थान खवळून उठेल. हा हिंदू धर्मावरील हल्ला आहे.’’ माणिकचंद पोळलेल्या जखमेवर फुंकर मारावी तसा बोलत होता. हेमा पंडित बधिर झाली होती.

स्वामी राघवेंद्र मंदिरात पोहोचल्यानंतर ‘हर ऽ हर ऽ महादेव ऽऽ’ ची ललकारी झाली. पत्रकारांनी स्वामी राघवेंद्रांना गराडा घातला.

स्वामी राघवेंद्र कोणाशीच न बोलता दामोदर पोतदारच्या प्रेताजवळ गेले. त्यांनी दामोदर पोतदारचे प्रेत पाहिले. त्यांचा चेहरा काळाठिक्कर पडला. दामोदर पोतदारच्या प्रेताचे डोळे उघडे होते. ह्या डोळ्यांनी खुन्याला पाहिलं असेल!

प्रेतावर माशा बसल्या होत्या. स्वामी राघवेंद्रांना दामोदर पोतदारच्या उघड्या डोळ्यांची भीती वाटली होती. ‘‘डोळे मिटा अगोदर ऽ’’ स्वामी राघवेंद्रांनी उपस्थितांना आदेश दिला.

ह्या डोळ्यांनीच स्वामी राघवेंद्रांचा मंदिरातील गैरकारभार पाहिला होता. ह्या डोळ्यांनीच देवस्थानचा वार्षिक हिशेब व जमा-खर्चाचा तपशील वाचला होता. ह्या डोळ्यांनीच दानशूर व्यक्तींच्या देणग्यांवर नजर ठेवली होती. ह्या डोळ्यांनीच देवस्थानच्या व्यवस्थापनाचा ढाचा ठरावीक पद्धतीने ठरवला पाहिजे असे ठणकावून सांगितले होते. ह्या डोळ्यांनीच गरीब किंवा गरजू व्यक्तींना मदत करण्यासाठी विशिष्ट कार्यप्रणालीचा अंगीकार केला पाहिजे, असे नजर वटारून सुचवले होते. ह्या डोळ्यांनीच हेमा पंडितला देवस्थान व्यवस्थापन समितीत घ्यायला तीव्र आक्षेप घेतला होता. ह्या डोळ्यांनीच मंदिर हे सार्वजनिक आणि सरकारी मालमत्ता आहे, असे निक्षून सांगितले होते. स्वामी राघवेंद्रांना घाम फुटला होता. दामोदर पोतदार म्हणजे गुप्तधनावरील भुजंगच होता. त्याचा मृतदेह महाकाय सर्पासारखा भासत होता. महादेव मंदिरातील दक्षिणा पेटीतील रक्कम देवस्थानच्या खात्यावर भरली जात होती आणि मूर्तीच्या पायावर टाकलेले पैसे स्वामी राघवेंद्रांच्या खिशात जात होते. ह्या पैशांचा हिशेब ठेवला जात नव्हता. मंदिर म्हणजे पुरोहितांच्या उत्पन्नांचे हुकमी साधनच होते. स्वामी राघवेंद्रांना पोलिसांची धडकी भरली होती.

‘‘पोलिसांना खुनाचे धागेदोरे मिळाले आहेत. लवकरच गुन्हेगारांना पकडण्यात आम्हाला यश येईल.’’ मराठे.

‘‘अद्यापही रमा बाबरचे हात तोडलेल्या गुन्हेगारांना पकडलेले नाही.’’ पत्रकार.

"पोलीस आपलं काम करत आहेत. आम्ही लवकरच गुन्हेगारांना ताब्यात घेऊ." मराठे.

"पोलिसांना गुन्हेगारांचे कोणते धागेदोरे मिळाले आहेत?" पत्रकार.

"पंधरा तारखेला पत्रकार परिषद घेऊन आम्ही हे जाहीर करू." मराठे.

"स्वामी राघवेंद्र आपली प्रतिक्रिया द्या." पत्रकार.

"हा हिंदू धर्मावर झालेला हल्ला आहे." स्वामी राघवेंद्र.

"ह्या खुनामागे कोणाचा हात असावा?" पत्रकार.

"ह्यात परकीय शक्तींचा हात आहे. अतिरेकी जम्मू काश्मीरमध्येच सक्रिय आहेत असे नाही. ते सर्वदूर पसरले आहेत. त्यांनी हिंदूंच्या पवित्र धर्मक्षेत्रांना आपलं लक्ष्य केलं आहे." स्वामी राघवेंद्र.

स्वामी राघवेंद्रांच्या भाषेला राजकीय धार आली होती. गावात हरताळ पसरला होता. मंदिर परिसरात गर्दी उसळली होती. आजूबाजूच्या खेड्यांतूनही माणसं आली होती. मंदिरात खून झाल्यामुळे सगळे हवालदिल झाले होते. विशेष म्हणजे हा गुन्हा प्रत्यक्ष डोळ्यांनी पाहिलेला एकही साक्षीदार पुढे येत नव्हता. पूर्वनियोजित कट कारस्थान करून हा खून केला होता.

पत्रकारांनी दामोदर पोतदारच्या घरीही गर्दी केली होती. पतीच्या हत्येची बातमी ऐकून दामोदर पोतदारची पत्नी धाय मोकलून रडत होती.

"स्वामीनं घात केला." म्हणून तिने आक्रोश केला होता. आभाळ फाटावं असं तिचं रडणं होतं. दामोदर पोतदारची आई दु:खातिरेकाने बेशुद्ध पडली होती. दामोदर पोतदारची लहान मुलं आईजवळ बसून आक्रोश करत होती.

"दामोदर पोतदारचे कोणाशी पटत नव्हते किंवा कोणाबरोबर वैर होते का?" पत्रकार.

"ते देवमाणूस होते. त्यांना कोण शत्रू असणार?" दामोदरची पत्नी.

"तुमचा कोणावर संशय आहे का?" पत्रकार.

"आमचा कोणावर संशय नाही." दामोदरची पत्नी.

"तुम्ही स्वामी राघवेंद्रांचं नाव घेतलं म्हणून चर्चा आहे." पत्रकार.

"नाही. स्वामीजी आम्हाला देवासारखे आहेत." दामोदरची पत्नी.

"खून कशामुळं झाला असावा असं वाटतं?" पत्रकार.

"देवालाच विचारा. मी काय सांगू?" दामोदरची पत्नी.

दामोदर पोतदारची पत्नी प्रचंड दडपणाखाली बोलत होती. पत्रकारांना तिच्यावरील दडपण जाणवत होतं. ते पुन: पुन्हा प्रश्नांची सरबत्ती करत होते. दामोदर पोतदारची पत्नी ठरलेली उत्तरे देत होती. अवघड प्रश्न विचारला की रडत होती. "आम्ही

उघड्यावर पडलो. माझी मुलं अनाथ झाली. आम्ही आता जगणार कसे? आम्हाला कोणी वाली नाही. त्यांनी कोणाचं वाकडं केलं नाही. देवाची सेवा केली. वैऱ्यानं डाव साधला.'' दामोदर पोतदारची पत्नी हृदय पिळवटून टाकणारा आक्रोश करत होती.

''वैरी कोण? डाव कोणी साधला? त्याचं नाव सांगा.'' असा प्रश्न पत्रकार खोदून-खोदून विचारत होते.

''त्यांच्या नशिबात असलं कसलं मरण होतं? देवानं त्यांना का नेलं? त्यांच्या-ऐवजी मला का नेलं नाही?'' दामोदर पोतदारची पत्नी नेमक्या प्रश्नांना टाळत होती.

''तुम्ही खरे बोलू नये म्हणून कोणी दम दिला आहे का?'' पत्रकार.

''मला कोण दम देईल, बाबांनो?'' दामोदरची पत्नी.

''कोणी पैसे दिले?'' पत्रकार.

''सोन्यासारखा माणूस गेला. पैसे घेऊन काय करू?'' दामोदरची पत्नी.

''तुम्हाला खुन्याचं नाव माहीत आहे. तुम्ही नाव सांगत नाही.'' पत्रकार.

''कोणाचं नाव सांगून काय उपयोग? माझा राजा गेला. त्याला कोण आणून देईल?'' दामोदरची पत्नी.

पत्रकारांच्या हाती काही लागत नव्हतं.

दामोदर पोतदारचे प्रेत शवविच्छेदनासाठी पाठवले गेले. पोलीस चौकीत एफआयआर लिहिण्याचे काम सुरू झाले. पोलीस चौकीचा फोन सारखा खणखणत होता. चौकीबाहेर लोकांची गर्दी थांबली होती. रात्र झाली होती तरी कोणी झोपलं नव्हतं.

''निवडणुका ऐन तोंडावर आल्या असताना हे प्रकरण घडलं आहे. ह्याचा काय परिणाम होईल?'' गोपीचंद.

''स्वामी राघवेंद्रांना आरोपीच्या पिंजऱ्यात उभे केल्यास हिंदूंच्या भावना दुखावतील. असे झाले तर धर्मनिरपेक्षतेचा गाजावाजा करणाऱ्यांना मते मिळणार नाहीत. ते आपल्या पथ्यावर पडेल.'' माणिकचंद.

''स्वामी राघवेंद्रांना अटक केली पाहिजे. तरच त्याचा राजकीय लाभ उठवता येईल.'' गोपीचंद.

शिवशक्तीमध्ये शोक लहर पसरली होती.

□ □ □

दामोदर पोतदारची ज्या दिवशी दुपारी हत्या झाली त्याच दिवशी सकाळी रेल्वे पोलिसांनी बंटीला विदाऊट तिकीट प्रवास केल्याच्या कारणावरून ताब्यात घेतले होते. त्यामुळे बंटीने दामोदर पोतदारचा खून केला असावा, अशा संशयालाही

जागा शिल्लक राहिली नव्हती.

दामोदर पोतदारचा खून झाल्यानंतर लगेच कलशट्टीने स्वामी राघवेंद्रांना मोबाईल करून नऊ मिनिटे आणि त्यानंतर दुसऱ्या वेळी अकरा मिनिटे संभाषण केल्याचे उघडकीस आले होते. ज्यावेळी दामोदर पोतदारची हत्या झाली होती, त्यावेळी स्वामी राघवेंद्र शिवशक्तीच्या बैठकीमध्ये होते. कुठलाही पुरावा मागे न ठेवता अत्यंत सुनियोजितपणे दामोदर पोतदारची हत्या करण्यात आली होती. पोलिसांनी महादेव माळीची कसून चौकशी केली होती. स्वामी राघवेंद्र आणि दामोदर पोतदार ह्यांच्यातील मतभेद आणि संघर्षाचे स्वरूप जाणून घेतले होते. हेमा पंडितलाही चौकशीसाठी तीन वेळा चौकीवर बोलावून घेतले होते. दामोदर पोतदारची पत्नी आणि आई ह्यांच्याकडे पोलिसांनी चौकशी केली होती. इतकेच नाही तर मंदिराच्या प्रांगणातील विविध प्रकारच्या व्यावसायिकांनाही चौकशीसाठी पाचारण केले होते. दामोदर पोतदारनी पोलिसांकडे दिलेल्या तक्रारींच्या निवेदनातील माहितीची उलटसुलट छाननी केली होती.

स्वामी राघवेंद्रांचा अनुयायी वर्ग मोठा होता. विविध स्तरांतला होता. समाजात त्यांचे अत्यंत वरचे स्थान होते. त्यांना चौकशीसाठी ताब्यात घेण्याअगोदर पोलीस सर्व बाजू पडताळून पाहत होते.

□ □ □

निवडणूक प्रचाराला रंग येत होता. गाव, ग्रामपंचायत आणि गावातील लोक ह्यांना लोकशाहीमध्ये अनन्यसाधारण असे महत्त्व प्राप्त झाले होते. गाव हे राजधानीची छोटी आवृत्ती होऊ पाहत होते. पंचायत राज्याला लोकशाहीचा पाया मानला गेला होता. अनेकजण गावापासूनच आपल्या राजकारणाचा पाया घालत होते. राज्यात आपल्या पक्षाची सत्ता यायची असेल, तर ग्रामपंचायतीच्या निवडणुकांपासून तयारी केली पाहिजे, अशा भूमिकेने राजकीय पक्ष कामाला लागले होते. त्यामुळे विधान सभा आणि लोकसभेच्या निवडणुकांमध्ये होणारे सर्व व्यवहार आणि गुन्हे ग्रामपंचायतीच्या निवडणुकांमध्येही होत होते. गरिबी हटाओ झोपडपट्टीतला प्रचार शिगेला पोहोचला होता. बलशेटवार आपल्या केबलच्या माध्यमातून घरोघरी पोहोचला होता, तर कलशट्टी कार्यकर्त्यांना आपल्या ढाब्यावर पार्ट्या देत होता. दोघांमध्ये चुरस निर्माण झाली होती. ह्या दोघांवरही दलितांनी बहिष्कार टाकला होता. दोघेही तात्या कांबळेंचे खुनी होते. तात्या कांबळेंच्या खुन्यांना आम्ही आमचं मत देणार नाही, अशी भूमिका घेऊन काशिनाथ पोळके आणि सिद्धार्थ पगारेनी निवडणुकीवर बहिष्कार टाकला

होता. झहिरा बलशेटवारचा प्रचार करत होती, तर उस्मान कलशट्टीचा.

''बलशेटवारने मुस्लिम रखेली ठेवली आहे. त्याला मत देऊ नका.'' असा विषारी प्रचार उस्मान करत होता.

झहिराही आक्रमक झाली होती. ''उस्मानचे चारित्र्य चांगले नाही. त्यामुळे त्याची बायको त्याला सोडून गेली आहे. आता तो कुंटणखाना चालवत आहे. बलशेटवारने मला कुंटणखान्यातून घरी आणून ठेवले आहे. उस्मानने घरातल्या अनेक बायकांना कुंटणखान्यात नेऊन ठेवले आहे.'' निवडणूक प्रचारात वैयक्तिक निंदानालस्ती सुरू झाली होती. एकमेकांवर चिखलफेक होत होती.

''बलशेटवार निवडून आला, तर तो ह्या वस्तीची भाषा बोलणार नाही. तो कारखान्याचा भोंगा होईल भोंगा. तो कारखान्याच्या हिताची भाषा बोलेल.'' रघू.

''हा काय कारखान्याच्या हिताची भाषा बोलेल?'' कलशट्टी.

''आपल्या वस्तीची जागा कारखान्याला देऊन टाकेल. आपल्या वस्तीवरून बुलडोझर फिरेल. ह्या सगळ्या झोपड्या अतिक्रमण करून टाकल्या आहेत. हे अतिक्रमण नियमित केले जाणार नाही. कायद्याने ही जागा घेतली जाईल. ह्या जागेत सूत गिरणी सुरू होणार असल्याची चर्चा आहे.'' रघू.

''बलशेटवार निवडून नाही आला तर?'' कलशट्टी.

''झहिराला वापरून पैसे फेडून घेतील.'' रघू.

''मला पैसे दे म्हणावं. मी माघार घेतो. बलशेटवारला पाठिंबा देतो. आतापर्यंत झालेला निवडणूक खर्च मिळाला तरी चालेल. बलशेटवार आपला मित्रच आहे.'' कलशट्टी.

''मी सावळ्याला बोलतो.'' रघू.

''माझ्या वतीने तू बोलणी कर. आपण केलेला खर्च मिळाला तर पाठिंब्याचं पत्रक काढू.'' कलशट्टी.

उस्मान कार्यकर्त्यांना पोस्टर आणि बॅनर देत होता. त्यांना पोस्टर आणि बॅनर लावण्याच्या सूचना देत होता. पिंकीचा भाऊ तुषार रिक्शाला भोंगा बांधून प्रचारासाठी आला होता. प्रशांत रिक्शात बसून जोरजोरात ओरडत होता.

''प्रचंड बहुमतांनी अनंत कलशट्टीला निवडून द्या.''

''खिलवर एक्का. छत्रीवर शिक्का.''

''छत्रीला आपले बहुमोल मत देऊन अनंत कलशट्टीला प्रचंड मताने निवडून द्या.''

□ □ □

शेवटचा पर्याय म्हणून पोलिसांनी स्वामी राघवेंद्रांना अटक केली होती.

स्वामी राघवेंद्रांना अटक करण्यापूर्वी पोलिसांनी वरिष्ठांचं मार्गदर्शन घेतलं होतं. पोलीस स्वामी राघवेंद्रांना अटक करण्यासाठी गेले, तेव्हा त्यांची पूजा चालू होती. स्वामी राघवेंद्रांची पूजा होईपर्यंत पोलीस मंदिरापासून लांब अंतरावर थांबले होते. त्यांनी आपली जीपही मंदिरापासून लांब अंतरावर उभी केली होती. पोलीस साध्या वेशात आले होते. स्वामी राघवेंद्रांना अटक केल्यानंतर त्यांना बेड्या घातल्या नव्हत्या.

पोलिसांनी स्वामी राघवेंद्रांना ताब्यात घेतल्याची बातमी कळताच भाविकांमध्ये गोंधळ उडाला होता. स्वामी राघवेंद्रांच्या दर्शनासाठी फार मोठी रांग उभी होती. पोलीस स्वामी राघवेंद्रांना घेऊन जात होते, तेव्हा पंचवीस क्रमांकाच्या टोकनचा भक्त दर्शन घेऊन गेला होता. सव्विसाव्या क्रमांकावर महिला होती. पोलीस स्वामी राघवेंद्रांना घेऊन जात असताना ती महिला ओरडून म्हणाली होती, ''आता माझा नंबर आहे. माझे दर्शन होऊ द्या. मग त्यांना घेऊन जा.'' पोलिस स्वामी राघवेंद्रांना घेऊन गेल्यामुळे रांग लावलेल्या भक्तांची मोठी निराशा झाली होती. लोक लांबून आले होते. त्यामुळे ते नाराज झाले होते. स्वामी राघवेंद्र पोलीस चौकीत आल्यानंतर ढसढसा रडले होते.

''माझ्याविरुद्ध हे कुंभाड आहे. महादेव तुम्हाला बघून घेईल.'' स्वामी राघवेंद्रांनी तळतळाट व्यक्त केला होता.

पोलिसांनी स्वामी राघवेंद्रांसाठी सार्वजनिक बांधकाम खात्याचे गेस्ट हाऊस ताब्यात घेतले होते आणि स्वामी राघवेंद्रांना कैद करून तिथं ठेवण्यात आले होते. तिथं त्यांना पूजाअर्चा करण्याची मुभा होती. इतकेच नाही, तर गेस्ट हाऊसमध्ये मुसलमान खानसामा होता. त्याला बदलून त्या ठिकाणी स्वामी राघवेंद्रांसाठी रामेश्वर हा ब्राह्मण स्वयंपाकी आणून ठेवला होता. स्वामी राघवेंद्र केवळ ब्राह्मणांनीच तयार केलेलं अन्न सेवन करत होते.

स्वामी राघवेंद्रांच्या वकिलांनी पोलिसांच्या तपास कार्याविषयी शंका घेतली होती. ''पुराव्याची तपासणी करता आली पाहिजे. पुरावा अपराधी कृत्याशी सुसंगत असला पाहिजे.'' असा युक्तिवादही केला होता.

स्वामी राघवेंद्रांच्या वकिलांनी कोर्टात आपले म्हणणे मांडले होते. ''आज चौथा शनिवार असल्याने स्वामी राघवेंद्र उपाख्य राघवेंद्र गोडबोले ह्यांच्याकडे फार लांबून भक्त येतात. त्यामुळे त्यांची जामिनावर मुक्तता करावी.'' ह्यावर न्यायमूर्तींनी उत्तर दिलं होतं. ''शंकराचार्य असो की स्वामी राघवेंद्र. कायद्यासमोर सगळे सारखेच.''

कोर्टाने स्वामी राघवेंद्रांना पंधरा दिवसांची पोलीस कोठडी दिली होती.

हिंदूंमध्ये संतापाची लाट उसळली होती. माणिकचंदने त्याचा राजकीय लाभ

उठवण्यासाठी आंदोलन छेडण्याची तयारी केली होती. ''स्वामी राघवेंद्रांना अटक करून हिंदूंच्या भावना दुखावल्या आहेत. हिंमत असेल तर पोलिसांनी मुस्लिम धर्मगुरूंना अटक करून दाखवावे. आम्ही देशव्यापी आंदोलन छेडू. हजारो हिंदू रस्त्यावर उतरतील. निवडणूक डोळ्यांपुढे ठेवून स्वामी राघवेंद्रांना अटक केली आहे. स्वामी राघवेंद्रांची तत्काळ सुटका झाली पाहिजे.''

शिवशक्तीच्या म्होरक्यांनी आक्रमक आणि शिवराळ भाषणे सुरू केली होती. स्वामी राघवेंद्रांना अटक केल्यानंतर पत्रकारांनी लोकांच्या प्रतिक्रिया छापल्या होत्या. सामान्य माणसापासून महत्त्वाच्या, अति महत्त्वाच्या व्यक्तींना भेटून दामोदर पोतदार हत्या प्रकरणाबाबत जनमानसाचा कानोसा घेण्याचा प्रयत्न केला होता.

''हिंदूंची मंदिरे अतिरेक्यांच्या हिट लिस्टवर आहेत. महत्त्वाच्या मंदिरांची सुरक्षा वाढवली पाहिजे.'' असं मत महादेव माळीनं व्यक्त केलं होतं.

''राज्यातील कायदा आणि व्यवस्थेचा बोजवारा उडाला आहे. मुख्यमंत्र्यांनी राजीनामा दिला पाहिजे.' माणिकचंदने जळजळीत प्रतिक्रिया व्यक्त केली होती.

''दामोदर पोतदारने सहा महिन्यांपूर्वीच पोलिसांना निवेदन दिले होते. पोलिसांनी त्यावर कारवाई केली असती, तर दामोदर पोतदारची हत्या झाली नसती. पोलिसांनी हे प्रकरण दाबून ठेवले आहे. संबंधित पोलीस अधिकाऱ्यांना बडतर्फ केले पाहिजे आणि ह्या प्रकरणाची सी.बी.आय.कडून चौकशी झाली पाहिजे.'' काशिनाथ पोळकेंनी पोलिसांना धारेवर धरलं होतं.

''हिंदू असल्याची मला लाज वाटते.'' अशी स्फोटक प्रतिक्रिया गोपीचंदने व्यक्त केली होती.

गोपीचंदच्या प्रतिक्रियेमुळे शिवशक्तीचे कार्यकर्ते भडकले होते. गोपीचंदने शिवशक्तीचा त्याग करून काँग्रेसमध्ये प्रवेश केल्याने कार्यकर्त्यांमध्ये त्यांच्याविषयी संतापाची भावना होती. त्यांना गोपीचंदवर सूड उगवण्याची नामी संधी मिळाली होती. शिवशक्तीच्या कार्यकर्त्यांनी गोपीचंदला मृत घोषित करून त्यांचे अंतिम क्रियाकर्म हिंदू धर्मशास्त्रानुसार केले होते. हिंदू धर्माचा आदर गमावणारा नेता मृत असतो. त्यामुळे मृत झालेले गोपीचंद ह्यांच्या आत्म्यास मुक्ती देण्यासाठी 'तेराव्यास' सर्वांनी उपस्थित राहावे, असे आवाहनही करण्यात आले होते. ''हिंदू धर्माला नावं ठेवणारे गोपीचंद हे आमच्यासाठी मरण पावले आहेत.'' अशी संतप्त प्रतिक्रिया माणिकचंदने व्यक्त केली होती. शिवशक्तीने गोपीचंदच्या तेराव्याचा कार्यक्रम आयोजित केला होता. गोपीचंदच्या तेराव्याचा पिंड घेऊन निघालेल्या कार्यकर्त्यांना पोलिसांनी अटक केली होती. मात्र, युवकांच्या दुसऱ्या गटाने जवळच्या नदीकाठी पिंड नदीस अर्पण केला होता आणि गोपीचंदच्या आत्म्याचा पुढचा प्रवास सुखकर होवो, अशी प्रार्थना केली होती.

"मतभेद असणाऱ्या व्यक्तीस जिवंत राहण्याचा अधिकार नाही." ह्या ब्रह्म-घोषामुळे दामोदर पोतदार ह्यांची झालेली हत्या योग्य की अयोग्य, क्षम्य की अक्षम्य, अशीही चर्चा सुरू झाली होती. माणसासाठी अहिंसा आहे. अहिंसेसाठी माणूस नाही असाही वाद हिरिरिने पुढे येत होता. धर्माविरुद्ध वागणाऱ्यांची गय करता येणार नाही. त्यामुळे अधर्म वाढेल आणि धर्म धोक्यात येईल. धर्मावर हल्ला कोणीही करो तो परतवून लावला पाहिजे. धर्मरक्षण महत्त्वाचे आहे. धर्मरक्षणासाठी धर्मयुद्ध महत्त्वाचं. धर्मयुद्धात होणारी हिंसा क्षम्य. दामोदर पोतदार ह्यांची हत्या क्षम्यच आहे. त्याचे आचरण धर्माविरुद्ध होते.

पोलीस कस्टडीत असताना स्वामी राघवेंद्रांचा आत्मविश्वास ढळला होता. त्यांनी क्षमायाचना केली होती. स्वामी राघवेंद्रांच्या क्षमायाचनेला पोलिसांनी विपुल प्रसिद्धी दिली होती. स्वामी राघवेंद्र हात जोडून असाहाय्यपणे पोलिसांना बोलत आहेत, दयेची भीक मागत आहेत, असे चित्रीकरण वृत्त वाहिन्यांवरून प्रक्षेपित झाले होते. शिवशक्तीने अशा प्रक्षेपणाला आक्षेप घेतला होता. "स्वामी राघवेंद्रांनी दया याचना केली नाही. ह्या बनावट सी.डी.आहेत. पोलिसांनी खोट्या सी.डी. पत्रकारांना वाटल्या आहेत. ह्या प्रकरणाची सी.बी.आय.मार्फत चौकशी झाली पाहिजे. हे सत्ताधारी पक्षाचं षड्यंत्र आहे." अशा आशयाचे पत्रक माणिकचंदने हेमा पंडितच्या स्वाक्षरीने प्रसिद्धीस दिले होते. स्वामी राघवेंद्रांच्या अटकेसंदर्भात उलट-सुलट बातम्या प्रसिद्ध होत होत्या. त्यामुळे लोकांमध्ये ह्या प्रकरणाची जोरदार चर्चा सुरू झाली होती.

हेमा पंडितला आर्थिक मदत केल्याचे स्वामी राघवेंद्रांनी मान्य केले होते. हेमा पंडित माझ्या भक्त आहेत. त्यांना शस्त्रक्रियेसाठी मी आर्थिक मदत केली आहे, अशी कबुली त्यांनी दिली होती. गरिबी हटाओ झोपडपट्टीतल्या सुधारणा करण्यासाठी हेमा पंडितबरोबर अनेक वेळा प्रदीर्घ बैठका झाल्या असल्याचे स्वामी राघवेंद्रांनी मान्य केलं होतं. कलशट्टीलाही गरिबी हटाओ झोपडपट्टीतल्या गणेश मंदिराच्या उभारणीसाठी आर्थिक मदत केल्याचे त्यांनी मान्य केले होते. दामोदर पोतदार अत्यंत अश्लील आणि असभ्य भाषेत बोले. त्याच्या बोलण्याचा आणि वागण्याचा भाविकांवर वाईट परिणाम होई म्हणून त्याला मंदिरात येण्यास प्रतिबंध केला होता, असा जबाब स्वामी राघवेंद्रांनी दिला होता. ह्या सर्वाचा अर्थ स्वामी राघवेंद्रांनी दामोदर पोतदारचा खून केला असा होत नाही, असा युक्तिवाद स्वामी राघवेंद्रांच्या वकिलांनी केला होता.

हिंदुत्ववादी संघटनांनी स्वामी राघवेंद्रांच्या अटकेच्या निषेधार्थ जोरदार निदर्शने केली होती. ह्या आंदोलनांपासून बहुजन समाज अलिप्त राहिला होता. त्यामुळे ह्या आंदोलनाला व्यापक जन समर्थन लाभले नव्हते. केवळ भडक प्रतिक्रिया आणि बातम्या ह्यांच्या जोरावर आंदोलन चालवता येत नाही, हे अतिउत्साही नेत्यांना कळून चुकले

होते. हिंदूंच्या भावना भडकावून आपल्या नेतृत्वाची पोळी भाजता येईल हे त्यांचे गणित साफ चुकले होते. कारण पोलिसांनी दामोदर पोतदारच्या निवेदनाच्या झेरॉक्स प्रती पत्रकारांना वाटल्या होत्या.

□ □ □

स्वामी राघवेंद्रांना अटक झाल्यामुळे कलशट्टीची वाचाच बसली होती. तो मुळासकट उखडलेल्या वृक्षासारखा वाटत होता. बलशेटवारचे पारडे जड झाले होते. बलशेटवारच्या प्रचारासाठी हेमा पंडितची वस्तीत सभा झाली होती. वस्तीतले वातावरण पालटले होते. कलशट्टी गँग एकाकी पडली होती.

माणूस पशू आहे. तो वन्य अवस्थेपासून विकसित होत आला आहे. त्याचं नागडंपण संपलं आहे. जंगलातील भटकंती संपली आहे; पण त्याच्या रक्तातील पाशवी अवशेष अजूनही जिवंत आहेत. त्याच्या धमनीतून जंगल थयथयत असतं. संधी मिळताच माणूस 'बळी तो कान पिळी' होऊ लागतो. माणूस सर्वांत अधिक हिंस्त्र आहे. त्याच्या मेंदूत जंगलाचा कायदा दडून बसला आहे. निवडणूक प्रचारात होणाऱ्या हिंसेच्या बातम्या वाचून विश्वनाथ कुलकर्णी विचारमग्न झाला होता. महाकाव्य रचणाराही माणूसच आहे. महायुद्ध करणाराही माणूसच आहे. वर्गातली मुलं चित्रे काढत होती. विश्‍वनाथ कुलकर्णी वर्गात बसून वर्तमानपत्र चाळत होते. वर्गाबाहेर गोंधळ सुरू झाला होता. वस्तीत धावपळ सुरू झाली होती. दलितांच्या झोपड्यांमध्ये हलकल्लोळ माजला होता. वर्गातले शिक्षक शाळेबाहेर आले होते. मुलंही वर्गाबाहेर आली होती.

कलशट्टीने रंजना कदमला उचलून नेले होते.

कलशट्टी घरोघरी फिरून मतदारांच्या भेटी घेत होता. सर्वांना हात जोडून मत मागत होता. कलशट्टीला पाहून दलितांच्या झोपड्यांची दारे बंद होत होती. कलशट्टी अपमानित होत होता, तरीही चेहऱ्यावर उसने अवसान आणून तो प्रचार करत होता. दारोदारी होणाऱ्या अपमानाने तो विचलित झाला होता. रंजना कदमने त्याला रस्त्यात अडवले होते. एक दलित स्त्री आपल्याला रस्त्यात अडवतेय आणि वस्तीत फिरायला मज्जाव करतेय, ह्यामुळे तो अस्वस्थ झाला होता.

रंजना कदमने कलशट्टीचा उल्लेख 'तात्या कांबळेचा खुनी' असा केला होता. उपस्थित स्त्रिया कुत्सितपणे हसल्या होत्या. त्यामुळे कलशट्टी चवताळला होता. त्याने रंजन कदमला उचलले होते. रंजना कदमला उचलून घेऊन तो परत फिरला होता. त्याने तिची साडी फाडून फेकून दिली होती. त्याचे साथीदार त्याच्यामागून जात होते. दलित स्त्रियांनी आरडाओरडा केला होता. दलित वस्तीतली माणसं कामाला

गेली होती. घरात जे कोणी होते ते बाहेर आले होते. दलित स्त्रिया जमल्या होत्या. त्या कलशट्टीच्या घराकडे धावल्या होत्या. दलित स्त्रियांचा रुद्रावतार पाहून कलशट्टी पळून गेला होता. रंजना कदमची सुटका झाली होती. तिचे केस विस्कटले होते. कपाळावर टेंग आला होता.

दलित स्त्रियांचा उद्रेक पाहून विश्वनाथ कुलकर्णी थक्क झाला होता. रमा बाबर नंतर रंजना कदमवर हल्ला झाला होता. दलित स्त्रियांनी तो बहादुरीने परतवून लावला होता.

मतदारांनीच आपला विवेक वापरला पाहिजे. त्यांनी जर गुन्हेगाराला निवडून दिले, तर राजसत्तेचं पावित्र्य नष्ट होईल. लोकांनी सारासार विचार करून मतदान केले पाहिजे. ज्याने अनेक गुन्हे केले आहेत अशा गुन्हेगाराला लोकांनी आपले पवित्र मत देऊ नये. लोकांनी आमिषाला किंवा दबावाला बळी पडू नये. कोणी डोक्यावर बंदूक धरून धमकावलं तर त्याला भिऊ नये. "हिंमत असेल तर गोळी घाल" असंच त्याला बजावले पाहिजे. नाही तर लोकशाहीचा डोलारा कोसळेल. मतदान हे जबाबदारीनेच केले पाहिजे. आपले प्रतिनिधी हे स्वच्छ चारित्र्याचे आणि परिपक्व असले पाहिजेत. त्यांना लोकांच्या प्रश्नांची उत्तम जाण असली पाहिजे. मतदारांचं राजकीय प्रबोधन झालं पाहिजे. नाही तर गल्लीपासून दिल्लीपर्यंत गुन्हेगारच राज्य करू लागतील. विश्वनाथ कुलकर्णी लोकशाहीचा गंभीरपणे विचार करत होते. ते ज्या दिवसापासून ह्या वस्तीत आले होते, त्या दिवसांपासून ते देवाधर्माचा विचार करण्याऐवजी सामान्य माणसाचा विचार करू लागले होते.

आठ दिवसांनंतर सर्वच वर्तमानपत्रांनी एकच हेडलाईन केली होती.

अनंत कलशट्टीला दगडांनी ठार मारले. प्रथम वर्ग न्यायदंडाधिकारी न्यायालयातील कोर्टरुममध्ये थरार घडला. खून, दरोडे, महिलांवरील अत्याचाराचे गुन्हे केलेल्या अनंत कलशट्टी ह्या पन्नास वर्षीय अट्टल व विकृत गुंडाला संतप्त जमावाने थेट कोर्ट रूममध्ये घुसून दगडाने ठेचून मारले. कलशट्टीच्या दहशतीला कंटाळलेल्या गरिबी हटाओ झोपडपट्टीतील महिला, पुरुष इतकेच नाही, तर लहान मुलांचा ऐंशी जणांचा जमाव कोर्टामध्येच पोलिसांसमोर कलशट्टीवर तुटून पडला. दगडाने ठेचून व चाकूचे असंख्य वार करून त्यांनी कलशट्टीच्या शरीराची चाळण केली. थेट न्याय मंदिरातच खून होणाऱ्या या पहिल्याच घटनेने अवघा देश हादरला आहे. आज दुपारी २.४० च्या सुमारास अचलपूर पोलीस ठाण्याचे हेड कॉन्स्टेबल शरद काळे, शिपाई जय शंकर ठाकूर आणि किशोर सूर्यवंशी हे तिघेजण कलशट्टीला घेऊन प्रथम श्रेणी न्यायदंडाधिकारी जे. एम. दीक्षित ह्यांच्या सात क्रमांकाच्या न्यायालयात हजर करण्याकरिता आले होते. दगडी इमारतीच्या न्यायालयात आरोपींची

नोंद करण्याचे काम सुरू झाले होते. कलशट्टीला न्यायालयात आणताच दबा धरून बसलेला ऐंशी जणांचा जमाव अचानक धावत आला. या जमावाने न्यायालयाचा भरभक्कम लाकडी दरवाजा तोडून आत प्रवेश केला. पोलीस शिपायांना काही कळायच्या आतच महिला व पुरुषांनी कलशट्टीच्या डोळ्यांवर तिखट फेकले. चाकूने सपासप वार करणे सुरू केले. जमाव कलशट्टीवर अक्षरश: तुटून पडला होता. जनतेचा हा संताप पाहून पोलीसही भेदरले होते. पोलीस शिपायांनी व कर्मचाऱ्यांनी तेथून पळ काढून लगेचच पोलीस नियंत्रण कक्षाला व पोलीस ठाण्याला माहिती दिली होती. मात्र, पोलीस बंदोबस्त ताफा न्यायालयात येण्यापूर्वी कलशट्टीवर वार करून त्याला जमावाने ठार केले होते. जमावाचा कलशट्टीविषयी इतका पराकोटीचा तिरस्कार होता की, त्यांनी मोठ्या दगडाने त्याचे लिंगही ठेचून टाकले होते.

कलशट्टीची हत्या झाल्यामुळे गरिबी हटाओ झोपडपट्टीतील कलशट्टी लढवित असलेली निवडणूक रद्द झाली. बलशेटवार हताश झाला, तर दामोदर पोतदार हत्याप्रकरणी तपास कार्यात अडचणी निर्माण झाल्या.

□ □ □

ग्रामपंचायत निवडणूक प्रचाराची सांगता झाली होती. पहिल्या टप्प्यातील निवडणूकप्रक्रियेत येत्या रविवारी मतदान होणार होते आणि एकवीस जूनला मतमोजणी होणार होती. ह्या वेळच्या निवडणुकीचे वैशिष्ट्य म्हणजे पुरुषांबरोबर स्त्रियाही अखेरच्या दिवशी मोठ्या संख्येने प्रचारात उतरल्या होत्या. अचलपूर-धरणगाव ग्रामीण भागातील १२, तर कुरवडे ह्या शहर पोलिसांच्या हद्दीतील प्रचार घरोघरी पार्ट्या, गाठीभेटी आणि प्रचार फेऱ्यांनी रंगून संपला होता. पक्षाचे पदाधिकारी, नगरसेवक आणि कार्यकर्ते मिळेल त्या उमेदवारांचा प्रचार पक्षभेद विसरून करत होते. माणिकचंदने अचलपूरबरोबरच इतर खेड्यांतही लक्ष घातलं होतं. पंचायत समिती उपसभापती चंद्रकांत अंभोरे यांनी अचलपूरमध्येच तळ ठोकला होता. काँग्रेसचे कट्टर समर्थक गोपीचंद यांनी धरणगाव विकास आघाडीच्या २,३,४ व ५ या वार्डातून प्रचार फेरीत भाग घेतला होता. अचलपूर वॉर्ड क्रमांक ९ मध्ये हेमा पंडित आपलं नशीब अजमावत होती. माजी उपसरपंच नरेंद्र पाटीलही निवडणुकीच्या रिंगणात उतरले होते. जिल्ह्यातील उद्या होत आलेल्या निवडणुकीमध्ये १२५ मतदान केंद्रे संवेदनशील असून, मतदानादरम्यान तिथं कोणताही अनुचित प्रकार होऊ नये, यासाठी मोठा पोलीस बंदोबस्त तैनात केला होता. राज्य राखीव दलाच्या दोन कंपनी तसेच होम गार्डचे बाराशे जवान नियुक्त करण्यात आले होते.

अचलपूर पोलीस ठाण्याला दोन जादा वाहने उपलब्ध करून दिली होती. कोणताही गैरप्रकार करणाऱ्याला ताब्यात घेऊन त्याच्यावर तातडीने कारवाई करण्याचे आदेश दिले होते. शासकीय यंत्रणा सज्ज झाली होती. अचलपूरचा आठवडी बाजार बंद ठेवला होता. मंचर, अवसरी खुर्द, एकलहरे, कलापूर बुद्रूक, काळेवाडी, दरेकरवाडी, खडकवाडी, गिरवली, धोंडमाळ, शिंदेवाडी, पिंपळगाव तर्फे म्हाळुंगे, रानमळा वस्ती, शेवाळवाडी, शिंगवे अशा पंधरा ग्रामपंचायतीसाठी अठ्ठावन्न मतदान केंद्रे होती. ह्या केंद्रांवर ३१९ कर्मचारी नियुक्त केले होते. १५ ग्रामपचांयतीच्या ६२ वॉर्डासाठी १३० उमेदवार निवडणूक रिंगणात उतरले होते.

निवडणुकांची पूर्वतयारी झाली होती. त्यासाठी लागणारे सर्व साहित्य मतदान केंद्रांवर पोहोचले होते. महत्त्वाच्या मतदान केंद्रांवर जास्त गर्दी होण्याची शक्यता असल्याने, तसेच निवडणूक कालावधीत कोणताही अनुचित प्रकार घडू नये, ह्यासाठी प्रत्येक मतदान केंद्रावर एक पोलीस कर्मचारी नेमण्यात आला होता. अचलपूर ग्रामपंचायतीच्या बारा वॉर्डांत विभाजन करण्यात आले होते. अचलपूरला १२ हजार ८६७ मतदार असून, मतदारांनी सकाळी ७ ते सायंकाळी ५ या वेळात मतदानाचा हक्क बजावण्याचे आवाहन करण्यात आले होते.

ग्रामपंचायत निवडणुकीत सत्ताधारी पक्षाचा विजय झाला, तर अचलपूर-धरणगाव तालुका घोषित होणार होता. लोकांमध्ये तशी चर्चा चालू होती.

मतदानाचा दिवस उजाडला होता. सकाळपासूनच मतदारांनी मतदान केंद्रांवर रांगा लावल्या होत्या. ठिकठिकाणी मतपेटीला सुवासिनींनी ओवाळलं होतं आणि मत टाकून मतदानाला सुरुवात केली होती. मतदारांमध्ये उत्साह दिसून येत होता. घराघरांतून नागरिक मतदानासाठी बाहेर पडत होते.

केरबा आणि सोनबाही घराबाहेर पडले होते. ते दोघे जनावरांची कातडी विकण्यासाठी निघाले होते. त्यांनी टेम्पोमध्ये कातडी भरली होती. कातड्यांची दुर्गंधी सुटली होती. केरबा टेम्पो चालवत होता. सोनबा त्याच्या शेजारी बसला होता. नेहमीप्रमाणे पोलिसांनी चौफुल्यावर त्यांचा टेम्पो अडवला होता. त्यांनीही नेहमीप्रमाणे पोलिसांच्या हातावर शंभर रुपये ठेवले होते. पोलिसांनी शंभर रुपये घ्यायला नकार दिला होता. त्यांनी हजार रुपयांची मागणी केली होती. केरबाने शंभर रुपयांपेक्षा अधिक रक्कम द्यायला नकार दिला होता. कातड्यांची दुर्गंधी येत असल्याने पोलीस टेम्पो अडवून ठेवणार नाहीत असं केरबाला वाटलं होतं; पण पोलीस वस्ताद निघाले होते. त्यांनी टेम्पो थांबवून ठेवला होता. केरबाची पंचाईत झाली होती. सोनबा चिडला होता.

केरबाने आपली सगळी झडती दिली होती आणि केवळ शंभर रुपयेच असल्याचे सांगितले होते. पोलीस केरबाचं ऐकून घ्यायला तयार नव्हते. केरबाने त्यांची मागणी धुडकावल्यामुळे ते बिथरले होते. सोनबा पोलिसांबरोबर वाद घालत होता.

"तुम्हाला इतके रुपये कशाचे द्यायचे?" सोनबा.

"तुला माहीत नाही का?" पोलीस.

"शंभर रुपये घ्या." सोनबा.

"हजार रुपये दे. गाडी ने. नाही तर तुझी गाडी सोडणार नाही. समजलं?" पोलीस.

"का सोडणार नाही. आमची काय चूक आहे?" केरबा.

"असं का?" पोलीस.

"आम्हाला जाऊ द्या." सोनबा.

"जा. हजार रुपये घेऊन ये." पोलीस.

"आमच्याकडे इतके रुपये नाहीत." केरबा.

"आवाज करायचा नाही. बाजूला थांब. तुझा घाणेरडा वास येतोय." पोलीस.

"जाऊ द्या." केरबा.

"एकदा सांगितलं ना!" पोलीस.

"आमची काय चूक आहे?" सोनबा.

"दाखवतो तुझी चूक. दोन मिनिटे थांब." पोलीस.

पोलिसांनी मतदान करून परतणाऱ्या लोकांना थांबवलं होतं. लोकांची गर्दी झाली होती. केरबा आणि सोनबा टेम्पोजवळ थांबले होते. पुढे काय अघटित घडणार आहे ह्याची त्यांना तसूभरही कल्पना नव्हती. सर्वत्र कातड्याची दुर्गंधी पसरली होती.

पोलिसांनी गर्दीचे कान फुंकले होते. "टेम्पोत गाईची कातडी भरली आहेत. ह्यांनी गाई कापल्या आहेत. गोहत्या केली आहे."

लोकांची माथी भडकली. डाकूंनी मतदान केंद्रावर हल्ला करावा तसा लोकांनी केरबा आणि सोनबावर हल्ला केला. जमावाच्या हातून केरबा आणि सोनबाचा दिवसा-ढवळ्या खून झाला. पोलीस हात रुमालाने नाक धरून दूर उभे राहिले. गुंडांनी पळवलेल्या मतपेट्यांसारखे केरबा आणि सोनबाचे मृतदेह रोडवर पडले. गर्दी पळून गेली.

मतदानाची वेळ संपली होती. रांगेतील मतदार संपले होते. मतपेट्या सीलबंद झाल्या होत्या.

❑ ❑ ❑

पिंकीचा दीर्घ आजाराने मृत्यू झाला होता.

पाईप लाईनजवळ जमलेल्या म्हाताऱ्यांमध्ये पिंकीच्या मृत्यूची चर्चा सुरू झाली होती. ''पिंकीचा मृत्यू एड्‌समुळे झालाय.'' नाना ठामपणे बोलत होता. ''आता उस्मानलाही एड्‌स होईल.'' आबाने नानाच्या बोलण्याला पुस्ती जोडली होती. ''जाऊ दे. विषय बदला. उस्मानला कळालं तर उगीच डोकेदुखी होईल.'' काशिम सर्वांना सबुरीचा सल्ला देत होता.

''आपल्याला एड्‌सची भीती नाही. एड्‌स दहा वर्षांनी होतो. तोपर्यंत आपण वर जाणार.'' दाद्या गंभीर विषयाला विनोदी वळण देत होता. ''उस्मानने कुंटणखान्यातील पोरी वापरल्या असतील, तर त्यांनाही एड्‌स होईल आणि ह्या पोरींबरोबर झोपलेल्या सर्वांनाच एड्‌स होईल. असे झाले तर भेडसावणाऱ्या लोकसंख्येचा प्रश्न सुटेल.'' नाना आपली हुशारी दाखवत होता.

''म्हाताऱ्यांसाठी देखील कुंटणखाना असला पाहिजे म्हणजे म्हाताऱ्यांनाही एड्‌स होईल.'' आबा सर्वांची गंमत करत होता.

पिंकीच्या अंत्यसंस्काराला लोक आले नव्हते. कुंटणखान्यातल्या पोरी आणि ढाब्यावरचे वेटर तेवढे होते. उस्मानला पोरके आणि एकटे झाल्याची तीव्र जाणीव झाली होती. पिंकीच्या मृत्यूने तो हादरला होता.

बलशेटवार घरी नसल्याचे पाहून सुरेखा माने त्याच्या घरी गेली. तिने हितचिंतकाचा आव आणला. सुरेखा माने घरी आल्याचे पाहून झहिराच्या कपाळावर आठ्या पडल्या. सुरेखा माने अत्यंत आपुलकीच्या स्वरात झहिराबरोबर बोलत होती. ''उस्मान मुसलमान आहे. तूही मुसलमान आहेस. उस्मानची बायको निघून गेली आहे. तो एकटा पडला आहे.'' झहिराने सुरेखा मानेला बोलण्यापासून रोखण्याचा प्रयत्न केला पण सुरेखा माने शांतपणे बोलत होती. ''तेरा दिमाग खराब हुआ है. उस्मान तेरे घर में आयेगा. तब तुझे समझेगा. अब भी देर नही हुआ है. मेरी बात मान. वह वस्ती का डॉन है. मैं तुझे उसके पास लेकर जाऊँगी. नही तो वह बलशेटवार के पिछे लगेगा. सोच.'' सुरेखा माने झहिराला धोक्याचा इशारा देत होती.

झहिरा काळजीत पडली होती. आपला कोणीतरी पाठलाग करत आहे असा तिला भास होत होता. तिच्या घरावर दगड पडला होता. ती दचकली. ती सुन्न झाली. तिच्यावर दडपण आलं होतं. तिला एका महाकाय शिस्नाने विळखा घातला होता आणि ती भयभीत झाली होती.

☐ ☐ ☐

जिल्ह्यातील ५३० ग्रामपंचायतींसाठी सरासरी ८० टक्के मतदान झाले होते. चुंगी आणि कुरनूर येथे दोन गटांत झालेली हाणामारी, पितापूरमध्ये झालेला गोळीबार आणि बोरगाव येथील दगडफेक या घटनांनी मतदानप्रक्रियेला गालबोट लागले होते. इतरत्र मतदान सुरळीत झाले होते. मतमोजणी बुधवारी तालुक्याच्या ठिकाणी होणार होती. २९ ग्रामपंचायतींची निवड बिनविरोध झाली होती. अचलपूरमध्ये पहिल्या दोन तासांत २१ ते २५ टक्के मतदान झाले होते. धरणगावमध्ये पहिल्या दोन तासांत ३० टक्के मतदान झाले होते. मतदारांनी सकाळी पावणे सातपासूनच रांगा लावल्या होत्या. सकाळी ९.३० वाजता एका पॅनेलने दुसऱ्या पॅनेलला दर्गनहळ्ळीत घुसू दिले नाही म्हणून एका उमेदवाराच्या साथीदाराला मारहाण झाली होती. त्यावरून वातावरण तंग बनले होते. पोलिसांनी कोणताही अनुचित प्रकार घडू न देता वातावरण शांत केलं होतं. काजीकणबस येथे मतदानासाठी तुरळक गर्दी होती. मात्र, दुपारनंतर गर्दी वाढली होती. मतदारांमध्ये वृद्ध, महिला, तरुण आणि पुरुष ह्यांचा सहभाग होता. धरणगावमध्ये एका महिलेला ओळखपत्राशिवाय मतदान करू दिल्याच्या कारणावरून दोन गटांत हाणामारी झाली होती.

राज्याच्या २९ जिल्ह्यांतील सहा हजारांहून अधिक ग्रामपंचायतीमध्ये झालेल्या निवडणुकीनंतर गावाकडचे राजकारण कोणत्या दिशेने आणि कसे पुढे सरकत आहे त्याचा अंदाज येत होता. ह्या वेळच्या निवडणुकीत बहुतेक सर्व ठिकाणी अभूतपूर्व चुरस निर्माण झाली होती. यापूर्वी अनेक ठिकाणी वर्षानुवर्षे विशिष्ट प्रतिनिधीच निवडून यायचे. काहींनी तर पंचवीस-पंचवीस वर्षे सरपंचपद सांभाळण्याचा विक्रम केला होता. यावेळी मात्र अशा अनेक विक्रमवीरांना मोडीत काढण्याचा सर्वत्र प्रयत्न झाला होता. अनेक ठिकाणी प्रस्थापितांना धक्के देत गावाकडची तरुणाई राजकारणात प्रवेश करताना दिसत होती. गेल्या काही वर्षांत स्थानिक स्वराज्य संस्थांचा विचार मोठ्या प्रमाणात सुरू झाला होता. ग्रामपंचायतींना अधिक अधिकार दिले जात होते. अधिक निधी प्राप्त होत होता. 'आमच्या गावात आमचे राज्य' अशा घोषणा उदयाला येत होत्या. सर्वांत महत्त्वाचे म्हणजे तालुक्याच्या आणि जिल्ह्याच्या राजकारणात स्थान मिळवायचे असेल, तर ग्रामपंचायतीच्या निवडणुकांचा सोपान वापरलाच पाहिजे, असा विचार दृढ होऊ लागला होता. सेवा आणि सत्ता अशा दोन्ही भूमिकेने निवडणुकीत शिरणाऱ्यांची संख्या खूप मोठी होती. त्यामुळे विधान सभा आणि लोकसभा निवडणुकांमधील अनिष्ट पायंडे इथेही पडले होते. आमिष दाखवणे, पाण्यासारखी दारू खर्च करणे, सहस्र भोजनाचा प्रयोग करणे, गठ्ठ्या-गठ्ठ्याने मतदार सांभाळून ठेवणे, खरेदी-विक्रीची तयारी ठेवणे, प्रचाराची वेगवेगळी तंत्रे वापरणे यासारख्या

गोष्टींमुळे निवडणुकीतील चुरस शिगेला पोहचली होती. तीन अपत्ये असणाऱ्यांना आणि सरकारी थकबाकीदारांना निवडणुकीचे अर्ज भरता आले नव्हते.

"माझ्या वयाचा, पदाचा आदर न राखता पोलिसांनी मला गुंडाप्रमाणे वागणूक दिली. माझ्या राजकीय कारकिर्दीतला असा पहिलाच अनुभव होता." अशी खंत माणिकचंदने व्यक्त केली होती.

"ग्रामपंचायतीच्या निवडणुकांमध्ये विरोधकांनी पैसे आणि दारू मोठ्या प्रमाणात वाटली." असा आरोप हेमा पंडितने केला होता. हेमा पंडितला आपला पराभव पचवता आला नव्हता. निवडणुकीमध्ये शिवशक्तीचे पानिपत झाले होते. गरिबी हटाओ झोपडपट्टीतल्या जागेवर अशरफ निवडून आला होता. दोन नंबरवर सय्यद होता. उस्मानचा दारुण पराभव झाला होता. उस्मानचे डिपॉझिट जप्त झाले होते.

□ □ □

दामोदर पोतदारची मंदिरात हत्या झाल्यामुळे मंदिराच्या पावित्र्याला कलंक लागला होता. मंदिरावर अरिष्ट आले होते. भाविकांच्या भावना दुखावल्या होत्या. मंदिराचे पावित्र्य कायम करण्यासाठी यज्ञाचे आयोजन करण्यात आले होते.

चतुर्वेद पारायण व ऋग्वेद स्वाहाकार यज्ञास मंदिराच्या प्रांगणात प्रारंभ झाला होता. हा धार्मिक विधी सोहळा सलग सात दिवस चालणार होता. स्वधर्माविषयी श्रद्धा उत्पन्न व्हावी, धर्म विध्वंसक शक्तींचा नि:पात व्हावा, सर्व समाजामध्ये परस्पर सामंजस्य निर्माण व्हावे, सर्वांना दीर्घायुरोग्य, सुखी, ऐश्वर्य संपन्न जीवन प्राप्त व्हावे ह्यासाठी ऋग्वेद, यजुर्वेद, सामवेद व अथर्ववेद अशा चारही वेदांचे पारायण आणि ऋग्वेद स्वाहाकार यज्ञाचे आयोजन केले होते. सकाळी ७.१० वाजता मुख्य संकल्प सोडून ऋग्वेद स्वाहाकार यज्ञास प्रारंभ झाला होता. त्यानंतर पुण्याहवाचन, नांदीपाठ, मधुपर्क, ब्राह्मण पूजन, मूळ देवता स्थापना झाले होते. त्यानंतर अग्नी स्थापना व वरुण स्थापनेनंतर हवनास आरंभ झाला होता.

यज्ञासाठी मंदिरात मोठ्या संख्येने ऋषी मुनी आले होते. संन्याशांची मंदिरात गर्दी झाली होती. होम हवन आणि मंत्रोच्चाराने मंदिर परिसर पुनित झाले होते. गंगाजलाने संपूर्ण मंदिर धुतल्याने मंदिराबाहेर चिखल झाला होता.

□ □ □

कलशट्टीच्या हत्येनंतर कलशट्टी गँगची सर्व सूत्रे उस्मानने आपल्या हाती

घेतली. उस्मानने 'भाई का दाबा' चे नामकरण केले. 'उस्मान भाई का ढाबा' पूर्वी सारखाच हाऊस फुल्ल चालत होता. ढाब्यातल्या मुलींना कलशट्टीच्या घरी हलवले होते. सुरेखा माने मुलींची मालकीण झाली होती. काक्याच्या सगळ्या मुली मिळवू लागल्या होत्या.

उस्मानला निवडणुकीचे वेध लागले होते. तो दूरचा विचार करत होता. त्याला बलशेटवारविरुद्ध निवडणूक लढवायची होती. तो बलशेटवारला संपवण्याचे डाव खेळत होता. कलशट्टीच्या हत्येनंतर आपल्याला प्रतिस्पर्धी राहिला नाही अशा रुबाबात बलशेटवार वावरत होता. कलशट्टीच्या हत्येनंतर तो स्वत:ला सर्वेसर्वा समजू लागला होता.

उस्मान आणि आगलावे बलशेटवारच्या 'हीरा केबल्स' मध्ये गेले होते. बलशेटवार मॉनीटरवर क्रिकेट मॅच पाहत होता. भारत-पाक वन डे मॅच चालू होती. बलशेटवारच्या टेबलवरील फोन वाजला होता. बलशेटवारने स्पीकर ऑन केला होता.

"केबल का?"

"होय."

"देवदास लावा."

"परवाच लावला होता. पाहिला नाही का?"

"नाही पाहिला. पुन्हा लावा."

"सध्या सी.डी. नाही. रविवारी टाकतो."

बलशेटवारने स्पीकर फोन बंद केला होता. बलशेटवार पुन्हा एकदा मॅचमध्ये बुडाला होता. उस्मान बलशेटवारला बोलण्याचा प्रयत्न करत होता.

"पाकिस्तान जिंकेल. सचिन लवकर आऊट झाला."

"साला, मॅच फिक्सिंग झालेली दिसते."

"आपण हरणारच. मॅच पाहण्यात काही अर्थ नाही."

"क्रिकेट बेभरवशाचा खेळ आहे. शेवटच्या क्षणी चमत्कार घडू शकतो."

"सगळे बॉलर आहेत. ते काय मॅच फिरवणार?"

"सांगता येत नाही?"

"आज रात्री कोणता सिनेमा लावणार?"

"सरकार."

"तेच ते किती वेळा टाकतोस?"

"नवीन सी.डी. मिळत नाहीत."

"मग ब्ल्यू फिल्म लाव."

"कधी तरी ठीक आहे. नेहमीच काय?"

"आम्हाला मजा करू दे. नवीन पोरगी आणलीय."
"रात्री टाकतो. दहाच्या पुढे."
"तू शॉट मारायला येतो का?"
"सगळं सोडलं."
"तू आता नेता झालास!"

उस्मानने बलशेटवारला टाळी दिली होती. बलशेटवार दिलखुलास हसला होता. उस्मान आणि आगलावे 'हीरा केबल्स' मधून बाहरे पडले होते. बलशेटवार मॅच पाहण्यात दंग झाला होता. अनिल कुंबळेनी चांगली बॅटिंग केल्यामुळे मॅच फिरली होती. भारताचा विजय दृष्टिपथात आला होता. मॅचमध्ये थ्रील आले होते. दर्शकांच्या डोळ्यांचे पारणे फिटत होते. शेवटचा ओव्हर. शेवटचा बॉल. शेवटची रन हवी होती. अनिल कुंबळेनं षटकार मारला होता. भारताने मॅच जिंकली होती. बाहेर फटाक्यांची आतषबाजी सुरू झाली होती.

"क्यूँ रे क्या हुआ?" सावळ्या.
"इंडिया जिता." हमीद.
"फिर तुझे क्यूँ आनंद हुआ? पाकिस्तान तो नही जिता?" सावळ्या.
"क्यूँ? इंडिया जितनेसे हमे आनंद नही होता क्या?" हमीद.

हमीदच्या प्रश्नानं सावळ्या निरुत्तर झाला होता. भारताने क्रिकेट मॅच जिंकल्याच्या आनंदात हमीद फटाके उडवत होता. हमीदविषयी अशरफच्या मनात संशय निर्माण झाला होता. "हमीद हिंदूंना भीतो आहे. तो फटाके उडवून हिंदूंचा विश्वास जिंकू पाहतोय. ही लाचारी आहे. अशा लाचार मुसलमानांनाच राष्ट्रवादी मुसलमान म्हणतात. हिंदूंना लाचार मुसलमान हवे आहेत. स्वाभिमानी मुसलमान नाही." अशरफ चिडला होता. सूत गिरणी आणि साखर कारखाना ह्या भागातूनही फटाक्यांचा आवाज येत होता.

पैज जिंकलेले आणि हरलेले लोक उस्मान भाई का ढाब्यावर आले होते. सर्व टेबल फुल्ल झाले होते. सर्व टेबलवर पेग भरले होते. सर्वत्र सिगारेटचा धूर पसरला होता. पैज जिंकलेल्यांचा वरचष्मा होता. प्रत्येक टेबलवर कुंबळेची प्रशंसा होत होती. सचिनवर टीका होत होती. भारताने मॅच कशी फिरवली ह्याची रसभरीत चर्चा होत होती. प्रत्येकाच्या नसात नशा पाझरली होती. सर्व जिभा सैल झाल्या होत्या. प्रत्येकजण भरभरून बोलत होता. भरभरून पित होता. कस्टमरच्या बोलण्याचा आवाज आणि हिंदी सिनेमा संगीत ह्याचे अजब कॉकटेल झाले होते. वेटर धावपळ करत होते. उस्मान काऊंटरवर बसला होता.

आगलावे नवीन पोरीला घेऊन बसला होता. केबलवर ब्ल्यू फिल्म सुरू झाली होती. वेटर गिऱ्हाईकांना सिलबंद बाटल्या दाखवत होता आणि सिल तोडत

होता. आज खालून वारा सुटला होता, पण कातड्याचा वास येत नव्हता. काही तरी चुकल्या-चुकल्या सारखे वाटत होते. केरबा आणि सोनबाची हत्या झाल्यानंतर वस्तीतला कातड्याचा व्यवसाय बंद पडला होता. वस्तीतली दुर्गंधी संपली होती. उस्मान बिल घेत होता. आज तो खोऱ्यानं पैसा ओढत होता.

रात्री पोलिसांनी 'हीरा केबल्स' वर धाड टाकली होती. आक्षेपार्ह सी.डी. जप्त केल्या होत्या. पिंट्या पळून गेला होता. पोलिसांनी केबल्सचं साहित्य उचललं होतं. केबल बंद पडल्यामुळे 'हीरा केबल्स' चा फोन खणखणू लागला होता. तिथं फोन उचलायला कोणीच नव्हतं.

□ □ □

वेद अध्ययन केंद्राची जागा ही कबीर कांबळेच्या पणजोबाची होती. ह्या जागेची तशी दफ्तरी नोंद होती. दुष्काळ पडल्यामुळे त्यांनी ही जमीन कसली नव्हती. पुढे ती जमीन पडीकच राहिली होती. कबीर कांबळेच्या वडिलांनी जमीन कसण्याचा प्रयत्न केला होता. गावकऱ्यांनी त्याला जबर मारहाण केली होती. "ही गायरान जमीन आहे. इथं गावाची जनावरे चरतात. तू जमीन पेरलीस तर गावाची जनावरे कोठे जातील?" गावाच्या दहशतीमुळे जमीन पडीकच राहिली हाती. कबीर कांबळेनं ह्या जमिनीवर पुन्हा हक्क सांगितला होता. गावकऱ्यांनी पुन्हा काठ्या-कुऱ्हाडी हातात घेतल्या होत्या. जमिनीचा वाद पेटला होता. माळरानाची ही जमीन होती. तशी नापीकच होती. ही महाराची हाडकी हडवळा होती. तात्या कांबळेच्या हत्येमुळे कबीर कांबळे शांत राहिला होता.

दलितांच्या हाडकी हडवळ्यावर वेद अध्ययन केंद्राची उभारणी झाली होती. हे अतिक्रमण होते. दलितांनी आपल्या जमिनीचा कब्जा मिळवण्यासाठी कायदेशीर मार्गाचा अवलंब केला होता. आपल्या प्रश्नाकडे शासनाने लक्ष वेधण्यासाठी ते अधूनमधून मोर्चे काढत होते. वेद अध्ययन केंद्रामुळे दलितांच्या मागणीला धार आली होती.

बेकायदेशीर बळकावलेल्या महार वतनी जमिनीची चौकशी करण्याचे आदेश प्रांताधिकाऱ्यांना देण्यात आले होते. विभागीय आयुक्तांनी हे आदेश दिले होते. स्वामी राघवेंद्रांनी महार वतनाची जागा बेकायदेशीर बळकावली असून, त्याची चौकशी करून ती जागा शासनाने परत घ्यावी, असा तक्रारी अर्ज कबीर कांबळेच्या पत्नीने केला होता. या संबंधी प्रांताधिकारी जगदीश जोशी ह्यांना प्रत्यक्ष घटनास्थळी जाऊन चौकशी करून अहवाल सादर करण्याचे विभागीय आयुक्तांनी आदेश दिले होते. जिल्हा भूमी अभिलेख ह्यांनी केलेली मोजणी दलितांनी धुडकावून लावली होती.

स्वामी राघवेंद्र कैदेत होते आणि बाहेर त्यांच्याविरुद्ध आंदोलन सुरू झाले होते. भविष्यात असं संकट उभं राहील असं स्वामी राघवेंद्रांना कदापिही वाटल नव्हतं. दिवसेंदिवस दलित संघटित होत होते. शिक्षित होत होते. संघर्ष करत होते. दलितांना खूप काळ दडपून ठेवणे शक्य नव्हते. हजारो वर्षे ज्या आणि जशा अवस्थेत दलित होते, त्या आणि तशाच अवस्थेत ते पुढेही राहतील, अशी कल्पना काळाच्या कसोटीवर वेडगळ ठरली होती. दलितांचा आक्रमकपणा पाहून स्वामी राघवेंद्रांनी जमिनीची किंमत देण्याचे मान्य केले होते; पण दलितांनी हा प्रस्ताव ठोकरला होता. त्यांनी ''आमची जमीन आम्हाला हवी.'' असा तगादा लावला होता. त्यामुळे हा प्रश्न अधिकच किचकट झाला होता.

स्वामी राघवेंद्र तुरुंगात गेल्यानंतर त्यांच्याविरुद्ध दबलेले तमाम आवाज प्रकट होत होते. स्वामी राघवेंद्रांच्या प्रतिष्ठेला आणि अधिकाराला घरघर लागली होती. दलित कार्यकर्त्यांनी नेमकी हीच संधी साधली होती. स्वामी राघवेंद्रांच्या वतीने महादेव माळी आंदोलनकर्त्यांशी चर्चा करत होता. स्वामी राघवेंद्रांनी त्याला काय बोलायचं हे सांगून ठेवलं होतं.

''संस्कृत ही प्राचीन भाषा आहे. त्याचं अध्ययन इथं होतं. संस्कृत देववाणी आहे. संस्कृत लयाला जाऊ नये म्हणून इथं जाणीवपूर्वक प्रयत्न होत आहेत. आपण ही बाब लक्षात घेतली पाहिजे.'' महादेव माळी.

''संस्कृत शिकण्याचा शूद्रातिशूद्रांना अधिकार नव्हता. बाबासाहेब आंबेडकरांना संस्कृत हा विषय घेता आला नाही. त्यांना संस्कृतऐवजी पारशी शिकावी लागली. संस्कृत ही मृतप्राय भाषा आहे. ती मेलेलीच बरी. संस्कृतला साडेतीन फूट खोल खड्डा खणून गाडले पाहिजे.'' काशिनाथ पोळके.

''तुम्ही आक्रमक होऊ नका. इथं धर्मशास्त्रांचं अध्ययन होत आहे. हे गुरुकुल आहे.'' महादेव माळी.

''गुरुकुल पद्धतीमुळे आपल्या राष्ट्राचं अपरिमित नुकसान झालं आहे. केवळ मूठभरांनाच ह्या गुरुकुलात शिक्षण घेण्याचा अधिकार होता. गुरुकुलाने शूद्रातिशूद्रांना आणि स्त्रियांना कधीच शिक्षण दिले नाही. ही पद्धत मोडीत काढली पाहिजे.'' सिद्धार्थ पगारे.

''ह्या संस्थेचा नावलौकिक झाला आहे. तुम्हाला ह्या जागेची किंमत मिळेल.'' महादेव माळी.

''ही आमची वडिलोपार्जित जागा आहे. तुमच्या वडिलोपार्जित संस्कृतीवर तुमचे जेवढे प्रेम आहे, तेवढंच आमच्या वडिलोपार्जित जागेवर आमचे प्रेम आहे. तुम्ही आमच्या जागेवर अतिक्रमण केले आहे. ते बेकायदेशीर आहे.''

काशिनाथ पोळके.

स्वामी राघवेंद्र तुरुंगात गेल्यानंतर दलितांनी टोकदार भूमिका घेतली होती. प्रशासनाची ह्या प्रश्नावर कोंडी झाली होती. "आम्ही आमच्या जमिनीचा ताबा जबरदस्तीने घेऊ. त्यासाठी बळाचा वापर करावा लागला, तर बळाचाही वापर करू." काशिनाथ पोळकेंनी आपली भूमिका जाहीर केली होती.

वेद अध्ययन केंद्रातील बटू एकत्र जमल्यानंतर मंत्र पठण करण्याऐवजी अस्पृश्यांचा विनाश व्हावा म्हणून ईश्वराला साकडे घालत होते. स्मृती, श्रुती, पुराणं, ऋचा आणि मंत्रांमध्ये स्त्री, शूद्रांविषयी भरलेला द्वेष आणि दंश जागृत झाला होता. लोकशाही देशाला हानिकारक आहे. सर्वांना समान लेखल्यामुळे शूद्रातिशूद्र आणि स्त्रिया बरोबरीची आणि हक्कांची भाषा बोलत आहेत. धर्माला ग्लानी आली आहे. पुन्हा एकदा वैदिक व्यवस्था अस्तित्वात आली पाहिजे.

"शंबूकाच्या वंशजाचे डोके उडवले पाहिजे.
एकलव्याच्या वारसदारांचे अंगठे तोडले पाहिजे.
राजा शिवाजीच्या वारसांना गादीवर बसण्याची पुन्हा एकदा मनाई केली पाहिजे.
हे ईश्वरा ऽ
अस्पृश्यांची जीभ झडून जाओ,
ते देवा-धर्माला शिव्या देत आहेत.
अस्पृश्यांचे डोळे नासून जाओत,
ते ज्ञान विज्ञानाची कास धरत आहेत.
अस्पृश्यांचा मेंदू सडून जाओ,
ते स्वातंत्र्याची स्वप्ने पाहत आहेत.
हे ईश्वरा ऽऽ
अस्पृश्याला गाढवासारखे शेपूट येऊ दे.
तो कुत्र्यासारखा भुंकू दे.
तो डुकरासारखा घाणीत लोळू दे.

हे ईश्वरा, तू अवतार घे आणि ब्राह्मणांच्या कार्यात विघ्न आणणाऱ्या दानवांचा नि:पात कर. तू निर्माण केलेली चातुर्वर्ण्यव्यवस्था मोडीत काढणाऱ्या शूद्रातिशूद्रांचा सर्वनाश कर.

ह्या चराचरातील स्वातंत्र्य भावना सडून जाओ.
सर्वांच्या मनात केवळ गुलामी वसो.
देव धर्माविषयी भय असो.
नाहीतर पृथ्वीवर पाप माजेल. कलियुग अवतरेल आणि हे जग बुडेल."

बटू जोराजोरात प्रार्थना करत होते. त्यांच्या आवाजाने फाशीच्या डोंगरातील हिंस्त्र पशूही भयभीत झाले होते.

□ □ □

बलशेटवारला एका खटल्यात साडेतीन वर्षांची कैद झाली होती.

□ □ □

कलशट्टीच्या हत्येमुळे रद्द झालेल्या निवडणुकीची तारीख जाहीर होणार असल्याची चर्चा सुरू झाली होती. विकास आघाडीच्या वतीने रंजना कदम निवडणुकीला उभी राहणार असल्याचे बोलले जात होते. उस्मानही निवडणुकीला उभे राहण्यासाठी मोर्चेबांधणी करत होता. साखर कारखान्याच्या पाठिंब्यावर वैशाली निवडणूक लढविणार असल्याची बातमी फुटली होती.

उस्मानने मुस्लिम समाजाची बैठक बोलावली होती. ह्या बैठकीसाठी सर्व मुसलमान आले होते. उस्मानला मुसलमानांचा एकमुखी पाठिंबा मिळाला होता. ''उस्मानभाई अपने बस्ती में एक बडी ताकद के रूप में उभर कर आ रहे है. हमे उनका साथ देना होगा. आज तक अपनी ताकद नही थी.'' युनुस बैठकीत उस्मानची तारीफ करत होता. हिंदू असो वा मुस्लिम त्यांना असुरक्षिततेने ग्रासले होते. प्रत्येकजण हिंस्त्र व असहिष्णू विचार करत होता. आपल्याला सुरक्षित राहायचे असेल, तर आपल्या जातीची ताकद वाढली पाहिजे, असा विचार प्रत्येक जातीच्या मनात घोळत होता. त्यामुळे प्रत्येकाला आपल्या जातीतला अट्टल गुन्हेगारही हीरो वाटत होता. कलशट्टी हा हिंदू गुंड होता. आता त्याची जागा मुस्लिम गुंडाने घेतली होती.

मुस्लिम मोहल्ल्यात झालेल्या बैठकीमुळे उस्मानचा 'उस्मानभाई' झाला होता. सर्वजणांनी त्याचं नामकरण केलं होतं. इतकेच नाही तर काही उत्साही मंडळींनी आपल्या मोहल्ल्याचं नाव 'उस्मानपुरा' असलं पाहिजे, अशी सूचना मांडली होती. उस्मानला ही सूचना मनापासून आवडली होती. उस्मानने सर्वांना खुष करणारा ठराव मांडला होता. ''आपण ह्या पुढे कोणालाही भाडे द्यायचे नाही. आपण सरकारी जमिनीवर राहतोय.'' उस्मानची सूचना सर्वांनी उचलून धरली होती. उस्मानने मुसलमानांची मने जिंकली होती.

भाडे द्यायला मुसलमान संघटितपणे नकार देणार असल्याची बातमी झहिराला कळाली आणि झहिराची झोप उडाली होती.

बलशेटवार तुरुंगात होता. बाहेर झहिरापुढे बिकट आर्थिक संकट निर्माण झाले होते. उस्मानने एका दगडात दोन पक्षी मारले होते. एकीकडे मुसलमान खुष झाले होते, तर दुसरीकडे झहिरा अडचणीत आली होती. उस्मान झहिराला नामोहरम करत होता. दुसऱ्या दिवशी मुस्लिम मोहल्ल्याकडे जाणाऱ्या रस्त्यावर 'उस्मानपुरा' नावाचा भला मोठा बोर्ड लागला होता.

सुरेखा माने सकाळीच झहिराच्या घरी आली होती. सुरेखा मानेला पाहून झहिराचं मानसिक संतुलन बिघडले होते. सुरेखा माने निर्लज्जासारखे हसत घरात येऊन बसली होती. "तू आमच्या मुलींना येऊन भेट. त्यांना धंद्यातल्या दोन गोष्टी सांग. आमच्या मुली तुला भेटायला उत्सुक आहेत. येत जा. तेवढाच तुझाही वेळ जाईल." सुरेखा माने वडीलधारी आवाजात बोलत होती. झहिरानं सुरेखा मानेचं बोलणं उरावर दगड ठेवून ऐकून घेतलं होतं. तिला संकटांना निमत्रंण द्यायचं नव्हतं. झहिरानं मौन धरलं होतं. तिच्या मनाचा थांगपत्ता लागत नव्हता. तिच्या नजरेत तिला काय वाटतंय ह्याचा लवलेशही दिसत नव्हता. तिचा चेहरा निष्पर्ण वाटत होता. ती बोलत नव्हती. सुरेखा माने तिला बोलण्याचा प्रयत्न करत होती.

वाटेवर लोकांचा घोळका येताना दिसत होता. लोक त्वेषाने बोलत होते. सुरेखा माने रस्त्यावर आली होती. झहिराही दारात येऊन उभी होती. लोकांमध्ये आवेश संचारला होता. भावड्या, प्रशांत, रघू, गोविंदा आणि तुषार गर्दीचे नेतृत्व करत होते. त्यांच्या जवळ 'गणेश नगर' नावाचा बोर्ड होता. ते सर्वजण बोर्ड लावण्यासाठी निघाले होते. सुरेखा मानेही गर्दीमागे गेली होती. त्या सर्वांनी 'उस्मानपुरा' बोर्डच्या विरुद्ध दिशेला 'गणेश नगर' नावाचा बोर्ड लावला होता. सर्वांचे चेहरे अभिमानाने फुलले होते.

अचलपूर-धरणगाव रोडच्या कॉर्नरवर आता तीन बोर्ड दिसत होते. उस्मानपुरा, गणेश नगर आणि गरिबी हटाओ झोपडपट्टी. गरिबी हटाओ झोपडपट्टीचा बोर्ड मात्र जुना झाला होता. पाईप लाईनकडे जाणाऱ्या म्हाताऱ्यांना गंमत वाटली होती. सर्व म्हातारे गणेश नगरमधून पाईप लाईनकडे चालले होते. काशिम उस्मानपुऱ्यातून येऊन त्यांना मिळाला होता. पाईप लाईनवर निवडणूक प्रचारासाठी रंगवलेली कलशट्टीची छत्री अजूनही उघडीच होती. बलशेटवारचा घोडाही जागच्या जागी उभा होता.

रात्रीतून 'गरिबी हटाओ झोपडपट्टी' हा बोर्ड रंगवला गेला होता. आता ह्या बोर्डवर 'रमाई नगर' अशी सुबक आणि सुंदर अक्षरे दिसू लागली होती.

उस्मानच्या अरेरावीला कंटाळून आगलावे सावळ्याला जाऊन मिळाला होता. त्या दोघांनी पिंकी आणि रिंकीच्या भावांनाही आपल्या गँगमध्ये ओढलं होतं. ह्या गँगमध्ये सगळे हिंदू गुंड होते. युनुस उस्मानच्या गँगमध्ये भरती झाला होता.

उस्मानच्या गँगमध्ये मुसलमान गुंडांचा भरणा अधिक होता. वस्तीतल्या गुंडगिरीला सामाजिक समर्थन लाभले होते आणि राजकीय रंग आला होता. गुन्हेगारी विश्वातही जात-जमातवाद बोकाळला होता.

□ □ □

अचलपूर पोलिसांनी बंटीला मुंबई रेल्वे पोलिसांकडून ताब्यात घेतलं होतं. रमा बाबरचे हात छाटल्याप्रकरणी बंटी पोलिसांना हवा होता. पोलिसांनी बंटीला पकडून आणल्याची चर्चा होत होती. सुरेखा माने बंटीला भेटण्यासाठी अचलपूरला गेली होती.

□ □ □

विकास आघाडीने झोपडपट्टीच्या प्रश्नांवर मोर्चा काढण्याचा निर्धार केला होता. विकास आघाडीची ही पोटनिवडणुकीची पूर्वतयारी होती. विकास आघाडीने प्रत्येक झोपडपट्टीत बैठका घेणे सुरू केले होते. ठिकठिकाणी झोपडपट्टी बचाव परिषदेचे पोस्टर चिटकवले होते. उस्मानपुरा, गणेश नगर आणि रमाई नगरमधील नागरी सुविधांविषयी बैठका होत होत्या. झोपडपट्टीतील वाईट रस्त्यांमुळे रहिवासी त्रासले होते. झोपडपट्टीधारकांमध्ये असुरक्षिततेची भावना पसरली होती. वाढती गुन्हेगारी, कारखान्यामुळे होणारे प्रदूषण आणि कचरा ह्यामुळे वस्ती बकाल झाली होती. जुगार, दारू आणि कुंटणखाना ह्यामुळे वस्तीत अनागोंदी माजली होती. झोपडपट्टीतला कायदा आणि सुव्यवस्थेचा प्रश्न ऐरणीवर आला होता.

वाईट रस्ते, पाण्याची तीव्र टंचाई, वाढती गुन्हेगारी, वस्तीतले काळे धंदे, अनियमित होणारा वीजपुरवठा आणि स्थलांतरित होणाऱ्यांची समस्या तोंड आ वासून उभा होत्या. ह्या प्रश्नाला आजवर कोणीच भिडलं नव्हतं. विकास आघाडीने लोकांना चौकाचौकांत जमवून त्यांच्याशी संवाद साधला होता. 'सन २००५ पर्यंतच्या झोपड्या कायम करा,' अशी मागणी जोर धरत होती.

रंजना कदम, विश्वनाथ कुलकर्णी, राजा शितोळे, सय्यद, काशिनाथ पोळके आणि सिद्धार्थ पगारे ह्यांनी झोपडपट्टी पिंजून काढली होती. रमा बाबरने झोपडपट्टी-धारकांची सभा घेतली होती. निवडणुकीची तारीख जाहीर होण्यापूर्वी विकास आघाडीचे कार्यकर्ते कामाला लागले होते. रंजना कदमला बिनविरोध निवडून आणण्याची चर्चा सुरू झाली होती. 'गुंडांना तडीपार करा.' असे उघडपणे बोलले

जात होते. पुन्हा एकदा वातावरण तापले होते.

विकास आघाडीने झोपडपट्टीधारकांचा प्रचंड मोठा मोर्चा काढला होता. उस्मानपुरा, गणेश नगर आणि रमाई नगर मधील रहिवासी मोठ्या संख्येने मोर्च्यात सामील झाले होते. प्रत्येकाच्या नावावर झोपड्या नियमित करणे, त्यांना रेशनकार्ड देणे, झोपडपट्टीतील रस्त्यांचे डांबरीकरण करणे, सार्वजनिक पिण्याच्या पाण्याच्या नळाची संख्या वाढवणे, वस्तीतल्या काळ्या धंद्यांना आळा घालणे, प्रत्येक झोपडीत स्वतंत्र वीज कनेक्शन देणे, झोपडीत कचराकुंड्यांची व्यवस्था करणे, झोपडपट्टीतल्या कुख्यात गुन्हेगारांना तडीपार करणे ह्या प्रश्नांवर विकास आघाडीचा मोर्चा निघाला होता. लोकांच्या मनांमध्ये वादळ घोंघावू लागले होते. आबालवृद्ध घोषण देत होते. मुस्लिम महिला बुरखा घालून मोर्च्यात आल्या होत्या. मोर्चा रोंरावत आगेकूच करत होता.

शिवशक्तीने प्रती मोर्चा काढला होता. शिवालयातून हिंदू जनजागृती मोर्चा निघाला होता. ह्या मोर्च्यात मोठ्या संख्येने वेद अध्ययन केंद्रातले बटू आणि मंदिर परिसरातील व्यापारी होते. मोर्च्याचे नेतृत्व हेमा पंडित, महादेव माळी आणि माणिकचंद करत होते. मोर्चेकऱ्यांच्या हातात त्रिशूल होते. मोर्चेकरी शंखनाद करत होते. डमरू वाजवत होते. 'हरऽ हरऽ महादेवऽ' च्या घोषणा देत होते. 'स्वामी राघवेंद्रांची सुटका करावी.' ह्या मागणीसाठी हा मोर्चा निघाला होता.

विकास आघाडी आणि शिवशक्तीचा मोर्चा निघणार असल्याने पोलीस बंदोबस्त वाढवला होता. रस्त्यावर ठिकठिकाणी पोलीस उभे असलेले दिसत होते.

विकास आघाडीचा मोर्चा आणि शिवशक्तीचा मोर्चा पवई नाक्यावर आमने-सामने झाला होता. पोलिसांनी दोन्ही मोर्च्यांना चौकात अडवलं होतं. विकास आघाडीच्या मोर्च्यातील लोक 'हम सब एक है' च्या घोषणा देत होते, तर शिवशक्तीच्या मोर्च्यातील लोक 'गर्व से कहो हम हिंदू है' अशा घोषणा देत होते. पोलिसांनी शिवशक्तीच्या मोर्च्याला अगोदर वाट काढून दिली होती. कारण हा मोर्चा संख्येने लहान होता. 'गर्वसे कहो हम हिंदू है' अशा घोषणा देत शिवशक्तीचा मोर्चा पुढं निघाला होता. विकास आघाडीच्या मोर्च्यातील अनेक हिंदू 'गर्व से कहो हम हिंदू है' अशा घोषण देत शिवशक्तीच्या मोर्च्यात सामील झाले होते. विकास आघाडीच्या कार्यकर्त्यांनी त्यांना रोखण्याचा विफल प्रयत्न केला होता. विकास आघाडीचे कार्यकर्ते हवालदिल झाले होते.

□ □ □

झहिराही प्रचंड दडपणाखाली जगत होती. तिची सर्व बाजूनी कोंडी झाली होती. बलशेटवार तुरुंगात सडत होता. त्याच्यावर अनेक गुन्हे होते. पुढल्या काळात त्याला एकामागून एक शिक्षा होणार होत्या. 'आपलं काय होईल?' ह्या प्रश्नानं झहिरा कोसळली होती. असुरक्षिततेच्या भयाने ती काळवंडली होती. तिच्या घरावर दगड पडला होता. ती भेदरली होती. कोणी तरी तिच्या घरावर दगड मारत होते. बलशेटवारची वाट पाहण्यात अर्थ नाही. त्याच्या प्रतीक्षेत जगणं ही एक शिक्षाच आहे. झहिरा आपल्या भवितव्याचा विचार करत होती. कुठं जावं? काय करावं? तिच्या सगळ्या वाटा अंधारल्या होत्या.

कुठं देह विक्रय करायचा? कोणाची रखेली व्हायचं? जगण्यासाठी आणखी काय करता येईल? शरीर हे आपलं विनामूल्य आणि हक्काचं भांडवल आहे. काय करावं? झहिरापुढं असंख्य प्रश्न निर्माण झाले होते. देश सोडल्याचा तिला पश्चात्ताप होत होता.

दारात कोणीतरी आल्याची चाहूल लागली होती. तिला वाटलं, कोणी तरी गिऱ्हाईक आलं असेल. ती रोमांचित झाली होती. तिला वाटलं, आपण कुंटणखान्यात आहोत. हवालदार शरद काळे तिच्या दारात उभा होता. त्याचा खाकी गणवेश पाहून ती भेदरली होती. शरद काळे बलशेटवारचा जुना मित्र होता.

"भाभी, एक वाईट बातमी देतो. पोलीस तुला अटक करणार आहेत. तू इथून निघून जा."

"कुठं जाऊ?"

"कुठंही जा."

"पण का?"

"उस्मानने तुझ्याविरुद्ध पोलिसांत तक्रार केली आहे. तू बांग्लादेशी आहेस म्हणून."

"त्याने का तक्रार केली?"

"असतात अशी काही माणसं. विघ्नसंतोषी. मला नाही तर कुणालाच नाही."

"काय होईल?"

"पोलीस चौकशी करू शकतात. तुझ्याकडे पासपोर्ट आहे का? व्हिसा आहे का? तू ह्या देशात बेकायदेशीर राहत असल्याचा आरोप लावू शकतात. ओळख पटवण्यासाठी ओळखीचा पुरावा मागू शकतात. 'बे रोल'चा अर्ज भरून घेऊ शकतात. मला तुला सांगायचं होतं म्हणून आलो; पण माझं नाव कोणाला सांगू नको. तू उस्मानला का भेटत नाहीस?"

"तुला उस्माननेच पाठवले असेल रुपये देऊन. मला भीती दाखवायला?"

"मी ड्यूटीवर आहे. येतो आता."

गिऱ्हाईकानं बाहेर पडावं तसं हवालदार शरद काळे बाहेर पडला होता.

झहिरा घाबरली होती. "लोकांना वाटेल मी देहविक्रय सुरू केला. शरद काळेला गिऱ्हाईकच समजतील. आता गिऱ्हाईकांची रांगच लागेल. प्रत्येकापुढं झोपायचं." झहिराचं भवितव्य विस्कटलं होतं.

झहिरा अंतर्मुख झाली होती. दारात पावलं वाजली होती. तिला वाटलं, सुरेखा माने आली असेल. ती तिची मालकीण आहे. ती गिऱ्हाईकांचा हिशोब विचारेल.

दारात रंजना कदम उभी होती. ती निवडणूकपूर्व प्रचाराच्या कामाला लागली होती. ती घरोघरी जाऊन मतदारांच्या भेटीगाठी घेत होती. तिने झहिराला नमस्कार केला होता. झहिराला तिच्या नमस्काराची गंमतच वाटली होती.

"मी रंजना कदम. विकास आघाडीची उमेदवार आहे."

"मला माझा देश नाहीय."

"तू अशी वेड्यासारखी काय बडबडते आहेस?"

"मी ह्या देशाची नागरिक नाही. मी बाहेरून आलेय."

"त्यात काय एवढं? इथं सर्वजण बाहेरूनच आलेत. आर्यांपासून इंग्रजांपर्यन्त. कित्तीतरी लोक."

"ते पासपोर्ट आणि व्हिसा घेऊन आले असतील!"

"ते शस्त्र घेऊन आले होते."

"मी आरडीएक्स आणायला विसरले!"

"हे काय बोलतेस तू?"

"मी बांग्लादेशी आहे."

"आता देशांच्या सीमांना अर्थच कुठे उरला आहे."

"तू मला बांग्लादेशाला पाठवशील?"

"तुला वेड लागलं आहे का? असं काहीही बडबडू नकोस. संकटात सापडशील."

रंजना कदमने झहिराकडे विचित्र नजरेने पाहिले होते. झहिरावर त्याचा काही परिणाम झाला नव्हता. रंजना कदम प्रचारासाठी दुसऱ्या घराकडे निघाली होती. झहिराचं बोलणं ऐकून ती अस्वस्थ झाली होती. तिला निरर्थक वाटत होतं. ती उदास झाली होती. तिला काही सुचत नव्हतं. झहिराची वेडीपिशी अवस्था तिला अस्वस्थ करत होती. 'मला माझा देश नाही.' हे झहिराचं वाक्य तिच्या मेंदूवर घणाघाती प्रहार करत होतं. तिच्या माथ्यावर वादळ धडकत होतं. तिची कानशिलं तापली होती. ती आत्ममग्न झाली होती.

"ह्या देशात अस्पृश्यांना कुत्र्या-मांजरापेक्षा हीन वागवले जाते. त्यांची सावली, स्पर्श आणि आवाजही अपवित्र मानला जातो. ह्या व्यवस्थेनं माणसाचं माणूसपण नाकारलं आहे. आजही दलितांवर अन्याय-अत्याचार होत आहेत. ह्या देशाला दलितांनी आपला देश कसा म्हणायचा? सवर्णांना आपले बांधव कसे म्हणायचं?" रंजना कदमच्या मेंदूत वादळ उठले होते. ती बेभान झाली होती. तिचं डोकं बधिर झालं होतं. तिने मागे वळून पाहिलं. तिच्या मागून अनेक स्त्रिया येत होत्या. त्या सगळ्याजणी तिचा प्रचार करत होत्या. झोपडी-झोपडीत लोकशाहीची मुळं रुजली होती.

"तुम्ही सगळ्याजणी कधी आल्या?" रंजना कदम.

"आम्ही तर तुझ्याबरोबर आहोत." राजा शितोळेची बायको.

"आपण ही पदयात्रा काढली आहे का?" रंजना कदम.

"प्रचार करत आहोत." सय्यदची बायको.

"तू थकली आहेस का?" राजा शितोळेची बायको.

"ताई, तुझं कपाळ हळदी-कुंकवानं भरलं आहे. तू देवीसारखी दिसते आहेस?" सावित्री.

"कसं काय?" रंजना कदम.

सावित्रीनं आपल्या पर्समधून आरसा काढला होता आणि तिच्या समोर धरला होता. घरोघरी लावलेल्या हळदी-कुंकवाने तिचे कपाळ भरले होते. रंजना कदमला तिचे शाळेतले दिवस आठवले होते. स्वातंत्र्यदिनी झालेल्या कार्यक्रमात ती भारतमाता झाली होती.

रंजना कदमने आपल्यासोबत आलेल्या स्त्रियांवर एक नजर टाकली. वस्तीतल्या अनेक स्त्रिया रंजना कदमच्या प्रचारासाठी तिच्याबरोबर रस्त्यावर आल्या होत्या. ती घरातून एकटी बाहेर निघाली होती. आता तिची पदयात्रा झाली होती. तिच्यासोबत अनेकजणी होत्या. सगळ्याजणींच्या जाती गळून पडल्या होत्या. रंजना कदमच्या डोळ्यांत आनंदाश्रू आले होते. एक नवं रसायन उकळत होतं. एक नवं राष्ट्र घडत होतं. त्याचं हे अभूतपूर्व दृश्य होतं.

□ □ □

पाईप लाईनवर म्हातारे जमले होते. क्षितिजावर नयनरम्य रंगांची उधळण झाली होती. पांखरांचा किलबिलाट सुरू झाला होता. थकली-भागली माणसं घराकडे परतत होती. सोनबाची बायको टेम्पो चालवत होती, तर केरबाची बायको

तिच्या शेजारी बसली होती. त्या दोघींनी फुलांचा व्यवसाय सुरू केला होता. त्यांना आजही मंदिरात प्रवेश नव्हता, पण त्यांच्याकडून विकत घेतलेली फुलं मात्र ईश्वराच्या गळ्यात पडत होती.

"बायका टेम्पो चालवायला लागल्या."

"त्यांच्या हाती सत्ता आली तर देश चालवतील."

"होय गड्या, निवडणुकीची तारीख डिक्लेअर व्हायची आहे तरी आपल्या बायकांनी वस्तीत धूमधडाका उडवलाय."

"आपला काळ वेगळा होता. आत्ताचा काळ वेगळा आहे."

"नव्या सुधारणा होत आहेत. नवं ज्ञान-विज्ञान येत आहे. जग अधिक सुंदर होत आहे. आपण मात्र हे सुंदर जग पाहायला खूप काळ नसणार. आपले दिवस संपले."

"प्रत्येकाला कधी ना कधी जायचंच आहे."

"का रे समाज बदलेल?"

"जाती घट्ट करणं, धर्मांध राजकारण करणं आणि त्यावर सत्तेची पोळी भाजणं चालू आहे."

"पूर्वीसारखं आता कुठं राहिलंय. खूप बदललंय."

"काय बदललंय. वस्ती आहे तशीच आहे."

"वस्तीतले रस्ते पक्के झाले नाही तर चालतील, एक वेळ वीज आली नाही तरी चालेल, पण वस्तीत मोकळा श्वास घेता आला पाहिजे. लोकशाही बळकट झाली पाहिजे. आपल्या बायकांकडं बघ. त्या कशा एक झाल्या आहेत. आता रात्री घराबाहेर पडायला भीती वाटत नाही. आपली वाट आता कोणी अडवणार नाही."

"हे मात्र खरं आहे."

म्हातारे संध्याकाळच्या गप्पामंध्ये रंगले होते. सूर्य अस्ताला चालला होता. पाईप लाईनवर पतंग उडवणाऱ्या मुलांना त्यांची भांवडं बोलवायला आली होती. आईच्या हाका ऐकू येत होत्या. कबुतरांना खाली उतरण्यासाठी इशारे होत होते. मागायला गेलेले भिकारी झोळ्या घेऊन परतत होते. "चलाऽ अंधार पडायच्या आत निघू या." नाना उठून उभा राहिला होता. संधिप्रकाशात म्हातारे चालत होते.

झहिरा बसस्टॉपवर येऊन उभी राहिली होती. ती एका अज्ञात आणि अनाकलनीय जीवनाच्या शोधात निघाली होती. ती ह्यापुढं आपलं नावं 'उमराव' असं सांगणार होती. वस्तीकडं अखेरचं पाहताना तिचं मन अवघडलं होतं. ती बसची प्रतीक्षा करत होती. म्हाताऱ्यांच्या माना तिच्याकडे वळल्या होत्या. बस आली होती. बसमधून

प्रवासी उतरले होते. बस गेली होती. झहिराही गेली होती.

प्रीती आणि रफीक आले होते. प्रीतीजवळ तिचं बाळ होतं. रफिकजवळ बॅग. काशिमनं त्यांना ओळखलं होतं. काशिम त्यांना बोलण्यासाठी थांबला होता. इतर म्हातारेही काशिमजवळ थांबले होते.

"काय रे कसा काय आलास?" नाना.

"मतदान करायला आलोय नाना." रफिक.

"बेटा है क्या बेटी?" काशिम.

"मुलगी." प्रीती.

"काय नाव ठेवलं?" आबा.

"सोनिया." प्रीती.

"सोनिया गांधीचं नाव ठेवलंय वाटतं!" दाद्या.

प्रीती आणि रफीकच्या मनातील भीती पसार झाली होती. वस्तीतले लोक त्यांच्याकडे कुतूहलाने पाहत होते. वस्तीत एक आश्चर्य आलं होतं. सर्वांच्या घरी दिवे लागले होते. बलशेटवारच्या घरी मात्र दिवा लावायला कोणीच नव्हतं.

□ □ □

दामोदर पोतदारची हत्या झाल्या दिवसापासून शिवमंदिरात येणारी भाविकांची गर्दी कमी झाली होती. दामोदर पोतदारचे भूत मध्यरात्रीला मंदिरात येते, मंदिरात उजेडाचा झगमगाट होतो. मंदिरातल्या घंटा आपोआप वाजू लागतात, उद-कापराचा सुगंध सर्वत्र दरवळू लागतो, दामोदर पोतदारचे भूत महादेवाची आरती करते, अशा गावगप्पांना उधाण आले होते. मेल्यानंतरही दामोदर पोतदारची महादेवावरील श्रद्धा तसूभरही कमी झाली नाही, असं लोक बोलू लागले होते. स्वामी राघवेंद्रांना अटक झाल्यानंतर मंदिरात पहाटे होणारी आरती बंद पडली होती. मंदिर रात्री लवकर बंद होत होते. दलितांच्या सततच्या आंदोलनामुळे वेद अध्ययन केंद्राविषयीची नवलाई मावळली होती. महादेव माळीला मंदिराचा पसारा आवरणे मुश्कील झाले होते म्हणून स्वामी राघवेंद्रांनी रामेश्वरला आपला उत्तराधिकारी घोषित केले होते. रामेश्वर स्वामी राघवेंद्रांचा स्वयंपाक करत होता आणि मंदिराची व्यवस्थाही पाहत होता. रामेश्वर बारीक-सारीक गोष्टीत लक्ष घालू लागल्यामुळे महादेव माळीही अस्वस्थ झाला होता.

महादेव माळी मंदिरातल्या घंटानादानेही बिचकू लागला होता. त्याला गाभाऱ्यातल्या ओंकारांच्या प्रतिध्वनींचीही भीती वाटू लागली होती. भाविकांची गर्दी कमी झाल्यामुळे मंदिर परिसरातली काही दुकाने कायमची बंद पडली होती. पार्किंग

आणि पादत्राणांची व्यवस्था पाहणाऱ्या कंत्राटदाराने गाशा गुंडाळला होता. निवडणूक हरल्यानंतर हेमा पंडित एकदाही मंदिरात आली नव्हती. मंदिरात सुनी-सुनी शांतता पसरली होती. घंटानादाऐवजी वानरांच्या भू: भू:काराने मंदिर परिसर घुमू लागला होता.

ईश्वराच्या मस्तक, बाहू, मांड्या आणि पायातून निर्माण झालेली चातुर्वर्ण्य व्यवस्था कोलमडून पडली होती. श्रुती-स्मृतीतल्या दैवी आज्ञांची अवज्ञा होत होती. जग बुडणार अशी हाकाटी सुरू झाली होती. ईश्वराने धर्म रक्षणासाठी अवतार घेण्याची तीव्र निकड निर्माण झाली होती. मंदिरात होणाऱ्या तमाम प्रार्थना ईश्वराच्या दर्शनासाठी व्याकूळ झाल्या होत्या.

महादेव मंदिरातल्या झाडांवर वानरांनी धुमाकूळ घातला होता. वानर सभामंडपात येत होते. एका वानराने तर गाभाऱ्यातून नैवेद्य पळवले होते. त्यामुळे मंदिरात येणाऱ्या भाविकांना हार नारळाबरोबरच वानरांना भीती दाखवण्यासाठी काठीही विकत घ्यावी लागत होती. महादेव माळी नैवेद्य घेऊन घराकडे निघाला होता. त्याला पाहून वानरांनी झाडावरून खाली उड्या टाकल्या होत्या. वानरांचा आक्रमक पवित्रा पाहून महादेव माळी माघारी फिरला होता. वानरांनी गावात उत्पात मांडला होता.

वानराला ओल्या बाळंतिणीचा वास आला, तर वानर घरात घुसून तिच्यासोबत जबरीने संभोग करते, असा लोकांचा पूर्वापार चालत आलेला समज होता. त्यामुळे गावातल्या ओल्या बाळंतिणींनी वानरांचा धसका घेतला होता. सदाशिव मोरेची बायको पाचव्यांदा बाळंत झाली होती. तिच्या घरावर वानर आले होते. वानरांनी तिच्या अंगणात वाळत घातलेले कांदे पळवले होते. तिने घराचे दार लावून घेतले होते. वानर घरात आले असते तर मूल उचलून नेले असते म्हणून ती रडवेली झाली होती. वानर पाहून गल्लीतली मुलं जमा झाली होती. मुलांचा गोंधळ वाढला होता. 'बाल्याऽ बाल्याऽ हूप. तुझ्या शेपटीला शेरभर तूपऽ' म्हणून मुलांनी गोंधळ सुरू केला होता. ते वानरांना दगड मारत होते. गोंधळ वाढल्यामुळे वानरांनी तिथून उड्या टाकल्या होत्या.

वानरांनी चिंचबनात हैदोस घातल्यामुळे फांद्यांना फळांसारखे लगडलेले वटवाघूळ उडून गेले होते. वटवाघूळ आणि वानरांच्या आवाजात वेद अध्ययन केंद्रातले मंत्रोच्चार लोप पावले होते.

महादेव माळीने आज मंदिर लवकर बंद केले होते. महादेव माळीचे मंदिरातल्या कामावरून लक्ष उडाले होते. आता तो विभूती विकू लागला होता. त्याला दामोदर पोतदारच्या बायकोचे पांढरे कपाळ भिववीत होते. तो विभूतीच्या वड्या करत होता. त्याची डावी पापणी सारखी फडफडत होती. डावी पापणी उडाली की तो रडायचा. उजवी उडाली की काही तरी चांगले घडायचे. गेल्या दोन दिवसांपासून त्याची डावी पापणी उडू लागल्यामुळे तो अस्वस्थ झाला होता. रात्री त्याला लवकर झोप आली

नव्हती. त्याला जागही लवकर आली होती.

गावावर धुकं पडलं होतं. धुक्यात रस्ते बुडाले होते. तो मंदिराकडे निघाला होता. धुक्यातून चालताना तो अवती भवती पाहत होता. जणू आभाळातले पांढरे ढग भूतलावर उतरले होते. तो प्रवेशद्वारातून मंदिरात गेला. कोवळ्या किरणांमुळे धुके पांगले होते. बेलाच्या झाडाखाली वानर पालथे पडले होते. ते अभद्र दृश्य पाहून तो गांगरला होता. तो जोराने ओरडला होता. वानर मेलेले होते.

महादेव माळी तत्काळ मंदिराबाहेर पडला होता. वानराचे मरणे अशुभ होते. गावावर संकट येईल, दुष्काळ पडेल, धरण फुटेल, भूकंप होईल, महामारी येईल, काही तरी अनर्थ घडेल. महादेव माळी अशुभाने हादरला होता. वानर मेल्याची बातमी गावभर पसरली होती. गावातले लोक हळहळत होते.

गावकऱ्यांनी वानराची मिरवणुकीने प्रेतयात्रा काढली होती. प्रेतयात्रेला सगळा गाव लोटला होता. मृत वानराला मंदिर परिसरातच पुरण्यात येणार होते आणि त्याचे मंदिर उभारणार होते. गावाला पापातून मुक्त करण्यासाठी लोक हिरिरिने पुढाकार घेत होते. स्वामी राघवेंद्रांना अटक झाल्यामुळेच गावावर संकट कोसळल्याची चर्चा सुरू झाली होती. दामोदर पोतदारच्या भुतानेच वानराला मारले असावे, अशीही हूल उठली होती. वानराच्या मृत्यूमुळे गाव पापात सापडले होते. वानराचा मृत्यू जंगलातच झाला पाहिजे. गावात वानर मेले तर त्या गावावर आपत्ती येते अशा समजुतीने गाव हादरला होता. लोक चिडले होते. 'स्वामी राघवेंद्रांना अटक केल्यामुळे ही अभद्र घटना घडली. ह्याला पोलीस जबाबदार आहेत?' लोकांचा राग अनावर झाला होता.

वानराची प्रेतयात्रा पोलीस चौकीजवळ पोहोचली होती. चिडलेल्या लोकांनी पोलीस चौकीवर तुफान दगडफेक केली होती. पोलिसांनी लोकांना पांगवण्यासाठी हवेत गोळीबार केला होता. लोक आक्रमक झाले होते. वानराची प्रेतयात्रा रस्त्यात थांबली होती. लोक प्रक्षुब्ध होऊन घोषणा देत होते.

'बजरंग बली की जय.'

'रामभक्त हनुमान की जय.'

गोळीबाराच्या आवाजाने वटवाघुळं उडाली होती आणि वानरांनीही उड्या टाकल्या होत्या. वानरांनी कायमचं गाव सोडलं होतं. ते फाशीच्या डोंगरात पसार झाले होते.

□ □ □

स्वामी राघवेंद्रांना ज्या गेस्ट हाऊसध्ये कैदेत ठेवले होते, तिकडे जाणारे सर्व रस्ते दुथडी भरून वाहत होते. स्वामी राघवेंद्रांना अटक झाल्यापासून त्यांच्याविषयी उलट-सुलट छापून येत होते. त्यामुळे त्यांची बदनामी झाली होती. मानहानी झाल्यामुळे स्वामी राघवेंद्रांनी आपलं जीवन संपवलं असावं, अशी शंका प्रत्येकाला येत होती. रस्त्याने जाणारी गर्दी 'हरऽहरऽ महादेवऽ' अशी गर्जना करत होती. गेस्ट हाऊसमध्ये प्रवेश करण्यासाठी प्रचंड मोठी रांग लागली होती. गेस्ट हाऊसच्या परिसरात पोलीस बंदोबस्त चोख होता. भाविकांनी गेस्ट हाऊस गाठल्यामुळे महादेव मंदिर ओस पडले होते. प्रेसवाल्यांनीही गर्दी केली होती. सर्वांच्या तोंडी दैवी चमत्काराची चर्चा होती. 'स्वामी राघवेंद्र अंतर्धान पावले आहेत. हा दिव्य चमत्कार आहे.' अशी कुजबूज लोकांमध्ये सुरू झाली होती.

स्वामी राघवेंद्र ज्या बेडवर झोपत असत त्या बेडवर मानवी आकारात अस्थी आणि रक्षा पडलेली दिसत होती. तपोबलाच्या जोरावर साधुपुरुष आपला नाशिवंत देह त्यागून स्वर्गात जाऊ शकतो असे बोलले जात होते. पोलीस मात्र ह्या चमत्कारावर विश्वास ठेवायला तयार नव्हते. मानवी देह जागच्या जागी भस्म झाला असला तरी बेडशीट जळाले नव्हते. खोलीच्या छतावर धुराचे डाग दिसत नव्हते. खोलीतील फर्निचर, पडदे, गादी, बेडशीट, उशी, चादर इत्यादी वस्तू शाबूत होत्या. देह जळाला असता, तर इतर वस्तूही जळाल्या असत्या. केवळ देह जळतो आणि त्याच्या सान्निध्यातील इतर वस्तू आगीच्या भक्ष्यस्थानी पडत नाहीत ह्याचे पोलिसांना कोडे पडले होते. खोलीला बाहेरून कुलूप लावले होते. स्वामी राघवेंद्रांचा देह झोपल्या ठिकाणी भस्म झाला असेल, तर खोलीला बाहेरून कोणी कुलूप लावले असेल? हा प्रश्नही अनुत्तरित होता. अस्थी आणि रक्षा ही स्वामी राघवेंद्रांचीच आहे की अन्य कोणाची आहे, असाही संशय पोलिसांना येत होता. त्यामुळे हाडांची डीएनए टेस्ट करण्याचीही चर्चा सुरू झाली होती.

विकास आघाडीच्या कार्यकर्त्यांनी 'हा दैवी चमत्कार नसून हे गौडबंगाल आहे. ह्याची चौकशी झाली पाहिजे.' अशी भूमिका घेतली होती. हा प्रश्न लोकांच्या भावनेशी आणि श्रद्धेशी निगडित असल्याने पोलीस सावधगिरी बाळगत होते. मिडियाने ही घटना घरोघरी पोहोचली होती. पोलिसांनी प्राथमिक चौकशीसाठी स्वामी राघवेंद्रांचा स्वयंपाकी रामेश्वर ह्याला पाचारण केले होते.

विकास आघाडीने ठिकठिकाणी पोस्टर लावले होते. त्यावर पुढील मजकूर होता.

* सर्व धार्मिक स्थळांवर अंधश्रद्धा निर्मूलन केंद्रांची स्थापना केली पाहिजे.
* लोकांनी वैज्ञानिक दृष्टिकोनाची कास बाळगली पाहिजे.
* लोकांनी सर्वधर्मसमभावाची जपणूक केली पाहिजे.

* लोकांनी लोकशाही जीवन प्रणालीचा अंगीकार केला पाहिजे आणि मानव अधिकाराची जपणूक केली पाहिजे.

विकास आघाडीच्या पोस्टरवर कोणीतरी पान खाऊन पिचकारी मारली होती. विकास आघाडीच्या पोस्टरमुळे लोक दुसरी बाजूही पडताळून पाहू लागले होते. वृत्तवाहिन्यांनी त्या घटनेवर आधारित विशेष कार्यक्रमही प्रसारित केले होते.

झेलम एक्सप्रेसची गती कमी झाली होती. झेलम चंबळचा पूल पार करत होती. चंबळचे खोरे भग्न किल्ल्यांच्या अवशेषासारखे दिसत होते. ती खिडकीतून बाहेर पाहत होती. तिला चित्रपटातल्या डाकूंच्या घोड्यांच्या टापांचा आवाज आठवला होता. तिच्या मनात भयाची लहर उठली होती. तिने नकाब बाजूला सारला होता. तिच्या मनात घोडदौड सुरू होती. ती जम्मूला निघाली होती. आपण आपल्या देशात राहिलो असतो, तर ही वाताहत झाली नसती. तिच्या डोळ्यांत गंगा दाटून आली होती.

बर्थवर झोपलेली व्यक्ती उठून बसली होती. तिला त्याचा चेहरा ओळखीचा वाटला होता. त्याचे डोळे, त्याच्या भुवया आणि त्याचं नाक तिला चिरपरिचयाचं वाटत होतं. ती गोंधळात पडली होती. तो ही तिच्याकडे अनिमिषपणे पाहत होता. ती आणखी बिचकली होती. 'हा चेहरा आपण रोज पाहिलाय. आपल्या घरातलाच वाटतोय. कोण असेल हा? कुठे भेटला असेल?' ती विचारात पडली होती.

तो वैष्णव देवीला निघाला होता. त्याला हिमालयात जाऊन तप करायचं होतं. तिला त्याची नजर टाळता येत नव्हती. ती त्याच्या तपस्वी चेहऱ्यात विलीन झाली होती. पहिल्या नजरेतले प्रेम ह्यालाच म्हणतात की काय असे काहूरही तिच्या मनात उठले होते. तो तिच्याजवळ येऊन बसला होता. तिला घरातले कॅलेंडर आठवले होते. स्वामी राघवेंद्रांचा चेहरा आठवला होता आणि तिच्या गालावर स्मित हास्य उमटले. आपली वेशभूषा बदलली होती. केस कापले होते. त्याने तिची चौकशी केली होती. तिने त्यांचा आवाजही ओळखला होता. ती चक्रावली होती.

"तुझं नाव काय?"

"उमराव. आपका?"

"श्रीपाद."

दोघांनी एकमेकांना खोटं सांगितले होतं; पण त्यांच्या नजरांनी एकमेकांच्या मनातलं गुपित जाणलं होतं. ती संगमाला जाऊन मिळाली होती. त्याची साधना सुरू झाली होती. तिला अनोळखी गिऱ्हाईकांना खुलवण्याची कला अवगत होती. त्याने तिच्याकडे दयार्द्र नजरेने पाहिले होते. मूल व्हावं म्हणून मंदिरात येणाऱ्या स्त्रियांसारखी ती वाटली होती. तिने त्याला गुंतवून ठेवलं होतं.

“कुठं जात आहेस?”
“जम्मू. आप कहाँ?”
“वैष्णव देवी.”
“आप स्वामी राघवेंद्र है ना?”
“कसं काय ओळखलंस?”
“आमच्या घरात तुमचं कॅलेंडर होतं.”
“मी संन्यास सोडला आहे.”
“मी घर सोडलं आहे.”
“तुझा नवरा, तुझी मुलं?”
“मी एकटी आहे.”

आगगाडीने वेग घेतला होता. दोघांची शरीरं जाणीवपूर्वक एकमेकाला स्पर्श करत होती. स्पर्शाने श्वास उष्ण झाले होते. त्या दोघांतलं अंतर गळून पडलं होतं. “हेमा पंडितपेक्षाही ही सुंदर आहे. समजूतदार आहे. हिला आपण निमिषात कळालो.” स्वामी राघवेंद्रांचं मन तुलना करू लागलं होतं. स्वामी राघवेंद्र तुरुंगात होते ह्याचं तिला भानही राहिलं नव्हतं. तिला तो देवदूत वाटला होता. ते दोघे आता जोडप्यासारखे बसले होते.

तो फळं घेण्यासाठी खाली उतरला होता. तीही पाय मोकळे करण्यासाठी त्याच्याबरोबर खाली उतरली होती. त्यांनी अल्पावधीत नव्या जीवनाची स्वप्नेही रंगवली होती. ते दोघे इतके तन्मय झाले होते की त्यांची आगगाडी सुटल्याचेही त्यांना भान राहिले नव्हते. जणू हे त्यांच्या आयुष्यातलं पहिलं प्रेम होतं. ते रिकाम्या प्लॅटफॉर्मवर उभे होते. कुली त्यांच्याकडे पाहत होते.

हवेत गारठा होता. ढग भरून आले होते. रात्रीचे साडेनऊ वाजून गेले होते. ते रेल्वे स्टेशनच्या बाहेर पडले होते. रिक्शावाल्यांनी त्यांना भंडावून सोडलं होतं. ते प्रथमच नवी दिल्लीत आले होते. त्यांच्याजवळ कसलंच सामान नव्हतं. ते दोघे लॉजची चौकशी करत होते. आपण अनेक पुरुष पाहिले; पण हा वेगळा आहे. असा कधीतरी भेटतो. तीही मनातल्या मनात तुलना करत होती. ती अनेकांबरोबर फिरली होती. तिला हे नवखं नव्हतं. त्याला मात्र भीती वाटत होती. परस्त्री सोबत असल्याच्या दडपणानं तो विचलित झाला होता.

ते दोघे लॉजच्या ऑफिसमध्ये गेले होते. व्यवस्थापकाने त्यांना त्यांच्या लगेजविषयी विचारले होते. त्यांनी आगगाडी सुटल्याचे सांगितले होते. व्यवस्थापकाने त्यांना लॉजमध्ये प्रवेश नाकारला होता. झहिराने त्यांना विनंती केली होती. व्यवस्थापकाने त्यांच्यापुढे रजिस्टर ठेवले होते. तो रजिस्टर भरताना पुन्हा अडखळला होता.

आपल्या सोबतची स्त्री मुस्लिम आहे. आपण हिंदू आहोत. आपण अडचणीत येऊ शकतो. तो विचार करत होता. व्यवस्थापक प्रत्येक रकान्यात माहिती भरायला सुचवत होता. त्यानं आपलं नाव 'झहीर' असं लिहिलं होतं. तिची पत्नी म्हणून नोंद केली होती. स्वाक्षरी करून अ‍ॅडव्हान्स दिला होता. व्यवस्थापकाने वेटरकडे तीनशे दोनची चावी दिली होती. ते वेटरबरोबर लिफ्टमध्ये उभे होते. त्यांनी आपला भूतकाळ विसरला होता. ती बुरखाधारी होती म्हणून त्याने आपला धर्म बदलला होता. इतक्या सहजपणे धर्म बदलता येतो ह्याची त्याला प्रथमच जाणीव झाली होती. मंदिर, धर्मग्रंथ आणि धर्मयुद्धाचं निरर्थकत्व त्याला प्रकर्षानं जाणवलं होतं. आत्मा कपड्यासारखा देह बदलतो. देह कपड्यासारखा धर्म बदलतो. त्याच्या डोक्यात धर्माने थैमान घातले होते.

वेटरनं रूमचा दरवाजा उघडून दिला होता.

वेटरनं बेडशीट बदलली. पाणी आणून ठेवलं. टॉवेल आणि साबण आणून दिलं. गिझरचं बटणही दाखवून दिलं. ''जयभीम यारऽ नाईट है क्याऽ?'' एका वेटरने दुसऱ्या वेटरला विचारलं होतं. ''ये अभी आये है. इनकी ऑर्डर ले. मैंने तीनसो दो में दो कॉफी और बिसलरी बॉटल दिया है.'' वेटरमध्ये निरोपाचा संवाद होत होता. स्वामी राघवेंद्रांना त्याची जात कळली होती. वेटर अस्पृश्य होते. त्यांच्या हातचं पाणी त्यांना प्यावं लागणार होतं. इथं रामेश्वर नव्हता. रामेश्वरनी जीव धोक्यात घालून त्याला मदत केली होती.

''चलो साब, मैं आता हूँ. सुबह मेरी ड्यूटी है. कुछ लगे तो नाईन नंबर दबाना. गुड नाईट.'' वेटरने रूमचे दार ओढून घेतले होते. त्याने आतून कडी लावून घेतली होती. धर्म भ्रष्ट होत आहे की कालबाह्य होत आहे हे त्याला कळत नव्हते. तो अवघडला होता.

ती बाथरूममधून बाहेर आली होती. ती न्हाली होती. अंग किती हलकं हलकं वाटतेय. दोन दिवस अंघोळ नव्हती. ती ताजीतवानी वाटत होती. तिने आपले ओले केस झटकले होते. त्याच्या चेहऱ्यावर तिच्या केसाचे पाणी उडाले होते. तो रोमांचित झाला होता. तीर्थापेक्षाही हे थेंब त्याला सजीव वाटले होते. तो तिच्याकडे कुतूहलाने पाहत होता. दारावरची बेल वाजली होती. पोलीस आत आले होते. पोलिसांनी त्यांची चौकशी केली होती.

''ही माझी पत्नी आहे.''

''हे माझे पती आहेत.''

पोलीस निघून गेले होते. तिने दार बंद करून घेतलं होतं. स्वामी राघवेंद्रांनी पोलिसांना तिची ओळख पत्नी म्हणून सांगितली होती. त्यामुळे ती प्रभावित झाली

होती. तिला त्याच्याविषयी आदर वाटला होता. त्या दोघांमध्ये जन्माजन्माचे नाते निर्माण झाले होते. ती पहिल्या रात्रीसाठी अधीर झाली होती. 'त्याच्या पुढाकारानेच आपलं नवजीवन सुरू करायचं.' असं तिनं मनोमन ठरवून टाकलं होतं.

"पोलीस का आले असतील?"

"अशा हॉटेलमध्ये लोक वेश्यांना आणतात. त्यांनी छापा टाकला असावा."

"बरं झालं! मी अंघोळीनंतर जानवं घातलं नव्हतं."

"आपण पती-पत्नी असल्याचे सांगितल्यामुळे ते बाहेर गेले."

"आपण इथं असेपर्यंत तरी पती-पत्नीसारखेच वागले पाहिजे."

"हनीमून करायचा विचार आहे वाटतं!"

तिचा खट्याळ प्रश्न ऐकून तो मनापासून हसला होता. ते दोघेही इतके थकले होते की त्यांनी कधी अंग टाकलं हे त्यांना कळलंच नव्हतं. ते गाढ झोपले होते. त्याच्या स्वप्नात दामोदर पोतदार आला होता. तो त्याच्याशी भांडत होता. तिच्या स्वप्नात टाउट आले होते. ती ढाक्यातल्या रस्त्याने फिरत होती.

सकाळी दारावरची बेल वाजली होती. तो डोळे चोळतच उठला होता. त्याने तिच्या उघड्या गोऱ्यापान देहावर पांघरूण घातले होते आणि दार उघडले होते. वेटरने त्याला इंग्रजी वर्तमानपत्र आणि गुलाबाचे फुल देऊन 'गुडमार्निंग' केले होते. त्याने हसून दार बंद केले होते. त्याने तिला झोपेतून उठवलं होतं आणि तिच्या हातात गुलाबाचं फुल दिलं होतं. तिनंही ते हसून स्वीकारलं होतं. ती त्याच्या छातीवर डोकं ठेवून विसावली होती. त्यांच्या मनावर दव पडलं होतं आणि देहावर प्रचंड धुकं दाटलं होतं.

दारावरची बेल वाजली होती. तो त्रासिकपणे उठला होता. 'हा वेटर मुद्दाम त्रास देतोयऽ' म्हणून तो दाराकडे गेला होता. त्याला वेटरला खडसावयाचे होते. त्याने दार उघडले होते. दारात दिल्ली पोलीस उभे होते.

"स्वामी राघवेंद्र आपणच का?" दिल्ली पोलिसांनी त्याला ठणकावून विचारलं होतं. दिल्ली पोलिसांनी एवढं एक वाक्य मराठी जाणकारांकडूनच शिकून घेतलं होतं. स्वामी राघवेंद्र अडचणीत सापडले होते.

□ □ □

पाईप लाईनजवळ म्हातारे जमले होते. आता त्यांची संख्या बरीच वाढली होती. म्हातारे एकत्र जमून जोरजोरात हसण्याचे प्रयोग करत होते. प्रत्येकाच्या हसण्याच्या तऱ्हा विचित्र होत्या. म्हाताऱ्यांच्या हसण्याचा गडगडाट दूरवर ऐकायला

येत होता. हसता हसता म्हातारे आता पोट धरून हसू लागले होते.

रमाई नगर, गणेश नगर आणि उस्मानपुरा ह्या वस्त्या आता ठसठशीत दिसत होत्या. त्यांचे सणवार आणि संस्कार ह्यामुळे त्यांच्यातला वेगळेपणा स्पष्टपणे जाणवत असे. ह्या वस्त्या दाटीवाटीने एकमेकात मिसळल्या असल्या, तरी त्यांच्यात विभक्तपणाची संसर्गजन्य लागण झाली होती. त्यांच्यातलं वैर सतत फणा काढत असे. कधी कबुतर उडवण्यावरून, तर कधी रंग टाकण्यावरून. कधी महिलेची छेड काढल्यावरून, तर कधी कोंबडी चोरल्यावरून भांडणाची ठिणगी पडे आणि दोन समुदायांमध्ये तणाव निर्माण होई. ह्या पार्श्वभूमीवर म्हाताऱ्यांचं हसणं निगर्वी वाटत होतं. म्हातारे आता मोकाट हसत होते.

त्यांच्या हसण्याचा व्यायाम पाहून आल्या गेल्याचंही छान मनोरंजन होत होतं.

सूर्यानं फाशीच्या डोंगराआड दडी मारली होती. आणि क्षितिजावर विभिन्न रंगांचे शिंतोंडे उडाले होते. हिरवे, निळे, भगवे आणखी कितीतरी. पश्चिम दिशा विलोभनीय वाटत होती.

म्हातारे घराकडे निघाले होते. उंटांचा काफिला जावा तसं ते जात होते. त्यांचे पाय जागच्या जागी अडखळले होते. जणू त्यांच्या गळ्याला दोर बांधून कोणी तरी फरफरट नेत आहे, असा त्यांना भास झाला होता.

ते अस्वस्थ झाले होते. त्यांनी बंटीला बसमधून उतरताना पाहिलं होतं.

बंटी जामिनावर सुटून आला होता. म्हाताऱ्यांनी पुढचं पाऊल निर्धारपूर्वक उचललं होतं. ते घराकडं जाण्याऐवजी विकास आघाडीच्या कार्यालयाकडं निघाले होते.

बंटी त्यांच्याकडे पाहून कुत्सितपणे हसला होता.

बंटी जामिनावर सुटून आल्याची वार्ता कानोकानी पोहोचली होती.

दिवसाढवळ्या कोर्टरूममध्ये घुसून कुख्यात गुन्हेगार कलशट्टीचा वध करणारा ऐंशी जणांचा जमाव बिथरला होता. त्यांची कानशिलं तापली होती. त्यांचे डोळे आग ओकत होते. रमा बाबर त्यांना समजावत होत्या. ''कोणीही कायदा हातात घ्यायचा नाही.''

वस्तीतली संतप्त हालचाल पाहून बंटी भ्याला होता. झोपडपट्टीदादांना लोकांचं भय वाटू लागलं होतं.

□ □ □

www.ingramcontent.com/pod-product-compliance
Ingram Content Group UK Ltd.
Pitfield, Milton Keynes, MK11 3LW, UK
UKHW042103021026
15589UKWH00001B/151

9 788172 946098